ખરા બપોર

જયંત ખત્રી

ગૂર્જર ગ્રંથરત્ન કાર્યાલય

કિંમત : રૂ. 110 પુનર્મુદ્રણ : 2010
આવૃત્તિઓ : પહેલી 1968

KHARA BAPOR
a collection of Gujarati short stories
by Jayant Khatri
Published by Gurjar Granth Ratna Karyalaya, Gandhi Road,
Ahmedabad 380 001 (India)

© લેખકના પૃષ્ઠ : 6+210

ISBN : 978-81-8480-315-0 નકલ : 750

■ પ્રકાશક : અમરભાઈ ઠાકોરલાલ શાહ **ગૂર્જર ગ્રંથરત્ન કાર્યાલય** રતનપોળનાકા સામે,
ગાંધીમાર્ગ, અમદાવાદ-380001. ફોન : 079-22144663. e-mail :
goorjar@yahoo.com ■ ટાઇપસેટિંગ : **શારદા મુદ્રણાલય** 201, તિલકરાજ, પંચવટી
પહેલી લેન, આંબાવાડી, અમદાવાદ-380 006. ફોન : 26564279 ■ મુદ્રક : **ભગવતી
ઑફસેટ** સી/16, બંસીધર એસ્ટેટ, બારડોલપુરા, અમદાવાદ-380 004

મારા પૂર્વજ
બકુલેશને...

અનુક્રમણિકા

ખરા બપોર

●

જયંત ખત્રી

ધાડ

હું ફરી પાછો બેકાર બન્યો.

ખભા પર કોથળો લઈ, કિનારે કિનારે ચાલતો હું બંદર છોડી રહ્યો હતો. ત્યારે અઢી મહિનાની આ નોકરીની હૂંફ આપતી એક યાદ – એક પિછાન – મનમાંથી ખસતી નહોતી.

હું પોર્ટની લૉંચની ચોકી કરતો બંદરથી ત્રણ માઈલ દૂર એકલો જ બેઠો હતો. અંધારાં ઊતરી આવ્યાં હતાં, દરિયાનાં પાણીયે ઊતરી ગયાં હતાં. ઉત્તરનો પવન વાતો બંધ પડ્યો હતો. દરિયાની સપાટી ધીમું હાંફી રહી હતી. ત્યારે બધે જ નિષ્ક્રિયતા, શાંતિ અને કાળજાને કોરી ખાય એવી અવાક એકલતા. આ સ્તબ્ધ વાતાવરણમાં મને સહચર્ય મળવાની કોઈ શક્યતા નહોતી. ત્યારે ઘેલાનો ઓચિંતાનો ભેટો થઈ ગયો.

ઊંટો ચારવા બાજુના કાદવવાળા ચેરિયાના છોડવાથી છાયેલા કિનારા પર એ બે દિવસથી ઘૂમતો હતો.

ઊંચો, કદાવર, બિહામણો દેખાય એવો દેહ, સફેદ દાઢી, ઝીણી કટારીની ધાર જેવી તીક્ષ્ણ આંખો, સશક્ત રેખાઓ મંડિત ચહેરો, ચોક્કસ સાવચેત પગલે મારી પાસે આવ્યો ત્યારે એના આવ્યાની કળ જ ન પડી અને સામે ઉપસ્થિત થયો ત્યારે ડર લાગ્યો.

અને પછી વાતાવરણ પણ જ્યારે સાનુકૂળ રીતે મૂક હતું ત્યારે એણે વાતો કરવી શરૂ કરી – બહુ જ નિખાલસ મને. પણ એણે મને પોતાના પસીનાનો અડધો રોટલો ખવડાવ્યો ત્યારે મારું મન ભરાઈ આવ્યું. મારી આ નાનકડી જિંદગીમાં કોઈની બિરાદરીનો રોટલો ખાવાની મને બહુ ઓછી તક મળી છે અને આવા પ્રસંગની યાદને મેં બહુ જાળવણીથી સંઘરી

રાખી છે.

ઘેલા પાસે જીવનનો એક જ ઉકેલ હતો:

'દોસ્ત પ્રાણજીવન, આ જીવતરનો ભેદ અને એની મુશ્કેલી ઉકેલવાનો માર્ગ એક જ છે, કે માથાભારે થવું. આપણાથી વધારે તાકાતવાન હોય એનાથી વધારે તાકાત બઢાવવી અને એને નીચો નમાવવો – આવી વાતો તારી સમજમાં ઊતરે છે?'

આ વાત મારી સમજમાં ઊતરતી હતી પણ હું કબૂલ નહોતો થતો, તોયે મોઢા પર હાસ્ય મઢી હું એની સામે જોઈ રહ્યો.

'જો,' ઘેલાએ ચેરિયાના ઝાડ તરફ આંગળી ચીંધતાં કહ્યું, 'આ ચેરિયાનું ઝાડ નર્યા કાદવ પર ખારા પાણી વચ્ચે કેમ પોષણ પામ્યું, એ કેમ મોટું થતું હશે, ક્યાંથી ખોરાક મેળવતું હશે, અને કેમ જીવન ટકાવી રાખતું હશે એનો વિચાર આવ્યો છે તને કોઈ દહાડો?

આ છોડનાં મૂળિયાં પહેલાં કાદવમાં ઊંડે જાય છે, તેથી એ છોડ પોતાના થડ પર મજબૂત બને છે, પણ કાદવમાં પોષણ ન મળતાં એ મૂળિયાં પાછાં બહાર નીકળી થડની આસપાસ પથરાઈ જઈ, પોતાના કાંટા મારફત હવામાંથી પોષણ મેળવે છે, સમજ્યો?'

'હવામાંથી?'

'હા, હવામાંથી,' ઘેલાએ કહ્યું, 'અને તોયે આવી જહેમતથી મોટા થયેલા અને માણસાઈથી ટટ્ટાર ઊભેલા આ છોડને અમારાં ઊંટ ખાઈ જાય છે, સૂકવી નાખે છે. આ તો ભેદ છે જીવનનો, દોસ્ત પ્રાણજીવન, કે દયા, મમતા, ધર્મ એ બધી ચોપડીમાંની વાતો છે. સાચેસાચ તો જે વધારે માથાભારે છે તે વધારે સારું જીવન જીવે છે.'

બસ ત્યાર બાદ ઘેલો જ્યારે મને મળતો ત્યારે ચેરિયાની વાત આગળ લાવી, ઊલટાવીપલટાવી એની એ જ વાત કહેતો. કોઈક વાર એ રણની વાત કરતો. ત્યાં એવી વાંઝણી ધરતી હતી કે એની છાતીમાંથી કોઈ દહાડો ધાવણ આવતું જ નહિ. ધૂળ, વંટોળિયા, ટાઢ, તડકો, કાંટા, ઝાંખરાં અને નિઃસીમ મેદાનોની એ વાતો મને સાંભળવી ગમતી. કારણ

મને ધરતી, કોઈ પણ ધરતી તરફ પ્યાર હતો.

'દોસ્ત પ્રાણજીવન, તું એક વાર મારે ગામડે આવ, આ ધરતીની લહેજત ત્યાં આવ્યા વિના મળતી નથી અને એ ધરતી વચ્ચે જ ત્યાંના માણસોનાં મન પારખી શકાય છે.'

બસ ત્યાર પછી બીજે દિવસે ઘેલો મને રામ રામ કરીને જતો રહ્યો.

મેં ઘેલાને આવવાની હા કહી ત્યારે મને સ્વપ્ને ખ્યાલ નહોતો કે હું આટલો જલદી બેકાર બનીશ.

અને અત્યારે ખભે કોથળો નાખી, કિનારે કિનારે ચાલતાં ઘેલાની હૂંફભરી યાદ મારા બેકાર જીવનની સંપત્તિ બની ગઈ.

અને મેં ચાલ્યા કર્યું.

આખી પૃથ્વી જાણે મારું ઘર હોય, આભ ધરતીને ચૂમે છે એ ક્ષિતિજ મારા પર્યટનના સીમાડા હોય, રાત્રીની સાવચેતીભરી ચુપકીદીમાં ચાંદની રાતનાં વૃક્ષો નીચેનાં અંધારાં જાણે મારા કુટુંબની વહાલભરી હૂંફ હોય... એવી મારી બેકારી હતી!

મારે કોઈ સગુંવહાલું નહોતું, મિત્રો નહોતા, દુશ્મનો નહોતા. હું કોણ હતો? મારાં માબાપ કોણ હતાં એની આછી આછી, બીજાઓએ આપેલી, માહિતીની મને જાણ છે. મારી મા કેવી હતી, કેવી પ્રેમાળ હતી, કેવી પરગજુ હતી અને બાપનું તો હું માત્ર નામ જ જાણું છું. અને પછી કોઈ મને ઊછેરવા માગતું નહોતું; છતાં હું કેમ ઊછરીને મોટો થયો અને મોટો થતાં મને કેવી રીતે છૂટો મેલી દેવામાં આવ્યો એ એક કંટાળાજનક હકીકતોની પરંપરા છે. મને એમાં રસ નથી અને હવે તો કેટલીક હકીકતોયે ભુલાઈ જવાઈ છે.

હું એટલું જ જાણું છું કે આ સમગ્ર ધરતી મારી છે. આ સૃષ્ટિનો હું માલિક છું; છતાં મારો હણાઈ ગયેલો, ધૂળભર્યો દેહ જોઈ લોકો કેમ મોઢું ફેરવી લેતા હશે એ સમજાતું નથી.

સમૃદ્ધ ખેતરોભર્યા વિસ્તારોમાં, ડુંગરાઓની ધારમાં, નદીઓના રેતાળ પટમાં, ઘાસના ગંજાવર મેદાનમાં – હું જ્યાં જ્યાં ભટકતો હોઉં

છું, મારું બેતાલ જીવન મારી પાછળ પાછળ ભટકતું હોય છે.

હું ધરતી ખૂંદતો ભટક્યા કરું છું – એ મારો શોખ છે, બેકારી મારો ધંધો છે.

*

હું ઘેલાના ગામ તરફ જઈ રહ્યો હતો. આ પર્યટન દરમ્યાન આ જાકારો દેતી ધરતી પર જીવન સમાધિસ્થ થઈ બેઠું હતું. દિવસે અને રાતે આકાશની એકધારી બદલાતી કંટાળાભરી ક્રિયા અને બેફામ દોટ મૂકતો પવન – એ જ ફક્ત જીવનનાં અહીં પ્રતીક હતાં. બાકી અહીંની ધરતીનું જીવન તો મુરઝાઈ ગયું હતું.

દરિયાનો કિનારો છોડી, નાનું રણ વટાવી ઘેલાએ વર્ણવી હતી એ ડુંગરાની ધાર પાસે આવી પહોંચ્યો. અહીં પૂછપરછ કરતાં મને જાણવા મળ્યું કે ફક્ત ત્રણેક ગાઉ દૂર ઘેલાનું ગામ હતું.

મેં ચાલ્યા કર્યું.

વૈશાખના બપોર સૂકી ધરતીને તાવી રહ્યા હતા, રણનાં મેદાનો પરથી વાતો આવતો ઝંઝાવાતી પવન ધૂળના વંટોળિયાને ડુંગરાની ધાર પર ધકેલી રહ્યો હતો.

એ તરફની ધરતીને છેડે મૃગજળનાં દૃશ્યો માનવીને ક્રૂર અને નિર્દય આશ્વાસન આપી રહ્યાં હતાં. વટોળિયા પવનથી ધકેલાતી કોઈક કાંટાળા બાવળની સૂકી ડાખળી મારા પગ પર ઉઝરડા પાડી પસાર થઈ ગઈ. કોઈક હોલું મને જોઈ કિકિયારી પાડી ઊડી જતું મેં જોયું અને ખોરાકની શોધમાં નિષ્ફળ ગયેલી કોઈક ચકલી કાંટાળા છોડ પર બેઠી બેઠી પૂંછડી પટપટાવતી ચારે તરફ અસ્વસ્થ ડોક હલાવી રહેતી.

સુકાઈ ગયેલા તળાવને તળિયે ગંદું પાણી એકઠું થાય તેમ બે ઊંચી ટેકરીઓની તળેટી વચ્ચે એકઠું થઈ પડેલું ઘેલાનું ગામડું મેં જોયું.

અને આખરી શ્વાસ જેવો છુટકારાનો દમ મારા હોઠ વચ્ચેથી સરી પડ્યો. ધૂળનું વાદળ લઈ આવી એક પવનનું ઝાપટું મારા પર ધસી આવ્યું અને તરત જ પસાર થઈ ગયું, ત્યારે કૂતરાં ટૂંટિયું વાળીને પડ્યાં હોય

એમ વેરવિખેર આ ગામનાં ઝૂંપડાં પડેલાં મેં જોયાં.

ઘેલાનાં ખોરડાં, ઘર, આંગણાં અને આજુબાજુની વાડ વ્યવસ્થિત, સુંદર, સુઘડ અને સ્વચ્છ હતાં.

મેં ઘેલાની ખબર પૂછી ત્યારે મારે એનું શું કામ હતું, હું ક્યાંથી આવું છું વગેરે પૂછપરછ બંધબારણે થઈ. પછી દરવાજો ખૂલ્યો.

ઝૂંપડાના ઉંબરે એક સ્ત્રી આવીને ઊભી. એ સ્ત્રીના દર્શનથી હું થોડીક ક્ષણો અવાક બની ગયો. એવું એનું અકલંક સૌન્દર્ય હતું. સોનેરી વાંકડિયા વાળ, ભૂરાં નયનો, વહેતા ઝરણાની નજાકતથી ભર્યો ભર્યો સુગોળ, સપ્રમાણ દેહ – એ તો બધું હતું જ, પણ એ ઉપરાંત એ સૌન્દર્ય પર કોઈ એવો ઓપ હતો કે, જે જોઈને મારું સતત વિચારતું મન એક ઘડી અપંગ બની ગયું.

એણે મને અતિથિના ઝૂંપડામાં ખાટ ઢાળી ગોદડાં પાથરી બેસાડ્યો, રોટલો અને છાસ ખવડાવ્યાં, અને 'તમે તમારે નિરાંતે બેસજો,' કહેતાં એ થોડું હસી, 'એ તો આવશે ત્યારે આવશે.'

અને એ જતી રહી. અહીં એશ અને આરામ હતાં, સમૃદ્ધિનો વિસ્તાર હતો. દિવસે ફર્યા કરતાં અને રાતે ઊંઘમાં પાસાં ઘસતાં અસંખ્ય ભૂખ્યાં માનવીઓ જેવો ભૂખ્યો ઘેલો નહોતો. ઘર, સ્ત્રી, ખોરાક અને સમૃદ્ધિ એને સહેલાઈથી સાંપડ્યાં દેખાતાં હતાં. મેં નિરાશા અનુભવી. લાંબા સમય પછી પેટ ભરીને ખાવાનું મળ્યું હોવાથી અંગો પર સુસ્તી ફરી વળી. હું ઊંઘી ગયો. છેક બીજી સવારે ઘેલાએ મને ઢંઢોળીને ઉઠાડ્યો.

'દોસ્ત, પ્રાણજીવન?'

એ મને ભેટી પડ્યો.

હું ક્યારે નીકળ્યો હતો, રસ્તામાં શી શી મુશ્કેલી પડી, હું અહીં ક્યારે આવ્યો વગેરે પૂછપરછથી એણે મારી ખબર પૂછી.

મેં જોયું તો ઘેલાની આંખની ધાર એવી ને એવી જ તીક્ષ્ણ હતી. એનું હાસ્ય એવું જ મુક્ત હતું અને એની ચપળતામાં અંશ જેટલોયે ફરક દેખાતો નહોતો.

હું હસ્યો.

'ઘેલા તું કેમ છો?'

ઘેલાએ ખાટલા પર પડી રહેલી પોતાની પિછોડી ખભે નાખી, 'તને ખબર છે, મેં તને એક વાર કહ્યું હતું કે અમે રણમાં રહેવાવાળાઓની જિંદગીનો ભેદ હું તને એક વાર બતાવીશ. આ સૂકી, વેરાન, જાકારો દેતી ધરતી પર અમે કેવી કાબેલિયતથી જીવીએ છીએ; અમારી તાકાત, અમારી બુદ્ધિ, અમારી માટી, ઢેફાં, રણ, ઝાંખરાં, ધૂળ અને વંટોળિયાવાળી ધરતીની ઘણી વાતો મેં તારી પાસે કરી છે. એ બધું તને કદાચ આજે જ બતાવીશ.' આટલું કહી ઘેલો જતો રહ્યો.

બપોરે ઉતાવળે જમીને એ જતો રહ્યો. મારી સામે જોયું સુધ્ધાં નહિ. એનું વર્તન વિચિત્ર અને ધૂની તો હતું જ, પણ અપમાનજનક પણ હતું. અને અપમાન હું જલદી ગળે ઉતારી શકતો નથી તોયે મારે હાજરીની નોંધ લીધા વિના ઘેલો જતો રહ્યો. હું અપમાન અને તડકાથી સણસણતો મારા ખોરડામાં જતો રહ્યો....

મને ઊંઘ ન આવી...

ઘેલાની માલિકીનાં ચાર ઝૂંપડાં હતાં. એકમાં રસોડું, બીજામાં એની સ્ત્રી રહેતી, ત્રીજામાં ઘેલો રહેતો અને ચોથો મહેમાનોના ઉતારા તરીકે વપરાતો એવું મને લાગ્યું. ઝૂંપડાં ફરતું ચારે બાજુ બાવળનાં ઝાડોનું ઝુંડ હતું. બાજુના વાડામાં એક ગાય, એક ઊંટ અને બે બકરી પુરાયેલાં હતાં. વચ્ચે એક કૂવો હતો.

આખાય ગામમાં બીજે ક્યાંયે જોવા ન મળે એવું ઘેલાનું આ નિવાસસ્થાન ચીવટ અને ચોકસાઈભરી સ્વચ્છતાવાળું હતું.

ઝૂંપડીની છત પર ગોઠવાઈને વ્યવસ્થિત રીતે મુકાયેલું ઘાસ, બારીબારણાંઓ ઉપર ખંતથી કરેલું મોટા આભલામંડિત માટીનું કોતરકામ, સુંદર લીંપેલા અને કાળજીપૂર્વક સ્વચ્છ રાખેલા ઓટલા સ્વચ્છ અને સુઘડ જરૂર હતા, કળામય પણ હતા, પણ... પણ, એ બધામાં કોઈ એક વિકૃત જીવ હતો અને એ કશુંક બોલી રહ્યો હતો. હું કશું જ સમજતો ન હતો

અને મૂંઝાઈ મરતો હતો...

ત્યાં અનેક વિચારોને વેરવિખેર કરી નાખે એવો ઝાંઝરનો અવાજ મેં સાંભળ્યો અને એ અવાજની સાથે સંકળાયેલું સૌન્દર્યનું એક કલ્પન!!

મેં ડોકું ફેરવી પાછળ જોયું.

એ ઉંબરામાં ઊભી હતી અને અમારી નજર ટકરાઈ ત્યારે એણે ઓચિંતાંનું પૂછી નાખ્યું: 'તમે જવાના છો એમની સાથે?'

'હા.'

'એમ?' મારી સામે વિસ્મિત નયનોએ જોતી, બેબાકળી, ઉતાવળે બે પગલાં પાછળ હઠી, પીઠ ફેરવી પોતાના ઝૂંપડામાં ગઈ ત્યારે મેં બૂમ પાડી: 'સાંભળો છો કે?'

એ હતી ત્યાં જ ઊભી રહી, મારી તરફ પીઠ ફેરવીને.

'તમારું નામ શું?'

'મોંઘી.' માથું ફેરવ્યા વગર ઉત્તરનો એ ટુકડો મારી તરફ ફેંકી એ ફરી ઝૂંપડા તરફ જઈ રહી અને મેં ફરી પૂછ્યું: 'પણ તમે વાત અધૂરી મૂકી જતાં કેમ રહો છો? હું ન જાઉં એની સાથે?'

એ કશો ઉત્તર આપ્યા વિના ઉતાવળે પગલે પોતાના ઓરડામાં જતી રહી.

આ ધૂળિયા વંટોળ વચ્ચે વલોવાતી ધરતી પર વસતા બધા જ લોક આવા અસામાન્ય અને વિચિત્ર હશે કે માત્ર આ સ્ત્રી ને આ પુરુષ જ આવાં હતાં? એ હકીકતને એક મોટો પ્રશ્ન બનાવી મેં મારા હૃદયના એક ખૂણામાં ભંડારી દીધો...

'જો આ મારું ઊંટ.' મોડી બપોરના હું અને ઘેલો ચા પીતા બેઠા ત્યારે એણે મોંઘી જેને માલિસ કરી રહી હતી એ ઊંટ તરફ આંગળી ચીંધી...

'આ ઊંટ પર આજે હું તને પચ્ચીસ ગાઉ ફેરવીને પાછો લઈ આવીશ. આ ઊંટ એક વાર બરાડે, પગ મૂકતાં ચાતરે, અને સવારીમાં કંઈ તકલીફ આપે તો ઘેલાના નામ પર થૂંકજે, દોસ્ત પ્રાણજીવન! તને ત્યારે ખબર પડશે કે ઊંટ કેવું જાતવાન પ્રાણી છે.'

'પણ આપણે જવું ક્યાં છે?'

'મારી સાથે જહન્નમમાં.' ઘેલાએ ખાટલાની ઈસ પર હાથ પછાડી મારી સામે તાકી રહેતાં પૂછ્યું: આવવું છે?'

હું ચૂપ રહ્યો.

'નથી આવવું?'

હું ફરી ચૂપ રહ્યો.

અને પછી અમારી વચ્ચે થોડીક ક્ષણોની બેચેન ચૂપકી તોળાઈ ગઈ.

'નથી આવવું એમ?'

'પણ પહેલાં મારે જાણવું છે કે આપણે ક્યાં અને શા માટે જઈએ છીએ.'

એણે પોતાનો જમણો મુઠ્ઠી વાળેલો હાથ ઊંચો કર્યો, મારા પર પ્રહાર કરવા માટે નહિ પણ પોતાના રોષને અભિવ્યક્ત કરવા માટે. ત્યારે એના હાથના સ્નાયુઓને મજબૂત રીતે તંગ થયેલા મેં જોયા.

એ અત્યાર પહેલાં ગુસ્સામાં ઊભો થઈ ગયો હતો. એ ફરી ખાટલા પર મારે પડખે ગોઠવાઈને બેઠો.

'જવું છે એક જોખમ ખેડવા. પણ હું જ્યારે જોખમથી લડું છું ત્યારે જોખમ હંમેશ હારે છે, સમજ્યો? બીજું કોઈ હોત તો કહેત કે આવવું હોય તો આવ સાથે, નહિ તો રોટલો ખાઈને ચાલતી પકડ. નામર્દો માટે આ અમારી સુકાઈ ગયેલા ધાવણવાળી ધરતી પર ક્યાંયે સ્થાન નથી!'

વૈશાખ મહિનામાં આ પ્રદેશમાં હંમેશ વાતા પવનનો એક ઝાપટો અમારા ઝૂંપડામાં બારી વાટે પેઠો. સામેના ઝૂંપડાની છત પરના ઘાસમાં એ જ ઝાપટાએ એક લાંબું રુદન કર્યું. ત્રીજા ઝૂંપડાની છત પરથી ચકલીઓનું એક ટોળું ચિચિયારી કરતું ઊડી ગયું અને પેલી સુંદર સ્ત્રીને પોતાનાં કીમતી વસ્ત્રો લહેરાવતી દોડતી પોતાના ઝૂંપડામાં પેસી જતી મેં જોઈ.

*

થોડી ક્ષણો બાદ ફરી પાછી એ જ બેચેન ચૂપકી, ચીવટભરી

સ્વચ્છતાવાળું, અંદરનું અંદર મલિન હોય એવો ભ્રમ પેદા કરતું એ જ વાતાવરણ...

ઘેલાએ મારે ખભે હાથ મૂક્યો અને આંખો થોડીક ખોલી. એની નજરની તીક્ષ્ણ ધાર મને બતાવતાં કહ્યું: 'પણ તું પ્રાણજીવન. હું તને ઓળખું છું. તું નામર્દ નથી. તારે મારી સાથે આવવું પડશે કારણ કે મારે તારા સાથની જરૂર છે. હું તને લઈ જઈશ, જરૂર પડે તો બળજબરીથી.'

'તો થયું હવે મને પૂછવાપણું કાંઈ રહેતું નથી.'

'ના, નથી રહેતું.' ઘેલાએ ઊભા થતાં ખભેથી ધક્કો દઈ મને ખાટલા પર પછાડ્યો. હું હંમેશ માનતો આવ્યો છું કે માણસજાત સમજાવટ કરતાં જુલમને સહેલાઈથી વશ થાય છે. ગુલામી એ ગમી જાય એવો નશો છે, પ્રાણજીવન!'

'હશે.' હું પડ્યો હતો ત્યાંથી એની સામેય જોયા વગર મેં નીરસતાથી જવાબ આપ્યો.

બરાબર એ જ વખતે મેં એક મોટા ઉંદરને ઝડપથી દાખલ થતો જોયો. ઘેલાએ મીંદડીની ઝડપથી તરાપ મારી પગ નીચે દાબી કચડી નાખ્યો. મૃત્યુની એક ચિચિયારી મોઢામાંથી કાઢવાનો એને સમય ન મળ્યો. સફેદ માટીની લીંપેલી દીવાલ પર લોહીનો ફુવારો ઊડતો મેં જોયો. ખાટલાના પાયા પર લોહીનાં છાંટણાં થયાં. મેં શરીર સંકોચી મને આવતાં કમકમાં અટકાવ્યાં. તોયે મારા શરીર પરની રૂવાટી ઊભી થઈ ગઈ હોવાનું મને ઊંડે ઊંડે ભાન થયું.

'એઈ!!' ઘેલાએ પેલી સ્ત્રીને સાદ દીધો.

એ દોડતી આવી ઉંબરા આગળ ઊભી રહી. પહેલાં મારી તરફ જોયું, થોડું જોઈ રહી પછી ઘેલા તરફ જોયું. ઘેલાએ કશું જ બોલ્યા વગર મરેલા ઉંદર તરફ આંગળી ચીંધી. પેલીએ ખૂણામાંથી સૂપડી ઉપાડી ઝાડુથી મરેલા ઉંદરને એમાં એકઠો કર્યો અને બહાર જતી રહી....

'મેં ધાર્યું હતું તેવો તું ગમાર નથી, પાજી છો.' ઘેલાએ કહ્યું.

'હું પાજી નથી.'

'અક્કલવંત તો છો ને? અને ઘણાખરા અક્કલવંત આ જમાનામાં પાણી નીવડે છે.'

પેલી સ્ત્રી ફરી ઝૂંપડામાં દાખલ થઈ. ભીંત પરના લોહીના ડાઘાઓ પર એણે સફેદ માટીનું પોતું ફેરવ્યું અને બસ આટલું પોતાનું કામ આટોપી, ચહેરા પરના એના એ જ નિર્લેપ ભાવને ક્ષતિ પહોંચાડ્યા વિના એ ઝૂંપડા બહાર જતી રહી.

આ ધરતી પર મને વિચાર આવ્યો કે હિંસાનું કોઈ મહત્ત્વ ન હતું. એક ઉંદર મરે, એક ઊંટ મરે, એક માનવી મરે. રણના અસીમ વિસ્તાર પર કોઈ પાણીની તરસથી તરફડીને મરી જાય તો ખુદ ઈશ્વર આ સ્થળે એની નોંધ લેતો નથી. મેં ઊંચે જોયું. ઘેલો મારી સામે બે પગ પહોળા કરી પિછોડીથી કમર કસી સફેદ દાઢીને બુકાનીમાં સંકેલી, મારી સામે એકીટશે જોઈ રહ્યો હતો...

અને હું નિઃસહાય – નિર્બળ, મારી લજ્જિત દૃષ્ટિ પર પાંપણના અંધકાર ટાળી નીચું જોઈ ગયો. 'નમતા બપોરે તૈયાર રહેજે.' કહેતો ઘેલો મારું ખોરડું છોડી ગયો.

મેં એક લાંબો નિઃશ્વાસ છોડ્યો અને બીજું કશું કરવાનું નહોતું એટલે હું બારી બહાર જોઈ રહ્યો. આ સૂકી નિઃસત્ત્વ અને નિર્વીર્ય ધરતી પર પ્રકૃતિ બેફામ બનીને દુશ્મની આદરી રહી હતી અને એ વચ્ચે માનવીએ તાકાતથી જીવવાનું હતું એ વાત અત્યાર સુધી હું કેમ ભૂલી ગયો હતો ? ખરેખર મારા જેવા કાયર અને નિર્બળ માટે આરામ કરવા બે ગજ ધરતીનો ટુકડો પણ અહીં નહોતો. આ પ્રદેશમાં જીવવા માટે મારી લાયકાત નહોતી.

*

જ્યાં પ્રકૃતિ વીફરે અને માણસ અમિત્ર બને ત્યારે કોણ જીવે અને કોણ મરે એ માત્ર જુગારની સોગઠાબાજીનો પ્રશ્ન હતો.

આંગણામાં દોડી આવેલા એક કૂતરા પર ઘેલાએ પગરખાનો ઘા કર્યો. કૂતરું ચિચિયારી કરતું, ચક્કર ખાતું, બરાડતું બહાર નાસી ગયું.

ત્યારે પેલી સ્ત્રી હિંમત કરી ધીમે પગલે ઘેલા નજીક આવી. એક

સ્મિત, કીકીઓનું નૃત્ય અને એણે ઘેલાને ખભે હાથ મૂકવાનું કર્યું.

'શું છે પણ? તારી તો એની એ જ વાત!' કહેતાં, એ ક્યાં પડશે, એને ક્યાં વાગશે, એની દરકાર કર્યા વિના ઘેલાએ પંજો પહોળો કરી પેલી સ્ત્રીને છાતીએથી ધક્કો મારી ફેંકી. પેલી પડી, ત્યાંથી ઊઠવા જાય તે પહેલાં ઘેલાએ જમણા પગની લાત એની તરફ ઉગામી. એ તોળાઈ રહેલા ઘાની અસર નીચે કૂતરું સિફતથી પોતાનું શરીર વળોટી બાજુમાં ખસી જાય એમ, એ સ્ત્રી દૂર ખસી ગઈ.

'જા જતી રહે, બેશરમ.'

પોતાનાં કપડાં સંકેલતી એ સ્ત્રી પોતાના ઝૂંપડાના અંધકારમાં વિલીન થઈ જતી દેખાઈ.

ખભા પરથી સરી પડતા ફાળિયાને એકઠું કરી ખભે નાખતાં ઘેલાએ ઝાંપા બહાર જતાં પહેલાં એક નજર મારા ખોરડા તરફ ફેંકી.

અને અતિ વિચિત્ર, કે આ વખતે હું એની નજરનો સંદેશ સમજી શક્યો. એમાં આરજૂ અને ધમકી, બિરાદરી અને નફરત હતાં. હું થોડીક ક્ષણો મારા ઓરડાના ઉંબરા પર અવાક ઊભો રહ્યો.

*

બાવળના ઝુંડ વચ્ચે ચાર ઝૂંપડાં અને એક કૂવાવાળી વસાહતના આ એકાકીપણાનું પણ કોઈ એક વિચિત્ર રંગબેરંગી જીવન હતું તેમ મારા ખોરડાની દૂધિયલ સફેદાઈ, સ્વચ્છતા અને વ્યવસ્થાના અંશેઅંશમાં પુરાયેલી એકલતા જીવનના ભેદ અંગે કેટલાક પ્રશ્નો પૂછી રહી હતી. અને આટલા નાનકડા સમયમાં મારી લાગણીઓ પર એટલા બધા કારી ઘા પડ્યા હતા, હું ન જાણે કેવી અસહાય અને અપંગ પરિસ્થિતિમાં મુકાઈ ગયો હતો કે મારી સહનશીલતા તૂટી પડી. પરિણામે મેં વિચારવું છોડી દીધું.

બારીમાંથી આવતો તડકો ખાટલો પસાર કરી ઉંબરો ઓળંગી આંગણામાં પ્રવેશ્યો. કેટલીક ઘડીઓ ઊડી ગઈ હતી, કેટલીક ઊડી રહી હતી, અને એ બધી એટલી તો ખીચોખીચ એકબીજાને વળગી રહી હતી

કે હવે સમયનો અંદાજ કાઢવો મુશ્કેલ બન્યો હતો. બધું જ જાણે કરોળિયાની જાળમાં ફસાઈ ગયું હતું.

ત્યારે મોંઘી એક વાર મારા ખોરડાના ઉંબરે આવી મને બેધ્યાન જોઈ પાછું ફરવા જતી હતી ત્યાં મેં એને પૂછ્યું: 'મોંઘીબહેન!'

એ નયન વિકાસી મારી સામે મધુર હસી: 'તમને કંઈ બાળબચ્ચાં નથી?'

એણે ડોકું ધુણાવી ના કહી, પછી થોડું અમસ્તું જ હસી અને જતી રહી.

આ રણકાંઠાના વિસ્તારમાં આગળ પણ હું એક વાર ભમ્યો છું. ચોમાસામાં હોંશભેર વહેતા પાણીના ધોધ રણના વિશાળ મેદાનમાં ટૂંપાઈ જઈ મૃત્યુ પામતાં મેં જોયા છે. જ્યાં સ્વયં સંજીવની પર મૃત્યુનો બળાત્કાર થઈ શકે ત્યાં બધું જ શક્ય હોઈ શકે છે. આ સુંદર સ્ત્રીનું જીવન એના માનસિક વ્યાપારોના રણમાં બળજબરીને વશ થઈ નિરર્થક વેડફાતું નહીં હોય તેની શી ખાતરી?

પાછળના બાવળના ઝાડ પર કાગડાઓનો કકળાટ શરૂ થયો. આજુબાજુના બીજા બાવળો પરથી હોલાઓ, ચકલીઓ અને બુલબુલો ઊડી ઊડીને ભાગવા લાગ્યાં.

ત્યારે નમેલા બપોર વધારે નમવા લાગ્યા.

✳

ઘેલો આવી ગયો હતો.

અમે બન્ને જમી રહ્યા પછી મારા ઝૂંપડામાં પાછા ફર્યા. ત્યાં બીડી ફૂંકતા ઘેલાની નજર છત તરફ ચઢતા ધૂમાડાના ગોટાઓ પર સવાર બની વ્યવસાયહીન બની ગયેલી દેખાઈ.

બપોર છેક જ નમ્યા અને સંધ્યા હમણાં આવશે એવા કટાણે ઘેલાએ ઝીણા કાપડની પિછોડી પોતાની કમર પર કસીને બાંધી. માથા પર પાઘડીને દાબીને સરખી બેસાડી. દાઢીના વાળ બુકાનીમાં ભેગા કરી પાઘડી પર એના બન્ને છેડા કસીને બાંધ્યા. 'ચાલ ઊઠ,' એણે મને કહ્યું.

અમે બન્ને ઊંટ પર બેઠા. ત્યારે મોંઘી હળવે પગલે ઊંટની નજીક આવી. એણે ઘેલાને ખભે બંદૂક ભેરવી અને છેડેથી પકડીને કટારી એના હાથમાં આપી. ત્યારે બકરીઓ ભાંભરી ઊઠી અને ધૂળનું એક વાદળ ધસી આવતું દેખાયું.

ઘડીવારમાં અમારું ઊંટ ગામની ભાગોળ છોડી વંટોળિયાની જેમ મેદાનમાં દોડવા લાગ્યું.

*

અંધારાં વીંટળાઈ વળ્યાં હતાં, ખુલ્લાં મેદાનો પર વૈશાખના વાયરા વાઈ રહ્યા હતા. તાલબદ્ધ એક ગતિએ દોડ્યે જતા ઊંટ પર સવારી કરતાં મેં સ્થળ અને સમયનું ભાન ગુમાવ્યું.

'પ્રાણજીવન!' ઘેલાએ કહ્યું, 'આવાં કેડી વિનાનાં સપાટ મેદાનો, ધૂળના વંટોળભરી અંધારી રાત, એક તારોય ન દેખાતો હોય ત્યારે દિશા શોધવી મુશ્કેલ બને છે, પણ આ ઊંટ એવું કેળવાયેલું છે કે એ વિના દોરવે, ઘરથી નીકળ્યું, એ મને એક ડુંગરાની ધાર આગળની નદીના પટમાં લઈ જશે અને ત્યાંથી હું ફાવે ત્યાં દોડી જઈશ, સમજ્યો?'

મેં ચુપચાપ સાંભળ્યા કર્યું, એટલે ઘેલાએ રાડ પાડીને મને પૂછ્યું: 'સાંભળે છે?'

'હા.' મેં કહ્યું.

'તો હું વાત કરું ત્યારે હોંકારો આપતો રે'જે, કે જેથી મને ખબર પડે કે તું પાછળ બેઠો છો અને જાગે છે.'

પછી ઘેલો આવા જાતવાન ઊંટ કેમ કેળવાય છે એની બારીક વિગતો મને કહેવા લાગ્યો અને મેં હોંકારો આપ્યા કર્યો. 'આવું ઊંટ બરાડી શકતું નથી. દોડતાં એવી રીતે પગ મૂકે છે કે પગ મૂક્યાનો અવાજ સુધ્ધાં ન થાય. આવું ઊંટ 'ધાડી' ઊંટ કહેવાય છે.'

હું ઓચિંતાનો સજાગ બન્યો.

'તો.... આપણે ક્યાં જઈ રહ્યા છીએ?'

'જહન્નમમાં!' ઘેલાએ બૂમ પાડી, 'એક વાર તને કહ્યું, તોયે તારી

પૂછ પૂછ હજુ બંધ ન પડી!'

'પણ તું મને ધાડ પાડવાના કામમાં તારો સાથી બનાવવા માગતો હો તો મારે નથી આવવું. મને અહીં જ ઉતારી દે ઘેલા, હું ફાવે તેમ રાત ગાળીશ અને દિવસ ઊગતાં ક્યાંક જતો રહીશ.'

'બાયલો!' ઘેલાનો અવાજ તીખો અને એનો શબ્દ સ્પષ્ટ, નિર્ભેળ ઘૃણા અને તિરસ્કારભર્યો હતો.'

એની એ જ ગતિએ ઊંટ આગળ વધી રહ્યું હતું. આંગળીથી અડવાનું મન થાય એવાં ઘટ્ટ અને નક્કર અંધારાં અમને ઘેરી વળ્યાં હતાં. એક માત્ર ગતિ સિવાય સૃષ્ટિની બીજી કોઈ ક્રિયા અનુભવાતી નહોતી.

હું અતિશય ખિન્ન બની ગયો. કોઈની તાકાતના જુલ્મ નીચે આટલું નિરાધારપણું અને જીવનની નિરર્થકતા કોઈ દહાડો અનુભવ્યાં નહોતાં. 'ઘેલા' મેં પૂછ્યું: 'તારો આ જ ધંધો છે?'

'હા, બાપદાદાનો વારસામાં મળેલો. અમારે આખી જાતનો આ ધંધો છે અને અમને એની શરમ નથી.'

અને હંમેશ પોતાની વાતને વિસ્તારીને કહેવાવાળો ઘેલો માત્ર આટલું જ બોલીને જ્યારે ચૂપ રહ્યો ત્યારે મારી બેચેન વ્યથાએ સીમાડા તોડી નાખ્યા.

'ઘેલા,' મેં પાછળથી એનો ખભો પકડતાં કહ્યું: 'મને આમાં ભાગીદાર નથી થવું.... નથી થવું... મને ઉતારી દે, ઘેલા મને છૂટો મેલી દે.'

એણે પાછું ફર્યા વગર જ પોતાનો ડાબો હાથ પાછળ લાવી મારું કાંડું પકડી એના પર જોરથી ખેંચ મારી. હું બહુ મુશ્કેલીથી મારા પગ પાગઠામાં ટેકવી મારું સમતોલપણું જાળવી શક્યો.

'આટલી વાર લાગશે જો!' ઘેલો બે દાંત વચ્ચેથી બોલ્યો. 'અને પડીશ તો એકે હાડકું સમું નહિ રહે, નામર્દ!'

એણે મારું કાંડું જતું કર્યું. મેં તરત જ પાછા હઠી કાંઠીના પાછલા ભાગનો ટેકો લઈ લીધો...

અને ઊંટ એ જ ગતિએ આગળ વધી રહ્યું હતું.

*

સામે ડુંગરાની ધાર સ્પષ્ટ દેખાઈ. નદી પસાર કરી એક ટેકરીની તળેટીમાં ઝીણા બળતા દીવાઓ મેં જોયા. એક મોટો ઢોળાવ ઊતરતાં ઊંટની ગતિ ધીમી પડી. સામેના ખૂણામાંથી દોડી આવતાં ત્રણચાર શિયાળવાં જારના જૂથમાં લપાઈ જતાં મેં અંધારમાં પણ જોઈ લીધાં.

અમે બેત્રણ ગામ વટાવ્યાં. મારાં તપ્ત ગાત્રો પર ભીની હવા વહેવા લાગી. એક આંબલી અને વડ પાસેથી પસાર થતાં મેં દૂર વાડીઓનાં વૃક્ષો ઝૂલતાં જોયાં.

'હવે – ' ઘેલો લાંબા સમય પછી બોલ્યોઃ 'જ્યાં પહોંચશું ત્યાં ઊતરવું છે. તારે ફક્ત મારી સાથે જ આવવાનું છે. મને મદદ પણ કરવાની નથી. હું કહું એ ઉપરાંત કાંઈ આડુંઅવળું કીધું છે તો યાદ રાખજે તારી હયાતી નહિ હોય!'

હું ચૂપ રહ્યો.

ઊંટ હવે દોડતું નહોતું, ચાલતું હતું. ગામની એકદમ નજીક આવ્યાનાં મને ઘણાં ચિહ્નો દેખાયાં.

મને ફરી એક વાર એમ થયું કે હું હજી ઘેલાને સમજાવું કે મારે કોઈ ધંધો કરવો નહોતો. હું તો માત્ર ધરતી ઢૂંઢવા નીકળ્યો હતો. એક વટેમાર્ગુ અને આમ ભટકતાં મારાં ગાત્રોએ એક દિવસ માટીમાં મળી જવાનું હતું! પણ શો ફાયદો ઘેલાને આવું કહેવાથી? આ સમજ મારી હતી અને આ બેચેની મારી હતી. હું તો માત્ર ઘેલાનો શિકાર હતો.

એક જૂની મસ્જિદના ખંડિયેરમાં ઊંટને દોરવી જઈ ઘેલાએ એને ત્યાં બેસાડ્યો, એનાં ઘૂંટણ બાંધ્યાં અને અમે ખંડિયેરમાંથી બહાર નીકળ્યા. માત્ર એક જ સ્થળે અમારી પાછળ કૂતરાં ભસ્યાં. અમે ગામમાં પેઠા, બેત્રણ શેરીઓ વટાવી, અમે એક સુઘડ મકાન આગળ આવી ઊભા. ઘેલાની ઈશારતથી હું એની પાછળ ઊભો.

ઘેલાએ ડેલીનું કમાડ ખખડાવી બૂમ પાડીઃ 'દાજી શેઠ, ઓ...દાજી

શેઠ!'

આટલી મોડી રાત્રે પણ જાણે કોઈના બોલાવવાની રાહ જોઈ બેઠો હોય તેમ દાજી શેઠે તરત જ જવાબ આપ્યો: 'કોણ છે?'

'એ તો હું, વાલો કોળી.'

'શું છે?'

'શેઠ, ગુવારની લૉરી નદીની રેતીમાં ખૂંચી ગઈ છે. લૉરીના ડ્રાઈવરે મને તમારી પાસે મોકલ્યો છે અને કહાવ્યું છે કે લૉરીમાં તમારી બે ખાંડની ગૂણીઓ છે તે સવાર પહેલાં ઉપડાવી લેજો!'

'એમ?' શેઠ અંદરથી બોલ્યા, 'તું જઈશ વાલા, હમણાં જ?'

'હા...પણ ગાડું?'

'વાડામાં છે. ઊભો રહે ચાવી આપું!'

અંદરથી સાંકળ ખૂલવાનો અને તાડી ખસવાનો અવાજ આવ્યો. કમાડ થોડાંક જ ખૂલ્યાં ત્યાં ઘેલાએ ઝડપથી પોતાના બન્ને હાથ અંદર ઘાલી દાજી શેઠનું ગળું પકડી લીધું. હું સૂચના પ્રમાણે એની પાછળ સરી આવી ડેલીમાં દાખલ થઈ ગયો. ઘેલાએ મારી તરફ આંખ ફેરવી. મને અજાયબી થાય છે કે આ ધાડપાડુની આંખની ભાષા હું કેવી રીતે સમજ્યો. મેં ઉતાવળે, પણ ઓછો અવાજ થાય તેમ ડેલી બંધ કરી અંદરથી સાંકળ દીધી. બાજુના ઘાસલેટના કોડિયાના અજવાળામાં મેં ઘેલાને દાજી શેઠનું ગળું જતું કરી પોતાની બંદૂકની નળી એની છાતીએ અડાડતો જોયો.

આ ઓચિંતા હુમલાથી દાજી શેઠ એવા તો હેબતાઈ ગયા કે મદદ માટે બૂમ મારવાનું પણ એમને સૂઝ્યું નહિ.

બંદૂકની નળીએથી ધકેલીને ઘેલો શેઠને ઓસરીમાં લઈ ગયો. ઘાસલેટનું કોડિયું ઉપાડી હું એમની પાછળ ચાલ્યો. ઓસરીમાંના ઝૂલા પર શેઠને બેસાડી ઘેલાએ શેઠને ટૂંકમાં કહ્યું: 'જીવતા રહેવું હોય તો જે હોય તે કાઢી આપો!'

પણ દાજી શેઠ નિર્જીવ રમકડાની જેમ આંખો પટપટાવતા બેસી રહ્યા ત્યારે ઘેલાએ શેઠનો કાન પકડી તમાચો ઠોકી કાઢ્યો: 'બહેરો છે કંઈ?

તારા ગગાના વિવાહમાં નથી આવ્યો!'

શેઠના ગળામાંથી ન સમજાય એવો અવાજ નીકળવાની તૈયારીમાં હતો, ત્યાં ઘેલાએ ફરી શેઠને ગળચી પકડીને ઊભા કર્યા. તિજોરી તરફ જતાં શેઠનો પગ સૂતેલી વ્યક્તિ પર પડ્યો. તે સફાળી જાગી ગઈ. અમને ત્રણને જોઈને રાડ પાડવા જતી હતી, ત્યાં ઘેલાએ તેના વાંસામાં લાત મારી. એ ઊલળીને બાજુના બિછાનામાં પડી. મેં ઘાસલેટનું કોડિયું ઊંચું કર્યું. શેઠે શેઠાણીના તકિયા નીચેથી ચાવીનો ઝૂડો સેરવ્યો.

'હાય – હાય!' લાત ખાઈ, જાગી ઊઠેલાં શેઠાણી બોલી ઊઠ્યાં. ઘેલાએ કૂદકો મારી શેઠાણીના વાળ પકડીને ખેંચ્યા, 'ચૂપ! ખબરદાર એક શબ્દ બોલી છે તો! અને તું,' ઘેલાએ શેઠને કહ્યું: 'શું તમાસો જોઈ રહ્યો છે? ઉતાવળે તિજોરી ખોલ, નહિ તો... એક ઘડીમાં ન બનવાનું બની જશે, સમજ્યો?'

તિજોરી ખોલી માંયથી શેઠ નોટોનાં બંડલ કાઢી રહ્યા હતા, એ જોઈ શેઠાણીથી બોલ્યા વિના રહેવાયું નહિ, 'અરે, આવું તે હોય કંઈ! આટલો જુલમ હોય!'

આટલા અવાજથી પણ ઉપરના મેડા પર કોઈ જાગી ગયું હશે તે દાદર ઊતરવા લાગ્યું. ઘાસલેટના કોડિયાને જમીન પર રહેવા દઈ હું એ તરફ ફર્યો અને દાદર ઊતરનાર વ્યક્તિ ભીંત આગળથી અમારા તરફ ફરી ત્યાં મેં એને ગળચીથી પકડી. મને હજી સમજાતું નથી કે સ્વપ્ને પણ આવું કૃત્ય કર્યાનો મને ધોખો થાય તે કૃત્ય મેં ત્યારે કેમ કર્યું હશે? એ વ્યક્તિ મારા હાથમાંથી છટકી તો ન શકી, પણ ઝીણી ચીસ પાડતી હું એને અટકાવી ન શક્યો. એ અરસામાં ઘેલાએ કૂદી આવીને એક હાથે નાક અને મોઢું દબાવતાં, બીજા હાથે એને ઊંચકી શેઠાણીની બાજુમાં બેસાડી દીધી.

એ દાજી શેઠની જુવાન દીકરી હતી. જુવાન, ભરાવદાર, ઠસ્સાદાર. એના મોટા બહાર પડતા હોઠથી એ વધારે શોભતી હતી.

'કેટલી વાર પણ!' ઘેલાએ શેઠની પીઠમાં બંદૂકનો ગોદો માર્યો ત્યારે શેઠ ચમકીને કૂદકો મારી ગયા.

'બસ?' ઘેલાએ કહ્યું: 'આટલું જ છે? અને સોનાના દાગીના?'

'મુંબઈ, સેફ ડિપૉઝિટમાં છે.'

'અને બીજા પૈસા?'

'બૅંકમાં છે.'

'મર – મર તું તો!' કહેતા ઘેલાએ શેઠના માથાની ઝીણી ચોટલી પર ધબ્બો ફટકાર્યો.

'આ – આટલા માટે આવડું જોખમ મેં ખેડ્યું હશે... સૂવર સાલો.'

જેને હમણાં જ શેઠાણીની બાજુમાં બેસાડી હતી તે શેઠની દીકરી ઝડપથી ઊભી થઈ ગઈ.

'વિના કારણ શું કામ મારે છે?'

એના મોઢા પર ભય વિનાનો રોષ હતો. એ હાથની મુઠ્ઠીઓ વાળતી, ટટ્ટાર થતી નિર્ભય અમારા સામું જોઈ રહી: 'એક તો હાથોહાથ જે છે તે તમને આપીએ છીએ; છતાં મારપીટ કરી અમારી ઠેકડી ઉડાવે છે! એટલીયે માણસાઈ તારામાં બાકી નથી રહી?'

બરોબર એ જ વખતે એક ઉંદરને આંગણામાંથી ઓસરીમાં પ્રવેશતો ઘેલાએ જોયો. આદતના જોરે ઝાપટ મારી પગ નીચે એને પકડ્યો અને છૂંદ્યો.

લોહીના ફુવારા ગોદલાની ચાદર પર અને જમીન પર પ્રસરી ગયા.

હું આ વખતે કમકમાં રોકી ન શક્યો.

શેઠાણીએ એક હળવી ચીસ પાડી.

શેઠ મૂઢની જેમ જોઈ રહ્યા.

'હાય, હાય – કેવો ક્રૂર માણસ છે!' છોકરીથી બોલાઈ જવાયું.

પછી મચ્છરોના ગણગણાટ વચ્ચે ભીની થઈ તોળાઈ રહેલી ખામોશીની થોડી ક્ષણો ખરી પડી.

આ ઉંદર, – આ લોહીના ડાઘ અને ધ્રૂજી રહેલા ઘેલાના હોઠવાળી એની અસ્વસ્થતા. અહીં ઇતિહાસનું પુનરાવર્તન થતું મને દેખાયું અને મોંઘી – એની ચંચળ, વિહ્વળ, બેબાકળી આંખો; માણસને કયા પ્રસંગ અને કેવી પરિસ્થિતિ વચ્ચે શું યાદ આવતું હોય છે!

ઘેલાએ દાજી શેઠનો ખભો પકડી દાંત ભીંસીને કહ્યું: 'કહી દે આ બન્નેને કે અંગ પર જે પહેર્યું હોય તે ઉતારી આપે!'

શેઠે એ બંને તરફ પોતાની નજર ફેરવી ઘેલાના શબ્દો તરફ એમનું લક્ષ ખેંચ્યું. એટલે શેઠાણીએ ગળામાંની સેર, કાનની બુટ્ટીઓ અને હાથ પરની સોનાની બંગડીઓ ઉતારી ઘેલાએ પાથરેલી પિછોડીમાં ફેંક્યાં, પણ શેઠની દીકરીએ કાન અને ગળામાંથી ઉતારી આપ્યા પછી હાથ પરના ચૂડલા ઉતારી આપવાની ના પાડી, ત્યારે અસ્વસ્થ ઊંચીનીચી થયા કરતી ઘેલાના હાથની આંગળીઓ ઝડપથી મુઠ્ઠીમાં બિડાઈ ગઈ. એના નાકની બાજુમાંથી ઊતરી પડતી રેખાઓ વધારે સખત બની એના હોઠના છેડા સાથે મળી ગઈ..

'ખેરિયાત કરે છે, તું એમ સમજે છે?' ઘેલાના દબાયેલા અવાજમાં ગુસ્સાનો ભારોભાર કંપ હતો.

'હું ચૂડલા નહિ આપું, એ મારા સૌભાગ્યનું ચિહ્ન છે, હું એ નહિ ઉતારું, એની બહુ કિંમત નથી, પણ –' કહેતી એ અવાજ ન થાય એમ રડી પડી.

મને એ વખતે લાગ્યું કે મારા ચૂપ રહેવાની હવે હદ ઓળંગી હતી હું ઘેલાને રોકવાનો વિચાર કરું તે પહેલાં ઘેલાએ દોડી જઈ, ઘૂંટણ વચ્ચેથી પેલીનો હાથ ખેંચી લાંબો કરી ચૂડલા ઉતારવા માંડ્યા. છોકરી બીજા હાથથી ઘેલાના કાંડાને વળગી રડતી રડતી બોલી: 'નહિ આપું... નહિ આપું..ના...'

કોઈની પણ લાગણીઓ છંછેડાય અને મારી બુદ્ધિ બહેર મારી જાય એવો બનાવ નજર સામે બની રહ્યો હતો. છતાં દાજી શેઠના આવડા મોટા સ્થૂળ શરીરમાં ક્યાંયે કશું હાલ્યાચાલ્યાનું ચિહ્ન દેખાયું નહિ. એક મૂઢ પ્રેક્ષકની જેમ આ પ્રસંગને ખીલતો જોઈ રહ્યા.

'તને પગે લાગું ભાઈ, એને છોડી દે.' શેઠાણી કરગરવા લાગ્યાં.

ખભેથી ધક્કો મારી ઘેલાએ છોકરીને બિછાના પર ચતી પાડી. 'નહિ, નહિ, નહિ!' તરફડિયાં મારતાં પણ એણે ઘેલાનું કાંડું છોડ્યું નહિ.

'રાંડ, ખોલકી!' કહેતાં ઘેલાએ પોતાનો બીજો હાથ ઊંચક્યો ત્યારે

આખા શરીરમાં કંપ વ્યાપી ગયો. ઘેલાના શરીરના બધા સ્નાયુઓ તંગ બની જઈ પોતાની સમગ્ર તાકાત કેન્દ્રિત કરવા તૈયાર થયા હોય એવું મને જણાયું. એનું પરિણામ ભયંકર આવવાનું હતું એ ખ્યાલથી એક વાર તો હું બીને પાછળ રહ્યો, પણ પછી, આ પરિસ્થિતિને કેવી રીતે પલટો આપવો, એનો હજુ તો હું વિચાર કરું છું, એટલી વારમાં મેં ઘેલાના હાથની ગતિ અટકી જતી જોઈ, ગુસ્સામાં બહાર આવેલું જડબું ઓચિંતાનું પાછળ હઠી ગયું, કપાળ પરની નસો ઓચિંતાની ઊપસી આવી. ચહેરા પરની સખત રેખાઓ અદશ્ય થઈ અને એની આંખના ડોળા બહાર ધસી આવ્યા.

એ જ ઘડીએ, પેલી છોકરીના ગળા પરથી ઘેલાના હાથ પરની પકડ છૂટી ગઈ. એ હાથ પેલીના ખભા પરથી સરતો, છાતીને અડતો હેઠો પડ્યો ત્યારે નીચે નમેલા ઘેલાને મહામહેનતે ટટ્ટાર થતો મેં જોયો. મને ત્યારે થયું કે કંઈક ન બનવાનું બન્યું હતું.

અમારી બધાંની નજર ઘેલા પર રહી ગઈ. મૂઢ જેવા શેઠ, બીકથી વધારે કદરૂપાં દેખાતાં શેઠાણી, બિછાના પર ચતીપાટ પડેલી બેબાકળી બની ડૂસકે ડૂસકે રડતી શેઠની દીકરી અને હાથમાં ઘાસલેટનું કોડિયું લઈ ઊભેલો હું....

અમે બધાં ઘેલાને જોઈ રહ્યાં.

એક હાથ ઊંચો કરી, એક પગ પાછળ લઈ બીજા પગને પરાણે પાછળ ઢસડતાં પાછળ હઠી ઘેલો ઝૂલા પર ફસડાઈ પડ્યો.

હું એની પાસે દોડી ગયો. એને ખભે હાથ મૂકી કોડિયું એના મોઢા આગળ ધરી રહેતાં મેં જોયું તો એના મોઢાને ડાબે ખૂણેથી ફીણ નીકળી રહ્યાં હતાં.

'શું થયું?' મેં પૂછ્યું.

ઘેલાની બહાર ધસી આવેલી લોહીનીતરતી આંખોએ મારી સામે ટગર ટગર જોયા કર્યું. એણે ડોકું ધુણાવ્યું.

મેં એનો ડાબો હાથ ઊંચક્યો અને જતો કર્યો તો એ નિષ્પ્રાણ એના ખોળામાં પડી રહ્યો.

ઘેલાને પક્ષાઘાતનો હુમલો થયો હતો.

શેઠાણીને કશુંક અવનવું બન્યાની ગંધ આવી ગઈ હતી. મેં ઘેલાના ખભા પરથી બંદૂક ઉતારી મારા હાથમાં લીધી અને શેઠાણીને ચૂપ રહેવા ઇશારત કરી.

'હવે તું છાની રહે તો એક વાત કરું.' મેં શેઠની દીકરીને સંબોધીને કહ્યું ત્યારે તે બિછાનામાં બેઠી થઈ અને એણે મારી સામે જોયું. કેવા સુંદર હોઠ અને કેવા ધ્રૂજી રહ્યા હતા!

શેઠને ઇશારત કરી મેં આગળ બોલાવ્યા અને એ ત્રણે તરફ બંદૂક તાકી મેં કહ્યું: 'આને ટેકો આપી ઊભો કરો.'

'હેં!' શેઠની દીકરીથી બોલાઈ જવાયું: 'શું થયું છે એને?'

મેં ઘેલા તરફ જોયું: એક ઘડી પેહેલાં જે આ પ્રસંગને પોતાના પંજામાં રમાડતો હતો તે અપંગ – પરિસ્થિતિનો ગુલામ બની ઝૂલા પર નિઃસહાય ફેંકાઈ ગયેલો જોઈ મને અતિ દુઃખ થયું.

શેઠાણી ખંધાઈથી, એમની દીકરી નિર્દોષ કુતૂહલથી અને શેઠ એના એ જ મૂઢ ભાવથી ઘેલા તરફ જોઈ રહ્યા હતા.

'હવે સાંભળો તમે બધાં,' કહી મેં બંદૂકની નળી એમની સામે ધરી, 'આને ટેકો આપી કંઈ અવાજ કર્યા વિના, કોઈને ખબર ન પડે તેમ હું ચીંધું ત્યાં એને ગામ બહાર પહોંચાડો, નહિ તો...' મેં ડાબા હાથની આંગળીનો નખ બંદૂકની નળી પર બેત્રણ વાર ઠોક્યો, 'આ કોઈની સણસ રાખશે નહિ.'

શેઠાણી અને શેઠની દીકરી ઉત્સાહથી ઊભાં થયાં હોય એવો મને ખ્યાલ આવ્યો અને શેઠની આંખમાં પહેલી જ વાર અર્થ પ્રગટતો મેં જોઈ લીધો. મને લાગ્યું કે મારી ક્યાંક કશીક ચૂક થતી હતી. ત્યાં શેઠની દીકરીની નજર પેલી પોટલી તરફ ઝડપથી ફરી જતી મેં જોઈ લીધી.

એ ત્રણે ઘેલાને સરખો ટેકો આપી બહાર દોરવી રહ્યાં ત્યારે મેં દાગીના અને રોકડની પોટલી ઉપાડી મારી બગલમાં ખોસી અને તરત જ મારી પાછળ શેઠશેઠાણીની કરગરતી નજર દોડી આવી.

'આગળ વધતાં રહો અને હું કહું તે સાંભળતાં જાઓ. મને આ તમારા દાગીના, રોકડ અને તમારી મિલકતની જરાયે તમન્ના નથી. આને ઊંટ પર બેસાડી દો અને ઊંટ દોડતું થશે એટલે તમારી માલિકીની આ બધી વસ્તુઓ તમારી તરફ ફેંકીશ, સાંભળ્યું? હવે નિરાંત વળી?'

રાત ઘણી આગળ વધી ગઈ હતી. કૂતરાં ભસવાની મને બીક હતી પણ એવું કશું બન્યું નહિ. પવનનાં ઝાપટાં ઘડીએ ઘડીએ શેરીઓ વચ્ચેથી હુંકાર કરીને પસાર થતાં હતાં.

ખરી રીતે ઘેલાએ કહ્યું હતું તેમ બધું જ સાંગોપાંગ પાર પાડ્યું હતું, પણ અણીને ટાણે કુદરત વીફરી બેઠી અને કરુણાન્ત કથા સર્જાઈ ગઈ.

અમે ઊંટ નજીક આવી પહોંચ્યા. મેં ઘેલાને આગલા કાંઠા આગળ બેસાડ્યો. એના જમણા હાથમાં ઊંટની 'રાશ' આપી, હું પાછળ બેઠો. ઘેલાએ ઊંટની રાશને ખેંચ મારીને અને મેં ઊંટની ગુડી પર બાંધેલી દોરીઓ ખેંચ મારીને છોડી મૂકી. ઊંટે ઊભા થઈને ભાગવા માંડ્યું કે તરત જ મેં આ ત્રણે જણ પર એમની મહામૂલ સંપત્તિની પોટલી ફેંકી.

ઘેલાને ઊંચકીને, આ કટોકટીમાંથી હું બુદ્ધિપૂર્વક છટકી જઈ ભાગી જતો હતો એ વિચારે મેં સંતોષ અનુભવ્યો.

શેરીઓ, ગામનું પાદર, વડ આંબલી, કૂવો, નદીની ભેખડ અને પેલી સીમાચિહ્ન જેવી ટેકરી અમે થોડી જ વારમાં પસાર કરી ગયા.

ઘેલાનો ડાબો હાથ, તૂટી પડેલી ડાળ ઝાડના થડની બાજુમાં લટકે એમ લટકી રહ્યો હતો. સમતોલપણું જાળવવા ઘેલાનું ધડ જમણી બાજુ નમી પડ્યું હતું. મારે એને સતત ડાબી બાજુ ટેકો આપવાની જરૂર જણાતાં હું પણ આગળ નમી મારા ડાબા હાથથી એને ટેકાવી રહ્યો હતો.

પછી તો એ જ આદિ અને અંત વિનાનાં મેદાનો પર બેફામ તૂફાનોની પરંપરા ઊભો કરતો પવન, એ જ અંધકાર, મધ્યરાત્રીનું મૌન અને એ વચ્ચેથી એક કરુણ પરિસ્થિતિ ને એવી ને એવી તાજી – જીવતી એને યોગ્ય સ્થળે પહોંચાડવાના મારા પ્રયત્નો.

મને આ જીવતર પર અનહદ અણગમો ઊપજ્યો.

મેદાનોમાં દાખલ થયા પછી ઊંટ દોડતું બંધ પડી માત્ર ઉતાવળે ચાલતું હોય એવું મને લાગ્યું.

મારે ઘેલાને એક બાજુ નમી પડતો અટકાવવા સતત નીચા નમી રહેવું પડતું.

મારો ડાબો હાથ કે જેના પર ઘેલાનું આખું શરીર તોળાઈ રહ્યું હતું અને મારી ડાબી જાંઘમાં અસહ્ય કળતર થતું હતું.

અમે ગયા ત્યારે અમે કોઈ એક બનાવને જન્મ આપવા ગયા હતા અને હવે આ બનાવ ઉપરાંત એક બીજા ખોફનાક બનાવનો ભાર લઈ પાછા ફરી રહ્યા હતા, ત્યારે મને એક વિચાર આવ્યો કે પૃથ્વીની આ વિશાળતા પર સ્વચ્છંદ વિહરતા આ માતરિશ્વા અને ધૂળનાં દળોનાં વાદળો ઉપર અસંખ્ય તારકે મઢ્યા અવર્ણનીય ચૂપકીભર્યા વ્યોમે કે પ્રકૃતિના કોઈ પણ અંશે અમારી હાજરીની નોંધ સુધ્ધાં નહોતી લીધી. અમે અને અમારી માની લીધેલી પ્રવૃત્તિની મહત્તા એ તો માનવીની ગુમાનભરી કલ્પના માત્ર હતી.

ઘેલાનાં અંગ હવે મારા ડાબા હાથ પર લટકી રહ્યાં હતાં, એનું નીચું નમી પડેલું માથું કોઠાના મોરા પર અથડાતું હતું.

*

સંશય આવે એટલાં જ માત્ર અજવાળાં પૂર્વમાં પ્રગટ્યાં હતાં ત્યારે અમે અમારા ગામને પાદરે પહોંચ્યા.

ઊંટ ઘેલાના ઘરના ઝાંપામાં પ્રવેશ્યું. મોંઘી એરંડિયા તેલના કોડિયાને સાડલાના છેડા વતી ઓથ આપતી આંગણામાં ઊભેલી દેખાઈ.

ઊંટ આંગણાની વચ્ચોવચ્ચ હંમેશ બેસવાની જગા પર ઢીંચણ ખોડી બેઠું અને એના બેસવાની સાથે જ મારા ડાબા હાથ નીચેથી સરી જઈ ઘેલાનું શરીર ઢગલો થઈ જમીન પર ઢળી પડ્યું.

મોંઘીએ એને પડતો જોયો અને એ એકદમ નજીક દોડી આવી. હું નીચે ઊતર્યો ત્યારે, સાડલાના છેડા નીચેથી દીવો બહાર લાવી એણે મારા મોઢા સામે ધર્યો. હું મોંઘીના ચહેરા તરફ જોઈ રહ્યો, મેં અનુભવેલી

વ્યથાથીયે વધારે વ્યથા સહન કર્યાના ઓળા એના ચહેરા પર ટહેલી રહ્યા હતા.

એણે ઉતાવળે મારા ખભેથી બંદૂક ઉતારી પોતાના ખભે ભેરવી. એકદમ, શબ્દોની આપ-લે કર્યા વિના, ઘેલાને ઊંચકી, એના ઝૂંપડામાં લઈ જઈ ખાટલા પર સુવાડ્યો. ઘેલો બેભાન હતો!

મોંઘી એને શેકતાપ કરતી બેઠી. મારું મન અને શરીર વેદના અનુભવી રહ્યાં હતાં તોયે, થાકની અસર નીચે પણ મને ઊંઘ ન આવી.

હું બેસી રહ્યો – જાગતો રહ્યો અને ચુપચાપ જોયા કર્યું.

સવારના તડકા ઉંબરમાં અફળાયા ત્યારે ઘેલાએ આંખ ખોલી. એણે સામે મોંઘીને બેઠેલી જોઈ. માથું મારી તરફ ફેરવવાના એના પ્રયાસો નિષ્ફળ ગયા ત્યારે, હું એના ખાટલાની કોર પર એની બાજુમાં બેઠો. એણે જમણો હાથ મારા હાથ પર મૂક્યો અને મારો હાથ ઊંચો કરી પકડ્યો, પંપાળ્યો અને દાબ્યો. ઘેલાને કશુંક કહેવું હોય એમ લાગતું હતું, પણ એની વાચા બંધ હતી.

જમીન પર બેસી ઘેલાના પગ દાબતી મોંઘીને મેં વિગતવાર અમારા પરાક્રમની વાત કહી સંભળાવી. હું વાત કરતો હતો તે દરમ્યાન ઘેલાના અંગની ડાબી બાજુમાં અનેક વાર આંચકી આવતી મેં જોઈ, પણ વચ્ચે અનેક વાર મારે ખભે હાથ મૂકી મારી પીઠ થાબડી ઘેલો મને પંપાળતો રહ્યો.

આ ઘરની બહાર ઉદ્યમ કરતાં ચકલી, હોલા, કાગડા, બુલબુલની બોલ બોલ સતત ચાલુ હતી. કોઈ ઊંટનું ગાંગરવું, કોઈ ભેંસનું ભાંભરવું અને બકરીની બેં...બેં પણ સતત ચાલુ હતાં. માત્ર આ ઘર જે આ પહેલાં એકધારી બોલબોલથી ગાજતું તે હવે ખોફનાક રીતે ચૂપ હતું.

*

સમય દોડવા લાગ્યો.

બપોર નમ્યો.

સર્વ શૃંગાર અને સર્વ વસ્ત્રોનો ત્યાગ કરી, પોતાની રંગબેરંગી

નજાકતને હણી નાખી સંધ્યા રાત્રીના અંધારા બાહુઓમાં સમાઈ ગઈ, ડૂસકાં ખાવા લાગી.

✳

નમતા બપોર પછી ઘેલાની આંખો બંધ પડી, પછી ક્યારેય ખૂલી નહીં. ક્યારેક એકધારી મારે સામે જોઈ રહેતી મોંઘીની આંખોમાં તોફાન વિનાની રણનાં મેદાનોની ગહન મોકળાશ મેં ડોકિયું કરતી જોઈ.

ભીંતને અઢેલીને બેસી રહેતાં મેં અવારનવાર બેડોળ સ્વપ્નાંવાળી ઊંઘ ચોરી લીધી, પણ પોતાના શરીરને ક્યારેય શિથિલ કર્યા વગર અમારા બન્નેની ચોકી કરતી મોંઘી આખી રાત જાગતી રહી.

ત્રીજે દિવસે ઘેલાએ પ્રાણ છોડ્યા અને એના મૃતદેહને થાળે પાડવાની અનેક ક્રિયાઓ શરૂ થાય તે પહેલાં મેં એનું ગામડું છોડ્યું.

હું ઝાંપો બંધ કરી રહ્યો હતો ત્યારે મોંઘી દોડતી મને વિદાય આપવા આવી. એના ચહેરા પર આંસુઓ સિવાયનો રુદનનો સર્વ સરંજામ હાજર હતો અને એની આંખોની ભૂરી કીકીઓમાં વળ ખાતો એક પ્રશ્ન ઊભરાઈ રહ્યો હતો જે શું હતું તે હું સમજ્યો નહિ. આજ દિવસ સુધી વિચારું છું તોયે સમજતો નથી.

છિન્નભિન્ન કરી નાખે એવી આ બેચેનીને ટૂંકાવવા મેં ઝાંપો બંધ કર્યો અને મોંઘી તરફ પીઠ ફેરવી અને આગળ વધ્યો કે તરત જ મારી કલ્પનામાં મેં એક મીંદડીને ઉંદરનો શિકાર કરતી જોઈ. એ પ્રાણીની ખબરદાર ચૂપકી, ધીરજ અને ઉંદર પર તૂટી પડવાના પૂર્વયોજિત કૂદકાની માપણીનું ચિત્ર સચોટ રીતે મારી યાદમાં આજ દી સુધી ગોઠવાઈ રહ્યું.

બપોરે ભયંકર પવન વાવો શરૂ થયો. કાંટાળા છોડવાઓની આજુબાજુની બખોલોમાંથી નોળિયા, ઉંદર અને સાપ નાસભાગ કરી રહ્યા હતા. ધૂળના રજકણોએ ઉપર ઊંચકાઈ ઊંચકાઈ આકાશને મેલું કરી દીધું હતું.

ઉઝરડા પડેલી, ખંડિત ધરતીના દેહની મોકળાશ પર મેં ફરી મારું પ્રયાણ આદર્યું.

માટીનો ઘડો

અનન્ત ધરતી અને એવાં જ અસીમ મેદાનો... શ્રાવણ વરસી ગયાને દોઢેક મહિનો વીત્યો હશે. અને આ વાંઝણી ધરતી પર પ્રાણ પાંગરી ઊઠ્યા હતા. નાનું, કૂણું, સ્વચ્છ, ભાગ્યે જ ત્રણ આંગળ ઊંચું ઘાસ ધરતીની કાયા પર ચૂંદડી બનીને લપેટાઈ ગયું હતું, ચૂંદડી જેમ જ વારે વારે લહેરાતું હતું.

આથમતો સૂર્ય ધરતીના આ સૌન્દર્યને જોવા થંભી ગયો અને જોતો રહ્યો. એની આસપાસ રંગબેરંગી અજવાળાં નૃત્ય કરતાં એકઠાં થયાં. પછી ચૂપકીથી અંધારાં નજીક સર્યાં. સૌ સ્તબ્ધ-અવાક બની જોઈ રહ્યાં.

બીજલ પણ ઊભો રહી ગયો – ચૂપ અને વિચારશીલ. એણે ચુંગી પર બેધ્યાનપણે ઊંડો દમ ખેંચ્યો અને એક ક્ષણ એના શ્વાસની ક્રિયા થંભી ગઈ. પછી હળવેકથી બિલાડી બારણા બહાર નીકળે એમ રોકેલો શ્વાસ ધુમાડો બની હોઠ વચ્ચેથી સરવા લાગ્યો. એની સાથે એક અદીઠ – અશ્રાવ્ય નિઃશ્વાસ પણ એક બેધ્યાન પળે ખરી પડ્યો.

બીજલે નીચે જોયું.

નીચે અબજો – અસંખ્ય ઘાસનાં તણખલાં ટોળે વળી ઊભાં હતાં, સમૂહમાં લહેરાતાં હતાં. તણખલાં વચ્ચે ઘેરી ઊંડાણભરી જગા હતી – થોડીશી, નાનકડી તોયે અવકાશ જેવી અમાપ. અને ત્યાં બીજલનો ખરી પડેલો નિઃશ્વાસ ઊંડે ઊંડે જઈ રહ્યો હતો. એને પકડીને બચાવવા, જીવતો રાખવા, બેબાકળી બનેલી બીજલની એક સ્મૃતિ એની પાછળ દોડી રહી હતી.

બીજલે જોયા કર્યું. પણ કશુંક જોતા હોવાનું ભાન નહોતું. એના

હાથની શિથિલ આંગળીઓ વચ્ચે પકડાયેલી ચુંગી નમી પડી. સળગતી તમાકુનો ઉપલો થર ખરી જઈ કૂણા ઘાસનાં તણખલાંઓને દઝાડી ગયો.

'કેમ આમ ઊભા રહી ગયા? કશુંક વિચારો છો?'

તપ્ત ગાલ પર ફરી વળતી સૌન્દર્યલહરી જેવો રતનીના હાથનો મૃદુ સ્પર્શ બીજલના ખભા પરથી હેઠે સરવા લાગ્યો.

'મેલી દે!'

'હાય! હાય! આ નથી ગમતું?'

'અટાણે નહિ.'

'ત્યારે તો કશુંક અણગમતું યાદ આવ્યું લાગે છે!'

'હા, આ ધરતી જોઈ?' કહેતાં બીજલે આંગળી ચીંધી. 'પોરની સાલ અહીં કશું જ નહોતું – કશું જ નહિ! લૂખાં-સૂકાં મેદાનો, ધૂળ ઊંચકીને વંટોળે ભમતા વાયરા! જેના પર પંથ કાપતાં જુવાનીનું મોત સરજાય એવી જાકારો દેતી આ નઠોર ધરતી પર, આજથી પચીસ વરસ પહેલાં....'

'હવે રહેવા દો એ વાત.'

રતનીએ બીજલના ખભા પર હેતથી ભાર દીધો, 'પચાસ વાર તમારે મોઢે સાંભળી છે, નાહકના શું કામ મન દૂભવો છો?'

ક્ષિતિજની કોટ પર જામતી બીજલની નજર થાકેલા ઢોર જેવી પાછી ફરતી દેખાઈ. એના નિઃશ્વાસની ઉષ્મા ઠંડા હોઠો પર મરી ગઈ.

સતત સાવધાન રહેતા સમયની એક પળ મૂર્છા પામી ગઈ.

બરાબર એ જ પળે પવન પડી ગયો. અનન્ત હરિયાળી લહેરાતી અટકી પડી.

આથમતો સૂર્ય, સન્ધ્યાનાં હર્ષાવેશભર્યાં તેજ, ધરતીનું હરિયાળું હૈયું અને બીજલનું મન ગૂંગળાવા લાગ્યાં.

'તું આ વાત જ મને કહેવા નથી દેતી!'

'પણ કેટલી વાર!'

'હૈયાવરાળેય ન કાઢું તારી પાસે?'

'લો ત્યારે કહો જોઉં,' રતનીએ હેતથી બીજલને ગળે હાથ ભેરવ્યો,

'કે પચીસ વરસ પહેલાં, હજી તમારી મૂછનો દોરો ફૂટતો હતો, ત્યારે તમે આ જ ધરતી પર પંથ કાપતા હતા. ત્યારે પણ અહીં કશું જ નહોતું – વાંઝણી વેરાન ધરતી, આગઝરતું આભ...'

'ઠેકડી કરે છે?'

રતની વહાલસોયું હસી: 'તમે સાવ બાળક જેવા છો!'

'આ ધરતીને પગ અડે છે અને આખી કાયા પર લાય ફરી વળે છે.' બીજલ મોઢું ફેરવી ગયો. 'આ ભવમાં મેં ભોગવેલી વેદના, અને ભવોભવ મારાં વડીલોએ ભોગવેલાં દુ:ખ, જાણે બધાં એકસામટાં ભેગાં થઈ ગળે ટૂંપો દેવા લાગે છે... આટલુંય જાણે ઓછું હોય એમ તુંય મારી આપવીતી ન સાંભળે ત્યારે મનમાં એવું થાય છે કે જે કાલે આવવાનું છે તે ભલે આજે જ અટાણે આવે! આ ધગધગતી રેતી નીચે અમારાં ઘણાંબધાં ઘેટાંબકરાં અને અમારા વડીલોનાં હાડપિંજર સૂતાં છે; એના ભેગો હુંય આ ઘડીએ સૂઈ જાઉં!'

રતનીએ એનું કાંડું પકડીને પોતા તરફ ખેંચવા બળ કર્યું પણ બીજલ ખસ્યો નહિ.

'ચાલવા માંડો હવે, આવા વિચાર કરવા રહેવા દો.'

'હું જાણીજોઈને આવું વિચારતો હોઈશ? વિચારો આપમેળે આવે છે. વીફરેલી કુદરત અને બેકાબૂ મન આ ધરતી પર બળજબરી આદરે છે. ખબર છે?'

'હા, મને બધીય ખબર છે, પણ તમે હાલવા માંડશો?'

બીજલ પરાણે રતની સાથે ખેંચાયો. હજી તો માંડ બે ડગ આગળ ભર્યાં હશે ત્યાં યાદ આવ્યું કે પાછળ કશુંક રહી જતું હતું. આગળ વધવા ઊંચો કરેલો પગ આગળ વધતો અટકી પડ્યો. એ લથડ્યો અને લથડતાં પાછળ જોયું.

જાગૃતિની પણછ પરથી એનું મન તીર બનીને છૂટી ગયું... કેવી કેવી યાદ, કેટકેટલા નિ:શ્વાસ ટોળે મળી એની પાછળ પાછળ ચાલ્યા આવતા હતા!... એક ઓચિંતા ફાટી નીકળેલા રુદનની ચીસ, કોઈના જીવનની

અંતિમ આહ, મૃગજળ તરફ દોડતા કોઈ હરણની બેબાકળી આંખો, ઊભા થવાની તાકાત ખોઈ બેઠેલા કોઈ ઢોરની કાગડાઓએ ચૂંથેલી આંખો, થાક, તાપ અને તરસથી બેલગામ બનેલું બરાડતું કોઈ ઊંટ, લંગડાતી, ડૂસકાં ભરતી, પરસેવે રેબઝેબ કોઈ કુમારિકા!... બંદૂકનો એક ધડાકો અને એની પાછળ વિસ્તાર પામતું નિઃશબ્દ નિરાકાર અવકાશ!

*

તાપણાની જ્વાળાઓ અંધકારના દેહમાં ઝૂલતી દેખાતી હતી. દેવતા પર ઊકળતા સંભળાતા ખીચડીના આંધણને પડખે, લાકડાની તાસકમાં રતની બાજરાનો લોટ મસળી રહી હતી.

રાત્રી ઊતરી પડી – માદક, નગ્ન, નીરવ અને શીતળ!

પવન બિલકુલ પડી જાય અને વાતાવરણ ઓચિંતાની ભીનાશ એકઠી કરે એવી રણવિસ્તારની રાત્રીઓ અદ્દ્ભુત હોય છે!

અશ્રાવ્ય કોલાહલ કરતા તારલાઓથી ખીચોખીચ ભરેલું આભ નિર્જન ધરતી પર એટલું તો નીચું ઊતરી આવ્યું દેખાય કે એની ખીંટીએ ટિંગાઈ રહેલા કૃત્તિકાના ઝૂમખાને ઊંચકીને અંબોડે લટકાવવાનું મન થાય!

આવી મોહક રાત્રીને અઢેલીને રાણલ એક પોટલા પર આડી પડી હતી.

સુસ્તીથી વાગોળ્યા કરતા ઊંટ આગળ સાવચેત બેઠેલા બીજલની નજર રાણલ પર ગઈ અને એના વિચારોએ દિશા બદલી.

એની પુત્રી રાણલ – એના અંશનો એક અંશ, એના જેવી જ અસ્વસ્થ અને ચંચળ અવિરત ગતિમાં રહેતાં વિશાળ ચક્ષુઓની આડે તેલ પીને ભારે બનેલી રખડુ લટોને ફૂંક મારી આઘું કરતું એનું દર્શન બીજલના જાગ્રત મનથી ક્યારેય આઘું ખસતું નહિ.

રાણલના દેહની ત્રિભંગી પરથી બીજલની નજર ઝરણું બનીને વહી ગઈ.... નાનામોટા અનેક પથ્થરો પર, હાસ્ય અને રુદનના ગીતની અનેક સ્મૃતિઓ મૂકીને વહી જતું એક ઝરણું, અનેક દિશામાં અમાપ પરિભ્રમણ કરી થાકથી મૃત્યુ પામતા સંગીતના સ્વર... ઉદય અને અસ્તને સાથે લઈને

જન્મતી સૌન્દર્યની એક પળ... અને... અને... એક માત્ર વાર્ધક્યની પરિપક્વતા તરફ કૂચ કરતું યૌવન!

બીજલ પાછળ હટ્યો. ઊંટને અઢેલીને બેઠો. એણે પગ લંબાવ્યા અને આંખો મીંચી.

બે કોમળ હથેળીઓ વચ્ચે ટિપાતા રોટલાનો એકધારો 'ટપ, ટપ,' અવાજ એને કાને ઊતર્યો... બે માત્રા વચ્ચેના લયમાં એની સંજ્ઞા ખોવાઈ ગઈ.. હાથમાંથી લગામ સરી ગઈ.. કાંટાળા છોડ પરથી કળી ખરી પડી. આ ઠંડી આબોહવામાં એક ઊનો દીર્ઘ નિ:શ્વાસ ગરમી ગુમાવી બેઠો.

'રાણલ!' રતનીનું આહ્વાન ભેજવાળા વાતાવરણમાં તોળાઈને ધ્રૂજી રહ્યું.

રાણલ ચમકીને ઊભી થઈ – એક વહેતું ઝરણું ઊભું થઈને ધોધ બની ગયું.

બીજલની આંખ ખૂલી.

'રાણલ!' લોટવાળા હાથ મસળતી, ઊભી થતી રતનીએ કહ્યું, 'સામેના તંબૂમાંથી થોડું પાણી માગી આવીશ?'

બીજલે ફરી એક વાર એ તરફ નજર ફેરવી. થોડે જ દૂર પંદરવીસ તંબૂઓ વ્યવસ્થિત હારમાં ઊભેલા દેખાયા – ક્યાંક પ્રકાશની ઝાંખી તરડ, ક્યાંક હવામાં હિલોળતા રેડિયો સંગીતના સ્વરો, ક્યાંક નિ:શબ્દ અંધારું! પેલી બાજુ, જરા વધારે દૂર, વાંસ અને ઘાસનાં અનેકાનેક ઝૂંપડાંઓના કોક દરવાજામાં સજાગ ચૂલો શુક્ર જેવો ટમટમતો દેખાયો.

અત્યારે બધી પ્રવૃત્તિ બંધ હતી. ધગધગતા તાપની દસ કલાકની મજૂરીનો પસીનો, લીસા ચીકણા દેહ પર સુકાઈને બદબોભરી ભીનાશ બની ગયો હતો.

આટલી નજીક, આવડી મોટી વસાહત... બીજલ જોઈ રહ્યો. અને કશો કોલાહલ નહિ? આ તંબૂ, આ ઝૂંપડાં, આ મહાકાય સ્થાપત્ય અને આવી મૃતવત્ શાંતિ? કાળજૂની સંસ્કૃતિના અવશેષ... મૃત:પ્રાય બનેલી લાગણીઓની આસપાસ વણાયેલાં વિસ્મૃતિનાં જાળાં.... સાગર જેવું અસીમ

પણ ઊર્મિઓના તરંગવિહોણું મન!

માટીના ઘડાને કેડ પર ટેકવી આગળ વધતી રાણલને બીજલ જોઈ રહ્યો. એની આંખ ઘેરાવા લાગી.

✳

નજીકના તંબૂ આગળ રાણલ આવી પહોંચી. કાળી મખમલ જેવી હૂંફાળીસુંવાળી રાત એને અડું અડું થતી એની સાથે આવી પહોંચી. કોણ હશે અંદર? દરવાજા આડે લટકતા પડદા અને રાણલ વચ્ચે ક્ષોભની બે ક્ષણો આવી ઊભી. કોઈ એક વિચાર ઉતાવળે દોડી આવ્યો. એક વિચાર આવતાં અટકી પડ્યો.

પડદાની કોર પર થોડી વાર એની આંગળીઓ ધ્રૂજી રહી.

એણે અંદર ડોકિયું કર્યું:

અહીં તો ખરેખરું ઘર હતું.

એક ખાટલો, ખાટલા પર વેરવિખેર કપડાં, કબાટ, ટેબલ, ખુરશી, ટિપૉઈ, ચોપડીઓ, કાગળિયાં, નકશા – ફૂટપટ્ટી.... છબીઓ, અરીસો અને ફૂલની કૂંડી! આ રણવિસ્તારમાં પણ ખીલતાં આવાં મોટાં ફૂલ! દીવાના પ્રકાશ અને લંબાતા પડછાયા! ખાટલાની કિનારથી લટકીને કપડાં ભોંયને અડતાં હતાં. ટેબલની કિનાર પરથી ફૂટપટ્ટી અને એક ચોપડી પડું પડું થઈ રહ્યાં હતાં... વ્યવસ્થા પર ગેરવ્યવસ્થાનો કાટ ચડતો હતો.

વાતાવરણ નિશ્ચલ અને સુસ્ત હતું.

પડદાની કિનાર પર એની ધ્રૂજતી આંગળીઓ સરતી દેખાઈ.

રાણલ અંદર પ્રવેશી.

એના પ્રવેશથી પ્રકાશની વહેંચણીની બદલાયેલી વ્યવસ્થા અરીસામાં પ્રતિબિંબિત થઈ.

અરીસામાં મોઢું કરી ધીમી અદાથી માથાના વાળમાં દાંતિયો ફેરવતા સાહેબે ચમકી પાછળ જોયું.

ખભે લટકતો ટુવાલ એમના પગ આગળ ઢગલો થઈ પડ્યો.

એ પળ તોળાઈ રહી.

આંખને ખૂણે થથરતી કીકીઓ, હિલોળીને હમણાં જ સ્થિર થયેલી વાળની લટોવાળું રાણલનું મસ્તક, સૂર્યમુખી નમે એમ ખભા પર નમી પડ્યું હતું. કમર પર રહી ગયેલો એક હાથ – માટીના ઘડાને લાડથી ડોલાવતો બીજો હાથ – શ્વાસોચ્છ્વાસથી છાતી પર તંગ થતા કમખા પર ચમકતાં આભલાં...સદાકાળ જાળવવાનું મન થાય એવા સુઘડ દેહનું અપ્રતિમ સૌન્દર્ય!.... અને તે આ સ્થળે? કે જ્યાં નિત્યયુવા સૌન્દર્યને પણ કાળ કોરી ખાય.... જાગૃતિ પણ જ્યાં એના અસ્તિત્વની હરપળે વિસ્મૃતિની ઓથ લેવા ઝંખતી રહે!

આંખ ઝીણી કરીને સાહેબે પૂછ્યું:

'તું કોણ છો, છોડી?'

તંબૂમાંનો દરેક નિર્જીવ જીવ, અચાનક જાગૃતિ મેળવતો રાણલ તરફ મીટ માંડી રહ્યો. સાહેબનો પ્રશ્ન રાણલના દેહ આસપાસ લપેટાઈ એને ભીંસ આપી રહ્યો.

'હું પાણી લેવા આવી છું, સા'બ, મને... મને થોડું પાણી જોઈએ છે.'

'અને પાણી લેવા તું આમ એકલી તંબૂમાં આવી ચડી?'

રાણલના હોઠ અચાનક બિડાઈ ગયા અને એની આંખ નેમ ગુમાવી બેઠી... એક ક્ષણ કશુંક દેખાતું હતું – ક્યારેક સ્પષ્ટ તો ક્યારેક ધૂંધળું.

...સૂર્ય અસ્તાચળે પહોંચે ત્યારે પશ્ચિમની ક્ષિતિજે એક એકલી વાદળી દેખાય, સંધ્યાના રંગ એને સુશોભિત કરી જાય અને સૂર્ય પણ એની પાછળ હોંશથી લપાય, પણ અંતે તો રાત્રીનાં અંધારાં એના દેહનો ગ્રાસ કરે!... ત્યારે આ એક એકલી વાદળીનું શું થયું એની કોઈને ખબર ના રહે, કોઈ દરકાર પણ ન કરે.

'હું એકલી નથી સા'બ.' રાણલે જવાબ આપ્યો.

પણ એ વાક્યનો અંત અને હવે શરૂ થનાર બીજા વાક્યની શરૂઆત વચ્ચેના ખાંચામાં સમયનો એક પરમાણુ અટવાઈ ગયો.

રાણલને લાગ્યું કે એ ખોટું બોલી હતી... પંદરવીસ કુટુંબનાં થોડાં

ઝૂંપડાં... થોડાં દૂઝણાં ઢોર, ઝાંખરાં જેવાં ઝાડ...અને, જેની જોડે સંબંધ ન રહે એવાં, દિવાસ્વપ્ન જેવાં સુંદર પક્ષીઓ! આવો એક અતિ નાનો સમાજ આ અનન્ત ધરતીની અસહાયતાઓમાં એકલો ફેંકાઈ ગયો હતો.

એનું મન પર્યટન કરી ગયું.

આજના ખરા બપોરે, દૂરના ડુંગરાની ધારે બધાં જ પક્ષીઓ ઊડી ગયાં હતાં ત્યારે એક બાજને આ નિષ્પ્રાણ ધરતી પર એણે આભ આંબતો જોયો હતો... આજ સવારે, એક નાનકડા માટીના ઢેફાની આસપાસ એક કરોળિયો ચૂપચાપ જાળું રચતો દેખાતો હતો... અહીં અસ્તિત્વમાં ન હોય એવાં કલ્પનાનાં તાજાં ફૂલની શોધમાં નીકળી પડેલી રાની ભમરીને એણે સતત ગણગણતી, દિલ ઠાલવતી સાંભળી હતી!

કોઈની સહાય વિના વનવગડે બાળકને જન્મ આપતી પ્રસૂતા – ગ્રહણમાં ઊંડે ઊતર્યે જતો અને ટુકડે ટુકડે પ્રાણ છોડતો કોઈ વૃદ્ધ – અહીંનું નિર્જન એકાન્ત ભીષણ હતું!

ગઈ સાલની વાત.. આ જ રણવિસ્તાર પર એણે બે દિવસ તાપતરસ વેઠી પ્રવાસ કર્યો હતો. ચામડીને સૂકવીને ચામડું બનાવે એવો પ્રખર તાપ હતો. હરપળે ખેંચાતો દરેક સ્નાયુ અસહ્ય વેદના આપી રહેતો... અને સમય, બેચેનીની અસીમ સપાટી પર લંબાતો અનુભવાતો ત્યારે....

...ત્યારે એક સૂરીલું ગાન યાદ આવતું રહી જતું. એક મનોહર દશ્ય દષ્ટિમર્યાદાની સીમ ઓળંગતું અટકી પડતું.... એક ટીપું તોળાઈ રહેતું... દૂરથી નજીક આવતી દરેક ક્ષણ નજર આગળ શિથિલ થઈ ઢળી પડતી..

ઓહ! આ અમર્યાદ ભૂમિ પર મારા જેવી કેટલીય છોકરીઓ આમ ભમતી હશે. ભૂખી, થાકી, તરસી, અનિદ્ર અને અસ્વસ્થ?

રાણલે એક ઊંડો લેવાયેલો શ્વાસ જતો કર્યો.

'હું એકલી નથી સા'બ, મારાં માબાપ એ બેઠાં, તાપણા કને!'

એ એક ડગલું આગળ વધી... એક નાનકડું ઝાંઝર રણકી ગયું. એણે સાહેબને ટુવાલ ઊંચકીને ખભે મૂકતા જોયા.

સાહેબ ઊંચા, પાતળા અને સશક્ત હતા. ભૂરા વાળની વાંકડી લટો

આસોપાલવની ઘટા જેવી કપાળ પર ઝૂકી આવી હતી. ભાગ્યે જ દેખાય એવા ઝીણા હોઠ શિયાળુ સન્ધ્યાની ફિક્કી લાલ રેખા જેવા એમના ચહેરા પર અંકાઈ ગયા હતા.

'મેં કહ્યું, મને થોડું પાણી જોઈએ છે, સા'બ!'

'પાણી?' સાહેબનો હાથ ટુવાલની રૂંછાળી સપાટી પર ફરી ગયો. 'આટલું બધું પાણી અત્યારે અહીં નહીં હોય.'

'આવડુંક પાણી અત્યારે અહીં નહિ હોય?' રાણલના શબ્દો લંગડાતા સંભળાયા.

'આવું સરસ ઘર!' અહોભાવથી એની દૃષ્ટિ ભમવા ઊપડી, એની પાછળ એ પણ આ તંબૂમાં ભમવા નીકળી પડી. સુંવાળાં સ્વચ્છ કપડાં પર, કાગળિયાં અને નકશાની સપાટી પર આંગળીઓ ફેરવતી, કબાટને પીઠ દઈ એણે ટેબલ પર લાડથી પગ ટેકવ્યો, અને સાહેબ સામે એકધારું જોઈ રહી.

એ દૃષ્ટિમાં એક ગજબનો મિજાજ પાંગરી ઊઠ્યો. ગાલની સુરખી અને હોઠના કંપમાં એક મસ્તી ફૂટી નીકળી.

'આવું સરસ ઘર, આ રાચરચીલું અને ખીલેલાં ફૂલ!'

ખાટલા પર નીચા નમીને એણે તળાઈમાં આંગળીઓ ઘોંચી.

'અને આવી સુંવાળી તળાઈ!'

અને એ બોલતી અટકી પડી. એક ભાવ એના મોઢા પર થીજી ગયો. અચંબાની એ પળ એના હોઠ પર સમાઈ ન શકી, એ હસી પડી, પણ બીજી જ પળે ન બનવાનું બની ગયું...આ પ્રસંગની આંગળીએ વળગીને દોડી આવેલું હાસ્ય એ આંગળી ત્યજી રિસાઈને દૂર ઊભું.

એ સહસા ટટ્ટાર થઈ..

એની કીકી પર નમી પડેલી પાંપણ નીચે કશુંક લહેરાઈ ગયું... ધુમ્મસનું આવરણ ઝડપથી સરવા લાગ્યું. રેતાળ પટ લાંબો થતો દેખાયો.

'જે ઘરમાં પાણી ન હોય એ ઘરમાં રોટલાનું બટકુંય નહિ હોય?' એણે પૂછ્યું.

'ના... નથી.'

'તો આ ઘર શું કામનું, આવું સરસ હોય તોય?'

એને ત્યારે ઓચિંતું જ ભાન થયું કે સાહેબ એની સામે અનિમિષ જોઈ રહ્યા હતા... અને કેવું જોઈ રહ્યા હતા... એ દૃષ્ટિમાં કશો અર્થ હતો... કોઈ છાની વાત હતી કે વરસોથી બુઢ્ઢી થયેલી કોઈ લાગણીનો કરુણ અંજામ હતો?

રાણલની આંખ કરમાઈ.

મનના વલોણા પરથી લાગણીઓની દોરી છટકી ગઈ.

આ તંબૂમાંની હરેક વસ્તુ અને આ વ્યક્તિ ઘડીએકમાં પોતાની ઉપયોગિતા ખોઈ બેસે... અને એ વાત પર મન દુભાઈ જાય... એ મન પણ કેવું ચંચળ!

'થયું ત્યારે!'

એવા નિઃશ્વાસના બે શબ્દો ફેંકી એ માટીનો ઘડો ઊંચકવા નીચી નમી.

એના ખભા પરથી સાડલાનો છેડો સરી પડ્યો. એની કિનાર પર ભરતમાં જકડાયેલાં આભલાંની ચમક સરી ગઈ, આકાશગંગા પૃથ્વી પર અવતરણ કરી ગઈ.

સાહેબની આંખે અંધારાં છવાયાં.

તંબૂ, તેલનો કૂવો અને આ સમગ્ર રણવિસ્તાર એમના ટેબલ પરના નકશામાં એક નયા પૈસા જેટલી જગામાં સમાઈ ગયાં. એ ગોઠવણીમાં, ટાંચણીની અણીથી પણ નાનું એવું સાહેબનું અસ્તિત્વ ક્યાંક ખોવાઈ ગયાનું એમને સહસા ભાન થયું.

રાણલના બન્ને પગ ઝૂકીને પૃથ્વી પર કૂદી પડતા કૃષ્ણ પક્ષના વ્યોમને એ શૂન્યમનસ્ક જોઈ રહ્યા.

...મણિપુરની ટેકરીઓ પર આવું જ દિગ્મૂઢ આભ તોળાઈ રહેતું! સાગ, દેવદાર અને સરુના વનમાં નિદ્રાધીન પવન હળવા શ્વાસ લેતો સંભળાતો... એ દિવસોનું એક અમૂલું સુંવાળું સાન્નિધ્ય, એ હૃદયની

બેબાકળી ધડકન, ઠંડી ડોક પર ઊની ભીનાશ મૂકી જતો એક ઉચ્છ્વાસ... કોઈકમાં ખોવાઈ જવાની તમન્ના સેવતા જીવનની કેટલીય ધન્ય ક્ષણો.

સભાન મનનાં રખેવાળાં વીંધીને સાહેબના મોઢામાંથી એક શબ્દ બહાર નીકળી ગયો.

'રાણી!'

રાણલ ચમકી.

માટીના ઘડાને હતો ત્યાં રહેવા દઈ એ ચપળતાથી સાહેબ તરફ ફરી.

'મને રાણી કહી?'

સાહેબના ચહેરા પર અનેક સ્નાયુઓ કંપીને સ્થિર, ચૂપ થઈ જતા રાણલે જોયા.

'મારું નામ તો રાણી નથી!'

'નથી સ્તો, પણ મને એ નામ યાદ રહી ગયું છે.'

'કયું નામ? રાણી?'

'હા – રાણી.'

પણ રાણલના પ્રશ્ન-પ્રહારથી એમની સ્વસ્થતા ટુકડેટુકડા થઈ એમના ચહેરા પર વેરાયેલી દેખાઈ.

ભયભીત તોય અસ્થિર નયનો, શિથિલ તોયે ધ્રૂજતાં અંગો, અનસૂય તોય ફિક્કી ત્વચા... નિર્જલ સરિતાપટ પર ફરી વળેલું પોષ મહિનાની ઠંડીનું મોજું....

પરવશ અંગો પર કાબૂ મેળવવાના પ્રયત્નોની નિષ્ફળતા સ્વીકારી સાહેબે રાણલ તરફ પીઠ ફેરવી, અને અણછાજતી ઉતાવળથી રેશમનો ઝભ્ભો ઊંચકીને પહેરી લીધો.

'લાવ, તને પાણી લાવી દઉં...'

અને રાણલને કશું કહેવાની તક આપ્યા વિના, એની હાજરીમાંથી ભાગી છૂટવા એ બારણા તરફ ફર્યા.

રાણલ જોતી જ રહી.

ચોમાસાના ત્રણેય માસ એક પળમાં વરસીને ચાલ્યા જાય, એમ કશુંક એકસામટું, ઉતાવળું બની ગયું હતું... અપર્ણ કાંટાળા છોડની ડાંખળીઓ એકબીજામાં પરોવાઈ ગઈ હતી... હૃદયનો એક થડકો બીજામાં અટવાઈ ગયો હતો... અને એક આરજૂ હોઠ પર મરી ગઈ હતી.

સાહેબ દરવાજા બહાર નીકળી ગયા.

થોડાં આંદોલનો પામી દરવાજાનો પડદો સ્થિર થયો.

હવે અહીં કોઈ અવાજ નહોતો.

રાણલની નજર તંબૂમાં ચારે કોર ફરી વળી. આ રાચરચીલાની હરેક વસ્તુમાંથી એણે અર્થ સરી ગયેલો જોયો.

જરાક ખૂલેલા પડદાને અડીને અંદર ધસી આવેલી પવનની એક લહર દોરી પર લટકતી ટેપને હલાવી ગઈ. તંબૂની દીવાલ પર એનો પડછાયો ઝાડની ડાળીએ સર્પે ત્યજેલી કાંચળી જેવો ડોલી ગયો. ભડકી ગયેલી દીવાની જ્યોત પ્રકાશનો હેતુ ખોઈ બેઠી... અને પ્રકાશ સ્વયં જાણે અંધકારનો અભાવ હોય એવો એક નિરર્થક નકારાત્મક ભાવ આ તંબૂની દીવાલો વચ્ચે ફૂટી નીકળ્યો...

ક્ષિતિજની કિનાર પર જન્મતો ધૂળનો એક વંટોળ અત્યારે દેખાય તેમ નહોતો. પણ... લટકતા પડદા અને દરવાજાની ધાર વચ્ચેની ફાડમાંથી, આભને અંબોડે લટકતું કૃત્તિકાનું ઝૂમખું રાણલ જોઈ શકી હોત.... ખરતો તારો પણ એ જોઈ શકી હોત... આવું ઘણુંબધું એ જોઈ શકી હોત! એનાથી વિશેષ, ઘણું જોયેલું એ યાદ કરી શકી હોત! એકથી અનેક અને અનેકથીય અનેક વાર રચતાં એનાં આગવાં દિવાસ્વપ્નોમાં એ સરી પડી હોત. પણ ખાટલા નજીક, નીચું માથું કરી એ ઊભી રહી, ઊભી જ રહી... સ્થળકાળથી સાપેક્ષ એવા, સાગર વચ્ચેના ખડક જેવી.

તંબૂની કિનાર નીચે ઘસાઈને એક વીંછી અંદર દાખલ થયો.

ઘડીક પહેલાં હલી ગયેલી ટેપનો પડછાયો સ્થિર થયો. પતંગિયાની પાંખ જેવી દીવાની જ્યોત ફફડી ગઈ અને પરિસ્થિતિ પૂર્વવત્ બની ત્યારે દરવાજાનો પડદો ઊંચો થયો. સાહેબ અંદર પ્રવેશ્યા. માટીના ઘડાને એમણે

સંભાળીને જમીન પર મૂક્યો.

'લે, આ તારું પાણી!' કહેતાં એમણે રાણલ સામે જોયું અને ધોતિયાના છેડા પર લુછાતા હાથની ગતિ અટકી પડી. એમની આંખો વિકસતી દેખાઈ અને શિથિલ હોઠ ખૂલી ગયા.. અહીંની... અત્યારની... ચૂપકીદી મૂર્છા પામી ગઈ હતી, વાતાવરણ સ્વપ્નવત્ બન્યું હતું....

....પ્રકાશનાં ચિત્રવિચિત્ર આચ્છાદનોને અડોઅડ તિમિર હતપ્રાણ ઊભું હતું.

રાણલ કશું બોલી નહીં. કમખાને તંગ કરતી હાંફતી છાતી અને આંખને ખૂણે થડકતી કીકીઓ સિવાય એનું એકેય અંગ ફરક્યું નહિ.

આમ તો અહીં બધું કહેતાં બધું જ જેમનું તેમ હતું. ટેબલ-ટિપોઈ-ખુરશી-કબાટ – ખાટલા પર પ્રકાશનાં કિરણ અને ઓળા નિયમ મુજબ સરી રહ્યા હતા. ત્વચાને અડતી ભીની હવાની ઠંડક અને ગળે દીધેલ ફાંસા જેવી, ચારે બાજુથી ભીંસ દેતી આ તંબૂની દીવાલોની ગૂંગળામણ પણ એની એ જ હતી. છતાં...

છતાંય, યુગ જેટલી લાંબી વિસ્તરેલી અમુક ક્ષણોના અસ્તિત્વ દરમ્યાન ઇન્તેજારીના અતિરેકથી ચૂપકીદી કાટ ખાઈ ગઈ હતી... અને હવા એક પારદર્શક પથ્થર બની ગઈ હતી...એ બધું નહોતું દેખાતું. પણ પ્રતીત થયું ત્યારે સાહેબના હૃદયમાં એક ઉષ્મા દોડી આવી.

એ રાણલની નજીક સર્યા.

અને... એની છેક જ નજીક જઈ એને અડોઅડ થઈ જવાની એક પ્રબળ ઇચ્છા એમને મૂંઝવી, પરવશ બનાવી ગઈ.

રાણલ ધીમેથી ફરી અને પોતાનો પાછળ રહેલો હાથ આગળ લાવી એણે સાહેબ સામે એક ચાંદીની ફ્રેમ ધરી:

'આ કોણ છે?'

એ પ્રશ્ન સાથે જ સોયના કાણામાં દોરો પેસે એમ સાહેબની કીકીઓમાં રાણલની નજર પેઠી. એ નજરની સર પર કાળની કેટલીક ભૂત અને વર્તમાન ક્ષણો, લાગણીઓના રંગબેરંગી મણકા બની પરોવાઈ ગઈ.

એક પરવશ નિ:શ્વાસ એમના બહાર ધસી આવેલા નીચલા હોઠને પગથિયેથી નીચે કૂદી પડ્યો. કપાળ પર ફરી ગયેલા એમના ધ્રૂજતા હાથની આંગળીઓએ ઝળહળતા પ્રસ્વેદબિન્દુઓનું સૌન્દર્ય ભૂંસી નાખ્યું.

'રાણી છે?'

સાહેબે ડોકું ધુણાવી હા કહી અને પોતાનાં ધ્રૂજતાં અંગો લઈ એ ખાટલે બેસવા જતા હતા ત્યાં રાણલ એમની આડી ફરી.

'જરા થોભો.' એણે કહ્યું.

અને જેમાં વિનંતીનો બધો મહિમા એકઠો થયો હોય એવો કાળજીભર્યો ઊર્મિશીલ સ્પર્શ એણે સાહેબને ખભે કર્યો.

'આટલા બેચેન છો તો એ વાત મને નહિ કહો? હું... હું...'

સાહેબ ખાટલા પર ફસડાઈ પડ્યા. બે હાથ વચ્ચે માથું પકડી એ નીચે જોઈ રહ્યા....

નીચે...

છેક નીચે... સાગરનો અભિસાર લઈ એક સરિતા ચાલી જતી હતી. નાના- મોટા પથ્થરો પર કૂદકા લેતું એક ઝરણું સરિતા તરફ દોડી રહ્યું હતું. ઝૂલતાં વૃક્ષોને બાથ ભીડવા હવા દોડી રહી હતી! ઝૂકી આવેલી ખભે અડતી ડાળીઓ પર કેસૂડાનાં લાલ ઝૂમખાં... નમી આવેલી લટોની પાછળ આંખને ખૂણે વિલસતી સંધ્યાની લાલ સુરખી! ધરતીને અડોઅડ થતા મેઘ... એક હૃદયને અડીને થડકતું બીજું હૃદય... આનંદની વેદના અને વેદનાની આહ!

'ઓહ! ના, ના.... ના સાહેબ, સાહેબ!'

એક કરુણ આરજૂ આ તંબૂનાં અંધારાં વીંધી ગઈ.

ટેબલ, ટિપોઈ, કબાટ વગેરે રાચરચીલા પરથી ભોંય અને છત પરથી પ્રકાશ સરી ગયો... પ્રકાશ પર આકાર લેતા ઓળાઓ પણ સરી ગયા. મનની સપાટી પરથી સભાનતા સરવા લાગી.

અંધકાર!

માત્ર અંધકાર, જ્યાં લાગણીઓ પોતાની સીમા ખોઈ બેસે અને

અતિશયતા એની ટોચ ખોઈ બેસે, એવો સંપૂર્ણ ચેતનામય અંધકાર!

'મને છોડો, સાહેબ, મને છોડો.. હું રાણી નથી...ઓ સાહેબ... મારા સા...!'

સાહેબને ખભે ઘસાતું એક હળવું રુદન તંબૂના અસીમ અંધકારમાં ઓગળી ગયું. અંતરે અંતરે આવતાં ડૂસકાં, એવા જ અંધકારની લીસી સપાટી પર લપસતાં સંભળાયાં. ઉપરાઉપરી લેવાતા ઊંડા શ્વાસ અને છેવટની એક લાંબી આહને અંતે, કોઈકની યાદમાં અમર રહેવા સર્જાયેલી અભંગ ચૂપકીદીની કેટલીક પળો ઉપસ્થિત થઈ.

તિમિરના ઉપવસ્ત્ર નીચે હવા હાંફી રહી.

સાહેબની ડોક પરથી બે બલોયાં અવાજ કરીને વિખૂટાં થયાં. ખાટલા નજીકના કંતાનના પાથરણ પર સાહેબના પગ ઘસાતા સંભળાયા.

સુંવાળા તકિયાઓ વચ્ચે ફરી એક રુદન રૂંધાતું સંભળાયું.

બહાર પવન ફૂંકાવો શરૂ થયો હતો. વારે વારે અંદર ધસી આવતો દરવાજાનો પડદો અંધારી રાતના તારાઓનો પ્રકાશ અંદર મોકલતો હતો.

કંતાન પર ઘસાતા પગ આગળ વધ્યા અને ઘડી પછી પતંગિયાની પાંખ જેવી દીવાની જ્યોત ઝળહળી ઊઠી.

રાણલ સફાળી ખાટલા પર બેઠી થઈ ગઈ.

સાહેબે નજીક જઈ, વહાલથી એના આંસુભીના ગાલ પર હાથ ફેરવ્યો ત્યારે રાણલ આંખ મીંચી એમના બાહુ પર નમી પડી. લીસી ચામડી પર ગાલ ફેરવતાં એનું અંગેઅંગ ધ્રૂજી ગયું.

'સાહેબ!' એ શબ્દ ચોંટભેર ગળે રૂંધાયો.

'સાહેબ... આ... આ તમે શું કર્યું... સાહેબ... ઓ સાહેબ!'

સાહેબે એને નજીક ખેંચી.

પોતાના અંગેઅંગથી સાહેબને અડી રહેવા મથતી, એમના બાહુ પર એ અંગો ડોલાવી ગઈ.

'તમે કેટલા ભલા, ભોળા અને માયાળુ છો, સાહેબ!'

ન વરતાય એવી અધીર ત્વરાથી દૂર ખસવા જતા સાહેબની આંગળી

એણે પકડી રાખી.

'કેમ એમ?'

'તને મોડું થતું હશે – નહિ?'

'ના.'

'તારે પહોંચવું જોઈએ, તારાં માબાપ પાસે.'

એમણે રાણલની મુઠ્ઠીમાંથી પોતાની આંગળી સેરવી અને એ વધારે દૂર ખસ્યા... ધુમ્મસના આવરણ પાછળ બીજનો ચંદ્ર નમ્યો અને રાત્રિ એનું સુખસ્વપ્ન ખોઈ બેઠી.

સાહેબની આંગળીએથી છટકેલો રાણલનો હાથ એને પડખે, ખાટલાની કોરને અડીને લટકી રહ્યો. એણે નીચા નમી સાહેબ સામે જોયું.

'હવે મારે કોઈ માબાપ નથી, સાહેબ, અને આ ઘર છોડી મારે બીજે ક્યાંય જવું નથી... ઘડીક પહેલાં, તમારા ચહેરા પર જોયેલી બેચેની હું આ ભવમાં કદી વિસરવાની નથી.'

અને નિશ્ચયથી ઊભાં થતાં એણે ઉમેર્યું:

'હું તો, સાહેબ, હવે તમારી સાથે જ રહીશ!'

'તું મૂરખ છે, છોકરી.' કહેતાં સાહેબે એને બાવડેથી પકડી બારણા તરફ ધકેલી... વાતાવરણ શ્વાસ લેતું થંભી ગયું. બારણાનો પડદો એનાં અંગોને સ્પર્શ કરતો એની ઉપરથી પસાર થઈ ગયો!

બહાર –

તંબૂઓની હાર આડે ધુમ્મસનાં વાદળ લટાર મારી રહ્યાં હતાં. મહાકાય ટાવરના બીમ વચ્ચેથી વૃશ્ચિકમાં રહેલો મંગળ ડોકિયું કરતો હતો.

હવા ભીની અને રાત્રી સુસ્ત હતી.

લીસી ચામડીના સ્પર્શ જેવો ભીની ધૂળનો સ્પર્શ.

'સાહેબ, મને એ તરફ ના દોરો!'

ધુમ્મસના આછા આવરણ વચ્ચે દુખાતા તારાગણોનો પરિકંપ... અંગેઅંગના, સ્નાયુઓના અણુએ અણુમાં ધ્રુજારી!

'હવે હું કેમ કરીને માબાપ સાથે રહી શકું, સાહેબ... ઓ મારા

સાહેબ!'

જન્મીને ચિરંજીવ બનતી મીઠી વેદનામાં ઉપસ્થિત થતું સમગ્ર જીવન...

'ઘડીક પહેલાં તમે કેવા માયાળુ હતા તમે... સાહેબ, અરે સાહે....બ...'

રાણલના મોઢામાંથી એક ચીસ નીકળી ગઈ.

વાગોળતા ઊંટે ચમકીને એમની તરફ જોયું. બેફામ ભસતો કૂતરો એમની તરફ દોડી આવ્યો. હાથમાં ડાંગ લઈ, તાપણાના અંગારાને ઠોકરે ઉડાવતો બીજલ અને એની પાછળ ઓઢણીને અંગ ફરતી વીંટતી રતની, ઉતાવળે નજીક આવતાં દેખાયાં.

સાહેબે રાણલને બીજલ તરફ હડસેલી.

'બાપુ... બાપુ!' એ ભીની ધૂળમાં માથું ઘસતી રહી.

'શું છે રાણુ?'

નજીક આવેલી રતનીને રાણલ બાઝી પડી. 'મા, મારે એમની સાથે રહેવું છે!'

'હેં?'

'હા, મા!'

'એમ?' દાંત ભીંસીને બીજલ સાહેબ તરફ ફર્યો, 'ત્યારે આટલી વારમાં આટલું બધું બની ગયું?'

સાહેબે સંપૂર્ણ સ્વસ્થતાથી જવાબ આપ્યો, 'જે બનવાનું હતું તે બની ગયું, પણ...' એમણે રાણલ તરફ આંગળી ચીંધી, 'તારી આ છોકરી નાદાન છે!'

બીજલે ડાંગ ઊંચકી.

'ના, ઓહ ના. બાપુ, બાપુ...'

ઝડપથી ઊભી થઈ રાણલ બીજલ નજીક પહોંચે તે પહેલાં ફટકો પડી ગયો હતો.

વેદનાની એક આહ પણ સાહેબના મોઢા બહાર નીકળી ન શકી.

એમનો દેહ શિથિલ થઈ ભીની ધૂળમાં ઢળી પડ્યો.

'હાય! હાય!' કહેતી રાણલ સાહેબની કૂખમાં માથું ઘાલી ગઈ.

'આ તમે શું કર્યું!'

બીજલે રાણલને બાવડેથી પકડીને ઊંચકી, 'રોદણાં મેલ છોડી, આ રડવાનો સમય નથી. અહીંથી આ ઘડીએ ઉચાળા ભરવા છે.'

એણે રતનીને પણ વાંસેથી ધક્કો દઈ ઊંટ તરફ ધકેલી.

'જલદી ભાગી છૂટવું છે!'

ઊંટ પર કાંઠો ગોઠવાયો. લાકડાની તાસક, બેચાર વાસણો, પડખાના કોથળામાં દાખલ થતાં ખખડ્યાં. અસ્તવ્યસ્ત બેત્રણ ગોદડાં કાંઠા પર બેસવાની જગ્યાએ ફેંકાયાં.

'તું આગળ બેસ, છોડી.' ઊંટની લગામ હાથમાં લેતાં બીજલે પાછળ જોયું.

'પણ કેટલી વાર? ઉતાવળ કરને!'

રતની પાછળના ભાગમાં ગોઠવાઈ. બેસતાં બબડી, 'તમે માણસ નથી, રાક્ષસ છો!'

પેનીના એક પ્રહારથી ઊંટ ઊભું થઈને ભાગ્યું. એને પડખે ચૂપચાપ દોડ્યા આવતા કૂતરાના નહોર ભીની જમીન પર ઘસાતા સંભળાયા.

અસીમ ધરતી પર આળોટતા ધુમ્મસને વીંધતું ઊંટ આગળ વધ્યું. પાછળ રહી જતી બકરીનું રુદન રાણલના કાન પર અફળાયું. એણે પાછળ જોયું.....

ઓહ! તંબૂમાં હજી દીવો બળતો હતો અને પડદો પણ હજી ઝૂલતો હશે; એ ટુવાલ ખાટલા પર પડ્યો હશે.... અને તકિયાની ખોળ પર હજુ એનાં આંસુ સુકાયાં નહિ હોય.. સારું થયું કે અંધારું હતું... સારું થયું કે એણે ચાંદીની ફ્રેમને સુવડાવીને ટેબલ પર મૂકી હતી, પણ ઊભી રાખી હોત અને અંધારું ન હોત તો... તો રાણીએ....

ઠંડી ભીની હવા કપડાં નીચેથી ચામડી પર લપેટાતી હતી. રાણલ કંપી ગઈ. એણે અંગ સંકોર્યાં. કેટલો બધો ક્ષોભ... કેટલો બધો

સંકોચ....કેટલી આનાકાની.. કેટલો ડંખ અને કેટલી વેદના માત્ર પાણીના બે ખોબા માટે!

'મા!' રાણલના સંબોધનમાં લાગણીઓ રુદન કરી ગઈ. 'પાણીનો ઘડો હું તંબૂમાં ભૂલી આવી.'

'ભલે રહ્યો ત્યાં જ,' બીજલ વચ્ચે બોલી ઊઠ્યો, 'કાચી માટીનો હતો!'

'પણ બાપુ,' રાણલ એને ખભે માથું ઢાળી ગઈ અને ગળે હાથ ભેરવતાં બોલી: 'એના પર ચિતરામણ સરસ હતું – એ ઘડો મને ગમતો'તો!'

સિબિલ

એને ખબર હતી કે ખુરશીમાં માંકડ હતા.

આ બાર-રૂમમાં કેવા પ્રકારના લોક આવતા, કોણ કોણ કેવાં પીણાં પીતા, કેવી વાતો અને કેવું વર્તન કરતા એની પણ એને ખબર હતી.

સિગારેટના ધુમાડાને ભેદીને ફાટી નીકળતું બીભત્સ હાસ્ય, પીણાની બદબો, ઉશ્કેરાટભરી ચર્ચાઓ, છટકેલા મિજાજ, સંગ શોધતા પ્રણયની ખાનગી ગુફ્તેગો, વિદાય લેતા નિઃશ્વાસ...

...અહીં બધું જ હતું અને આ રચનાનો પોતે પણ એક મલિન અંગ હતો એનું પણ એને ઊંડે ઊંડે ભાન હતું.

પણ આજે....

ટાવરના ડંકા વાગતા સંભળાયા. ટાવરની ટોચ પર તેજનો લિસોટો પાડી જતો એક વધારાનો દિવસ મૃત્યુને ભેટતો દેખાયો.

એણે વ્હીસ્કીના ગ્લાસને ટેબલની કાચની સપાટી પર આઘોપાછો કર્યો અને અમસ્તો જ કેટલી વાર સુધી ગ્લાસમાં જોઈ રહ્યો.

માત્ર થોડી જ વ્હીસ્કી બાકી હતી – એક ઘૂંટડે ખાલી કરી શકાય એટલી!

અને હજી તો એનો કેફ ચડવો બાકી હતો, રાતની લાંબી સફર બાકી હતી; અને વિચારો અત્યારથી જ દોડી દોડીને થાકવા આવ્યા હતા.

કોઈએ રેડિયો પર સ્ટેશન ફેરવ્યું. વૉલ ટૉલસન 'ઓલ્ડમૅન રિવર' ગાતો સંભળાયો ન સંભળાયો ત્યાં 'સંગમ હોગા કે નહિ', પછી એક ઈજિપ્શિયન ગીત, સ્વિંગ મ્યુઝિક અને 'ટપ' દઈને રેડિયો ઓલવાઈ ગયો. પડખું બદલી એ ખુરશીની બીજી બાજુ અઢેલીને બેઠો. પાછલા પગે હટતો

ુરશીના હાથાની તરડમાં સંતાતો દેખાયો.

ા છોકરીએ હજારમી વાર આંખ પર નમી પડતી વાળની લટ કરી.

'પિન લગાડીને ઊંચે કેમ નથી રાખતી?'

એની સામે બેઠેલા બરછટ ક્રુકટ વાળવાળા પહેલવાન જેવા દેખાતા માણસે એને વાંસે ધબ્બો માર્યો.

છોકરીના મોઢા પર એક હાસ્ય નિઃશ્વાસ બનતું ઓચિંતાનું ખાંસીમાં ફેરવાઈ ગયું.

ક્રુકટને આ છોકરીનો સંગ છોડવો ગમતો નહિ. એ કોઈ એક સરકસમાં કામ કરતો હતો. અરધા કલાક બાદ શો શરૂ થવાનો હતો એટલે એણે હવે જવું જોઈએ એવું એ સતત વિચાર્યા કરતો હતો, અસ્વસ્થ બન્યે જતો હતો, અને આંખોમાં ઉતાવળ વ્યક્ત કરતો એ એકસામટું છોકરી સામું જોઈ રહ્યો હતો. મનમાં માની લીધેલી છેલ્લી સિગારેટ પર એણે દમ પર દમ ખેંચ્યે રાખ્યા.

પાંચેક મિનિટ બાદ એ ચાલી જવા ઊભો થશે, ત્યારે ફરી એક વાર વાળની લટ ઊંચી કરી, સ્મિતને ક્ષોભથી સંકોચવાની અદામાં મોહિની રેડી એ છોકરી એની પાસે પૈસા માગશે...

....આવું રોજ બન્યા કરતું.

એણે ફરી ખુરશી પર પડખું બદલ્યું અને બાર-રૂમમાં ચારે તરફ નજર ફેરવી.

વચ્ચેના ટેબલ પર એક ઊંચા, દાઢીવાળા વિચિત્ર દેખાતા પુરુષે નિરાંતે પાઇપ સળગાવી. એની સામે, એની સાથે ચર્ચા કરી રહેલા લાંબા વાળવાળા પુરુષે પોતાનો મુદ્દો સાબિત કરવા ટેબલ પર જોરથી મૂઠી પછાડી.

દરવાજા આગળના ટેબલ પર એક મધ્યમ વયનો કૉન્ટ્રાક્ટર અને એને અડોઅડ બેઠેલી ભરાવદાર ઘાટીલાં અંગોવાળી એની યુવાન માશૂકા ચુપચાપ પીણું પી રહ્યાં હતાં.

સ્વિંગ ડોરને ધક્કો મારી એક મધ્યમ વયની કદરૂપી પારસણે અંદર

દાખલ થતાં જ સ્મિત કર્યું – પણ કોઈએ એની તરફ જોયું સુધ્ધાં નહિ.

દૂરના ખૂણામાં જ્યાં પ્રકાશ મુશ્કેલીએ પહોંચી શકતો ત્યાં પ્રસન્ન એના પ્રેમીના કાનમાં કશુંક બોલી રહી હતી. એણે ગુલાબી રંગની સાડી અને રાખોડી રંગનું બ્લાઉઝ પહેર્યાં હતાં – આકર્ષક દેખાતી હતી પણ હંમેશ મુજબ ટુકડે ટુકડે રડ્યા કરતી હતી... એનો પ્રેમી કૉન્ટ્રેક્ટરની માશૂકાને ટીકી ટીકીને જોઈ રહ્યો હતો.

હજી ખાણાને કેટલો સમય બાકી હતો? એણે વ્હીસ્કીના ગ્લાસને ફરી નજીક ખેંચતાં વિચાર્યું, અને પછી તરત જ યાદ આવ્યું કે પાકીટમાં માત્ર ત્રણ જ સિગારેટ બાકી હતી – આ ખાણા પહેલાંનો સરંજામ. ખાણા બાદ એક આખું ભર્યું પાકીટ – એક જ – અને વહેલામાં વહેલું અરધી રાત પછી બે વાગ્યે ઊંઘવાનું – એટલે કે ઊંઘવા પડવાનું.

અત્યારે કેટલા વાગ્યા હશે?

'વાયરિંગ ખલાસ હો ગયા હય. ઈસ વઝહ ઘડિયાળ બંધ હય.' મૅનેજર ગોમ્સે એને ગઈકાલે કહ્યું હતું. ઘડિયાળ આજે પણ બંધ હતું.

કુકટ દરવાજાને ખીજથી ધક્કો મારી બહાર જતો દેખાયો. તરત ઊંચે અવાજે વાતો કરતું પત્રકારોનું એક ઝૂમખું અંદર દાખલ થયું.

'જબરદસ્ત સભા છે – વિરાટ!'

'પણ સરઘસ શાન્ત અને દેખાવો અહિંસક – હા – હા – હા –' હસનારને ક્યાંથી ખબર પડે કે એના હાસ્યમાં ભારોભાર કર્કશતા ભરી હતી.

'એઈ, તું પાન લાવ્યો?'

'હેં?'

'શું ઑર્ડર આપે છે, બીઅર? મને બાદ કરજે યાર, હું આજે મુફલિસ છું!'

'અરે, આ પેલો સંતોષ તો નહિ – આધુનિક ચિત્રકાર? એ બેઠો એ દાઢીવાળો, હાથમાં પાઇપ રહી ગઈ છે તે?'

'એબસ્ટ્રેક્ટ ચીતરે છે – બિલકુલ એબસ્ટ્રેક્ટ – અર્થવાહી વિવિધ

રંગી ધાબાઓ – લપેડા – રેખા... ટપકાં... અને ... અને....'

*

અને આ પણ રોજ બનતું કે પેલી છોકરી પછી એના ટેબલ પર આવીને બેસતી. કોઈ વાર એની સાથે જ ઊઠતી, કોઈ વાર એના ગયા પછી મોડે સુધી બેસી રહેતી.

'જાઓ છો? હું તો બેસીશ થોડી વાર.'

'એકલી?'

ફરી એક વાર વાળની લટ ઊંચી કરતાં, એની ટકરાતી નજર પરથી નજર ફેરવી લઈ દયામણું હસી એ હા પાડતી ત્યારે એને બહુ ગમી જતી... અને એ વિદાય લેતો ત્યારે.

'વધારાની સિગારેટ છે?... બેચાર મૂકતા જશો?'

સિગારેટ લેતાં એ છોકરીના હાથનાં આગળાંનાં ઠંડાં ટેરવાં એને અડી જતાં ત્યારે? ત્યારે એક પ્રકારની ઉષ્માભરી કમકમાટી અંગેઅંગ પર ફરી વળતી... અને એ પણ લગભગ રોજનો અનુભવ!

'ફરનાન્ડિસ, સૂવર કા બચ્ચા!'

વેઈટરને ગાળો ભાંડતા મૅનેજર ગોમ્સનો બેરિટોન અવાજ અંતરે અંતરે સંભળાતો રહેતો!

પેલી છોકરી એના ટેબલ પર આવી બેસતાં સભ્યતાની ખાતર થોડું હસી.

'હું આજે તમને ડ્રિંક ઑફર નહિ કરી શકું. બેકાર છું!'

'એમ?'

એ ઉદ્ગારમાં, એને લાગ્યું કે, કશુંક એવું વિશિષ્ટ હતું કે જેની ખીંટીએ થોડીક પળો ઉત્સુક બની ટિંગાઈ રહી... અને એક ચોક્કસ વાત લાંબા સમય બાદ આજે એને વિચિત્ર લાગી.

'વિચિત્ર,' એણે કહ્યું કે એક ટેબલ પર આપણે રોજ બેસતાં હોઈએ, ચર્ચા કરતાં હોઈએ... અને હું તમારું નામ પણ ન જાણતો હોઉં, શું નામ છે તમારું?'

'સિબિલ.'

'યહૂદી?'

'હં.'

એ હસ્યો અને પછી અકારણ કે કોણ જાણે કેમ એણે હસ્યા કર્યું. સિબિલે ગંભીર બની એની તરફ જોયું... અંતે એ જોરથી હસી પડ્યો.

'કેવું બેહૂદું હસો છો?'

'હવે યાદ આવ્યું – એક વાર ક્યારેક મેં પૂછેલું ત્યારે તમારું નામ ઈવ્લીન હતું.'

'તે દહાડે હશે.'

'નામ બદલાતું રહે છે?'

'હું સ્વયં બદલાતી રહું છું.'

બસ, અહીં બધી વાતોનો અંત આવ્યો.

એણે વ્હીસ્કીનો ગ્લાસ ગોળ ગોળ ફેરવ્યો. અંદરનું પ્રવાહી ભમરડી ફરતું રહ્યું – વિચારો ફરતા રહ્યા. હજુ બંધ પડેલા ઘડિયાળની આસપાસ રચાતા કરોળિયાના જાળાના તંતુઓ પર સમય લંબાતો રહ્યો.

✳

'એવું છે કે પ્રદર્શનોમાં છાશવારે જોવા મળતાં 'એબસ્ટ્રેક્ટ્સ' સાચાં 'એબસ્ટ્રેક્ટ્સ' નથી કારણ કે એ પ્રકૃતિ પર આધારિત છે.'

સંતોષ લાંબા વાળવાળા દુર્લભને સંબોધીને બોલી રહ્યો હતો.

'સાહિત્યમાં પણ વાસ્તવિક ઘટનાને અડીને રચાતું સાહિત્ય સાચું સાહિત્ય નથી.'

એક પત્રકારે આ સાંભળ્યું.

એણે બેધ્યાનપણે ખિસ્સામાંથી પડીકું અને પડીકામાંથી એક પાન કાઢી, સંભાળીને મોઢાને ખૂણે ગોઠવીને મૂક્યું.

'બેવકૂફ!'

એ બોલી ઊઠ્યો. પાનવાળા લાલ થૂંકનું એક ટીપું બુશશર્ટ પર ટપકી

પડ્યું અને મોટું થતું દેખાયું.

✳

'હું?'

સિબિલે કહ્યું.

'એમ.એ. વિથ સાયકોલૉજી, થીસિસ તૈયાર કરું છું... ઈન્સ્ટિટ્યૂટમાં રિસર્ચ સ્કૉલર છું. બોલો હજી કંઈ પૂછવું છે?'

'હા – તારી વિકૃતિ શી છે, સિબિલ?'

સિબિલ મુક્ત હસી પડી.

દુર્લભે ડોકું ફેરવી એની તરફ જોયું, સંતોષ બોલતો અટકી પડ્યો.

પેલા અંધારા ખૂણામાં પ્રસન્નનું ડૂસકું દૂંપાઈ જતું સંભળાયું.

કૉન્ટ્રેક્ટરે ગ્લાસમાંનું પ્રવાહી એકસામટું ગળામાં રેડી દીધું. એ જોઈ, લાડથી એને અઢેલી જતી એની માશૂકા મુસ્કરાઈ.

ટેબલની સપાટી પર એની અરધી પિવાયેલી વ્હીસ્કીનો ગ્લાસ અવાજ કર્યા વિના સરતો રહ્યો.

કોઈક પ્લેટ પર છરીકાંટાનો અવાજ, ક્યાંક જમીન પર શૂઝ ઘસાતા હોવાનો અવાજ, કાંઈક ઉતાવળે લેવાયેલો શ્વાસ, કોઈક દબાયેલું હાસ્ય – આ શરાબખાનાની ખામોશી પર નમૂનેદાર નકશી કોતરી રહ્યાં.

પવનનો એક ઝપાટો બારીના વજનદાર પરદા પરની ધૂળ ખંખેરી ગયો. રસોડાના ઉંબરા વચ્ચોવચ ઊભેલી મીંદડીનું મૌન એની તરફ એકીટશે જોઈ રહ્યું.

'અછત... બિલકુલ અછત.'

પત્રકારોમાંથી કોઈ બરાડી ઊઠ્યું.

'તેલ, ખાંડ, ચોખા, ઘઉં...'

✳

સિબિલ ઓચિંતાની અકારણ હસી પડી.

'કેમ કંઈ યાદ આવ્યું?'

એ ખુરશીને અઢેલીને વધારે હસવા જતી હતી ત્યાં અચાનક એના

ફિક્કા ચહેરા પર લાલી ધસી આવી. ઉપરાઉપરી આવતી ખાંસીથી ગૂંગળાઈ, ટટ્ટાર થતાં એ બેવડ વળી ગઈ.

એના વિચારોની ગતિ દિશા બદલી ગઈ

'અરે,' જેટલો નાનો ઉદ્‌ગાર માત્ર એના ગળામાંથી છટકી શક્યો. એક પ્રશ્ન ધૂંધળી હવા બની એના હોઠ પર વિખરાઈ ગયો.

ત્વરાથી ઊભી થઈ, વૉશબેસીન તરફ દોડી જતી સિબિલના વાંસા પર એની નજર છિન્નભિન્ન થઈ ગઈ ત્યારે કશીક મૂંઝવણ અને મૂંઝવણની સતામણી ઉપસ્થિત થઈ હોવાનો એને ખ્યાલ આવ્યો.

અત્યાર સુધી જાળવી રાખેલી વ્હીસ્કી એ ઉતાવળે ગટગટાવી ગયો. ખાલી ગ્લાસને ટેબલની સપાટી પર મૂકતાં એનો હાથ ધ્રૂજી ગયો.

ખાલી ગ્લાસ.

અવકાશમાં છૂટા પડેલા – વજનહીન અને દિશાશૂન્ય બનેલા કોઈ એક વિચાર જેવો ખાલી ગ્લાસ!

વૉશબેસીન આગળથી પાછી ફરેલી, પસીનો પસીનો થઈ ગયેલી, ઉતાવળે શ્વાસ લેતી સિબિલ ખુરશીમાં ફસડાઈ પડી.

'તમને કશુંક થઈ ગયું?'

એ પ્રશ્નની ઉત્સુકતા પાછળ સમય થોડો અમસ્તો જ ઢસડાયો.

'કોઈ વાર હું તમને મારી છાતીની ઍકસરે પ્લેટ બતાવીશ. મહીં ફેફસાંમાં કેટલાંક કાણાં છે – આવડાં આવડાં! કોઈ વાર સખત ખાંસી આવે છે ત્યારે બળખામાં લોહી પડે છે.'

'ટી. બી.?'

સિબિલે ડોકું ધુણાવી હા કહી.

'ઓહ!'

'કેમ? હવે મારો સંગ કરતાં બીક લાગશે – ખરું?'

'ના – ના. એવું કંઈ નથી.'

'જૂઠ્ઠું નહિ બોલો.'

પણ એ વિચારી રહ્યો હતો.... અવકાશ એક અજબ વસ્તુ છે. એમાં

માણસ દિશાહીન બની શ્રમ કર્યા વિના ફર્યા કરે.... અટકે જ નહિ. આ ગ્લાસને વારે વારે ગોળ ગોળ ફેરવવાની જરૂર નહિ. એક વાર ફેરવ્યો એટલે ફર્યા કરે, પણ એવું બને કે...

'મારે આવતી કાલથી આરામ લેવો પડશે.'

સિબિલે નીચું માથું કરી ટેબલના કાચની લીસી સપાટી પર હાથ ફેરવ્યો. એની આંગળીઓનાં ઠંડાં ટેરવાં ફરી એના હાથને અડી ગયાં... અને એ ઠંડો, કંપતો, કોમળ, દુર્બળ હાથ થાકથી લોથ થઈ એના હાથ પર પડી ગયો.... પડી રહ્યો..... એક પળ, બે પળ.... ત્રણ પળ..... કોણ જાણે કેટલી પળો સુધી! પછી પળોએ પોતાની સંખ્યા અને પળપણું ગુમાવ્યું ત્યારે સિબિલ, જાણે અમસ્તી જ હસતી હોય એમ પોતાને હોઠને ખૂણે થોડું હસી.

એણે પોતાનો હાથ પાછો ખેંચી લીધો.

બસ એ જ સમયે એણે સીલિંગના પંખાને અવાજ કરતો સાંભળ્યો.

*

સંતોષે બૂટની એડી પર પાઇપ ઠોકીને ખાલી કરી. પછી પાઇપના મોઢામાં એ કશુંક શોધતો હોય અને શું શોધી રહ્યો છે એની ગતાગમ ન હોય એમ મૂઢની જેમ મોઢું વિકાસીને જોઈ રહ્યો.

દુર્લભ ગ્લાસને મોઢે અડાડવાની મથામણ કરી રહ્યો હતો. એ તરફ કૉન્ટ્રેક્ટરની પ્રેમિકા આંગળી ચીંધી કર્કશ હસી રહી હતી.

ઉપર ફર્યા કરતા પંખાથી કપાતી રહેતી હવા વેદનાની એકધારી બૂમ પાડી રહી હતી.

.....અને.....

અને અવકાશમાં ગતિહીન વિચારો – વજનહીન,આધારહીન.

વ્હીસ્કીનો એક ખાલી ગ્લાસ.

અને હજી તો નવમાં પાંચ કમ!

*

ગોમ્સ કાઉન્ટર પરના ચોપડામાં કશુંક લખી રહ્યો હતો.

એક પત્રકાર ખુરશી પર આડો થઈ સામેની ખુરશી પર પગ લંબાવી પડ્યો હતો. બીજો પાન ચાવતો હતો તે સ્વસ્થ હતો. ત્રીજો ટેબલ પર વાંકો વળી કશુંક લખી રહ્યો હતો. ચોથો લખાતું વાંચી રહ્યો હતો

'એક લાખ ક્ષુધાર્ત માનવીઓની સભામાં એકત્રિત થયેલી મેદનીએ પોતાનું અસ્તિત્વ ટકાવી રાખવા સેવેલો આગ્રહ.'

'બરાબર છે?'

'ભ્રષ્ટાચારભર્યો સમાજ હવે જડમૂળથી પરિવર્તન માગે છે...'

એ લખતો અટકી પડ્યો – કશુંક વિચારી રહ્યો. પછી પ્રશ્નાર્થમાં ડોકું વાંકું કરી લખાણ વાંચી રહેનારને એણે પૂછ્યું:

'ક્રાન્તિ કે લોકશાહી?'

'નવ વાગ્યે.'

'શું બકે છે?'

'મેં કહ્યું આ ક્ષુધાર્ત માનવીઓની સભા આશરે નવ વાગ્યે વિખરાશે!'

'બેવકૂફ!' એણે પેન્સિલ પકડેલા હાથની મૂઠી વાળી ટેબલ પરનાં લખાણવાળાં પાનાંઓ પર જોરથી અફાળી.

'ફરનાન્ડિસ... સૂવર!'

'અછત.'

પેલો પત્રકાર ફોનોગ્રાફની જેમ વાગી ગયો.

'હા જરૂર, જીવનની જરૂરિયાતવાળી ચીજોની જ માત્ર નહિ – ખુદ જીવનની અછત.'

'આફરીન.'

અને ફરી પાનના થૂંકનાં નાનાં બિન્દુઓનો ફુવારો ઊડ્યો.

'હતાશા... કંટાળો.'

'વિચિત્ર!' સંતોષ સ્વગત બોલ્યો.

'અતિ વિચિત્ર કે એક ટેબલ અને બીજા ટેબલ વચ્ચે અંતર વધ્યે જતું હતું... ટેબલની સપાટી પણ લંબાતી દેખાતી હતી... આ શરાબખાનું

વિસ્તાર પામી રહ્યું હતું.'

'સમયની નિયત સપાટી પર સ્થળવિસ્તાર?'

'આ વાત આઈન્સ્ટાઈને પણ નથી કહી.'

✳

'તમે સ્ત્રીના મન કરતાં એના રોગમાં વધારે રસ લેતા જણાઓ છો!'

ઊંડો શ્વાસ લઈને જન્મતું, જન્મીને તરત કરમાઈ જતું સિબિલનું સ્મિત... એક સ્ત્રીના કારુણ્યને સ્મિતની વેશભૂષા સજે ત્યારે જે બનવું જોઈએ તે અત્યારે બની ગયું...

એ અવાક બની જોઈ રહ્યો.

'જોજો, મારી વિકૃતિ જાણીને પસ્તાશો, અને પછી એવી અરુચિ ઉત્પન્ન થશે તમને મારી તરફ કે હું તમને ખોઈશ.'

એ ફરી એવું જ હસી.

'અચ્છા, એમ કરો, આજે હું તમને ડ્રિંક ઑફર કરું.'

'જી નહિ, ઉપકાર.'

'કેમ એમ?'

'હું દયાની બક્ષિસ પીતો નથી.'

'તમારું વર્તન તોછડું છે.'

'છે.'

'પણ... ખબર છે ને રાત હજી લાંબી છે.'

'ખબર છે.'

'ભોળા છો તમે... તમને કોઈ વાતની ખબર નથી.'

સિબિલની કીકીઓએ અત્યાર સુધી એની નજરનો સંગ છોડ્યો નહોતો.

અને એણે પોતાની જાતને પૂછ્યું કે આનંદ ને સતત ગૂંગળામણની સંકડામણ વચ્ચે જીવવાનો કોઈ અંત ખરો કે નહિ?

'આ માણસ,' સંતોષે એની તરફ આંગળી ચીંધતાં દુર્લભને કહ્યું, 'આફત નોતરી રહ્યો છે!'

બસ થઈ ચૂક્યું.

વ્હીસ્કીનો ગ્લાસ ખાલી હતો. રાત અભંગ નહોતી રહી. સિબિલ એની લાગણીઓને અડીને દૂર ખસી ગઈ હતી.

એની પજવણી ચાલુ હતી.

નાસભાગ કરતી હવા શ્વાસ લેવા થંભી. બારીનો પરદો થોડું હલીને સ્થિર થયો.

રાત ઉંબરે આવીને ઊભેલી દેખાઈ.

ના – એ રાત નહિ જે એને ત્યજી ગઈ હતી. કોઈ અન્ય સામાન્ય રાત... અનેકમાંની એક સ્ત્રી જેવી, એકાન્તમાં નિર્લજ્જ અને બીભત્સ!

લાગણીઓનો આવો અનહદ આવેશ!

એને ખબર ન રહી કે એ બેબાકળો ઉતાવળથી ઊભો થયો હતો અને ખુરશી અવાજ કરીને દૂર ફેંકાઈ ગઈ હતી.

સિબિલે એનો હાથ પકડવાનું કર્યું.

'તમે અસ્વસ્થ છો!'

'એ ખલાસ છે.'

સંતોષ બોલી ઊઠ્યો.

હસવા જતો દુર્લભ હેડકી ખાઈ ચૂપ રહી ગયો.

ખુલ્લા રહી ગયેલા ગોમ્સના હોઠ પર 'ફરનાન્ડિસ'ની બૂમ ખામોશ બની ગઈ.

પત્રકારોએ ખુરશી ફેરવી એની સામે જોયા કર્યું.

અને... અને સંપૂર્ણ બંધ થતા વૉશબેસીનના નળમાંથી, વહી જતા આયુષ્ય જેવું, પાણીનું એક એક ટીપું ટપકી રહ્યું!

✴

ગોમ્સ કાઉન્ટર પરના ચોપડામાંથી માથું ઊંચું કરી, ચશ્માં ચોપડા પર મૂકી, એકધ્યાન બની કશુંક સાંભળી રહ્યો.

'મુર્દાબાદ, લેકે રહેંગે, અમર રહો !'નાં સૂત્રોનો અવાજ દૂરથી નજીક આવતો સંભળાયો.

એક મચ્છર સંતોષના કાન આગળ 'ડાઈવ' મારી દૂર જતો રહ્યો.

અત્યાર સુધી કશુંક લખી રહેલા પત્રકારે ટેબલ પરથી પાનાં ઊંચકી પાકીટમાં ભર્યાં અને બીજાઓ તરફ ઉતાવળે ફરતાં પૂછ્યું:

'હું તો જઈશ – કોઈને આવવું છે મારી સાથે?'

પાન ચાવતો પત્રકાર ખુરશી પર પગ લંબાવી ગયો. બીજા બે એના તરફ પીઠ ફેરવી ગયા. રસ્તા પર, હજારો પગ કોઈ બેકાબૂ ઉતાવળને વશ થઈ ભાગતા હોવાનો અવાજ છેક નજીક આવી પહોંચ્યો.

'મુર્દાબાદ'ની લંબાઈ ગયેલી એક ચીસ અને એક દેહ જમીન પર પછડાયાનો અવાજ બાર-રૂમનાં બંધ બારીબારણાંને ભેદી અહીંની બદબોભરી ગરમ હવા વચ્ચે ઘૂમી રહ્યો.

અણઘડ બેબાકળા ઉતાવળા પત્રકારનો પાકીટ ઉઘાડતો હાથ ધ્રૂજી રહ્યો.

'નથી આવવું?'

અને જવાબની રાહ જોયા વિના એ જતો રહ્યો. એક પળ બાદ, એની પાછળ સ્વિંગ ડોરનું હલનચલન બંધ પડ્યું.

*

એણે સિબિલને પડખે ખેંચી. સિબિલનું માથું સહેલાઈથી એને ખભે નમી પડ્યું.

'તમને ખબર છે?'

એ હસતી હતી – આવા કસમયે!

'તમને ખબર છે, મને કબ્રસ્તાનમાં ફરવાનો શોખ છે. ઊંચાં વૃક્ષો, શીતળ હવા, નીરવ એકાન્ત અને સાથી તરીકે કોઈના વ્યતીત જીવનની સ્મૃતિઓ! તમે અમસ્તા જ લટાર મારવા ગયા છો કોઈ દહાડો કબ્રસ્તાનમાં?'

'નહિ.'

'જજો કોઈક વાર, અથવા આવજો મારી સાથે, તમને ગમી જશે!'

*

પરદાવાળી બારી આગળના ફૂટપાથ પરથી કોઈ જીવ લઈને નાસતું સંભળાયું...

એ જ પળે પ્રસન્નના ગાલ પર એના પ્રેમીનો તમાચો ઠોકાયાનો અવાજ પણ સંભળાયો.

કોઈક આડું જોઈ ગયું, કોઈક બોલતું અટકી પડ્યું, વાચા માગતા કોઈકના વિચાર વેરવિખેર થઈ ગયા...

બાર-રૂમમાં સન્નાટો છાયો.

એની છાતી વચ્ચેની હૂંફ જતી રહી કે શું થયું, એણે સિબિલને પોતાની નજીક ખેંચવાનું કર્યું.

'થોભો... પણ થોભો જરા!'

ફરી એ ઓચિંતાની નીચી નમી. ઉધરસ ખાતી વૉશબેસીન તરફ દોડી.

*

દુર્લભ ખુરશીને ટેકે ઊભો થયો અને પોતાનો રૂમાલ જ્યાં નહોતો ત્યાં શોધવા, ઉપલા ખિસ્સામાં આંગળાં ઘોંચી રહ્યો.

'ડાર્લિંગ, અહીંથી જતાં રહીએ,' કૉન્ટ્રેક્ટરની પ્રેમિકા એને ખુરશીમાંથી ઊભો કરવાના વ્યર્થ પ્રયત્ન કરી રહી. 'અહીંથી ઉતાવળે જતાં રહીએ.'

'આ ભયંકર રાતના હું ઘેર નહિ જાઉં; અને આમે ઘર હવે ગમતું નથી.' પ્રસન્ને આસપાસ જોયું, એનો પ્રેમી એની પડખે નહોતો – એની આંખમાં રુદન હતું પણ આંસુ નહોતાં.

ફરનાન્ડિસ હજી તો બારનો દરવાજો બંધ કરી રહ્યો હતો ત્યાં, બારીના કાચને તોડી, સ્થિર રહેલા પરદાને હટાવી એક પથ્થર પત્રકારોના ટેબલ આગળની જમીન પર અફળાયો.

પ્રસન્નની ચીસ ગૂંગળાઈ ગઈ. કૉન્ટ્રેક્ટર – એની પ્રેમિકા, પત્રકારો અને અન્ય કેટલાકના પગ જમીન સાથે ઘસાઈ ગયા.

સંતોષે હમણાં જ સળગાવેલી પાઇપ બેધ્યાનપણે ટેબલની સપાટી

પર ઠોકીને ખાલી કરી.

'શી છે આ ધમાલ?'

'વરઘોડો પસાર થાય છે!'

પાન ચાવતા પત્રકારે ઉત્તર વાળ્યો.

એને નહિ ગણકારતાં સંતોષ દુર્લભ તરફ વળ્યો.

'શું છે આ બધું?'

'મારો રૂમાલ,' એણે લથડિયું ખાતાં ખુરશીને બન્ને હાથથી પકડી અને હેડકી ખાતાં પૂછ્યું, 'ક્યાં છે?' પત્રકારે પડીકામાંનું છેલ્લું પાન ગલોફામાં નાખતાં પડીકાના કાગળને નીરખીને જોયું. મહીં કાથાના બેઢંગા લાલ ડાઘ હતા.

'એબસ્ટ્રેક્ટ!! – હત્ તારીની!'

ઊભા થવાનો વિચાર માંડી વાળી, એ દિગ્મૂઢ અચંબાથી ખુરશીમાં જકડાઈ ગયો,

✳

બારના દરવાજાને કોઈએ જોરથી ધક્કો માર્યો... 'ખોલો... ખોલો..ખુદાની ખાતર કોઈ ખોલો!'

રસ્તા પર, કેટલાક પગ બાર તરફ દોડી આવતા સંભળાયા ન સંભળાયા એટલી વારમાં તો બાર પર પથ્થરો અને સોડા વૉટરની બાટલીઓનો મારો શરૂ થયો. બારીના કાચ, વેન્ટિલેશન, પ્લાયવુડનાં પેનલ ફટોફટ તૂટવા લાગ્યાં.

સંતોષ સિવાયની બારમાંની બધી વ્યક્તિઓ – ગોમ્સ – ફરનાન્ડિસ સુધ્ધાં, ફૂટપાથવાળી બાર અંદરની ભીંતને પડખે લપાઈ.

થોડી વારે આસ્ફાલ્ટના રસ્તા પર દોડતા ઘોડાના દાબડાનો અવાજ સંભળાયો. પોલીસ જીપનાં હૉર્ન અને બ્રેક લાગતાં રસ્તાની સપાટી પર ટાયરની ચિચિયારી સંભળાઈ અને એ બધા અવાજને પડખે કરી એક ભયંકર અવાજ ગર્જી ગયો.... ગોળીબારનો!

✳

માત્ર નવ પાંત્રીસ.

બારીના ફૂટેલા કાચના ટુકડાઓની જેમ રાત્રીની ઘડીઓ એવી તો વેરવિખેર પડી હતી કે એમને હવે એકેક કરીને કે એકસામટી એકઠી કરી શકાય તેમ નહોતું.

દિવસ...રાત્રિ.

દિવસ માણસને જકડી રાખે અને રાત્રીને માણસ પકડી ન શકે, આથી અધિક માનવીની કઈ અવદશા હોઈ શકે?

કટાણે માણસને કેવા બેનમૂન ખ્યાલ આવતા હોય છે.... કે... કે આ બધું થોડી ક્ષણો બાદ પસાર થઈ જશે.

થોડા દિવસો બાદ હકીકતનું જુઠાણું ઇતિહાસ કહેવાશે. સત્ય પર ડહાપણનો કાટ ચઢશે.....

અને... ઓહ આ બેચેની!

રાત્રીના દેહ પર ફરી વળતા જીર્ણ – જ્વર જેવા આ વિચારો!

'અરે ઓ......., ખોલો ખોલો........ ઓ.....ઓ'ની છેલ્લી બૂમ પાડી એક દેહ બારના દરવાજા પર અફળાઈ પડતો સંભળાયો.

'જોસેફ!' કહેતી સિબિલ વૉશબેસીન આગળથી પાછી ફરતાં અધવચ્ચે અટકી પડી અને બેવડી વળી ગઈ. એના કાળા વાંકડિયા વાળ તોરણ બની એ જ ચહેરા પર ઝૂકી રહ્યા.

ટેકો શોધવા એણે હાથ લંબાવ્યો.

ઉપરાઉપરી આવતી ઉધરસની ઘૂમરીઓને અટકાવવા સિબિલે મોઢે હાથ ધર્યો.

પછી.... ઉધરસનો એક છેલ્લો ઠણકો...એક લથડિયું અને એના મોમાંથી લોહીનો ધોરિયો વછૂટ્યો.

ધ્રૂજતાં અંગો, ઉતાવળે ભરાયેલાં બે પગલાં, અને એણે સિબિલને ઊંચકી લઈ સોફા પર સુવાડી. ઘડીક પહેલાંની ઉત્સુક આંખ અત્યારે અરધી બંધ હતી. એ ઉતાવળે અડધા શ્વાસ લેતી હાંફી રહી હતી.

'સિબિલ, સિબિલ!'

સિબિલ માત્ર એક વાર પાંપણોને ડોળા પરથી ઊંચકી શકી. સ્મિતનો નિષ્ફળ પ્રયત્ન કરી રહેલા હોઠને ખૂણેથી એક લોહિયાળ બળખો છૂટો થઈ એના ખભા પર સરી પડ્યો. એણે સિબિલના ચહેરા પરથી લોહી લૂછી નાખ્યું અને નિષ્પ્રાણ ત્વચા પર શરદની પૂર્ણિમા આવીને બેઠી... એક અતિ સુંદર સાહસનું શિલ્પ. વાંકા રહી ગયેલા ચહેરાની નજાકત. સ્તન પર ટેકવાયેલા હાથનો પંજો સરી ગયેલા સ્કર્ટ નીચે જરા વાંકો રહી ગયેલો પગ... વીનસ-દ-મીલો!

હવે બધું શાંત પડ્યું, કોલાહલ વિખરાઈ ગયો. ક્વચિત્ પસાર થતાં પોલીસ વાહનોના અવાજ સિવાય, બાર-રૂમમાં અને એની બહાર વાતાવરણ સ્તબ્ધ બન્યું. ફરનાન્ડિસ બારના દરવાજે હળવે પગલે જઈ રહ્યો હતો... એને જતો કોઈએ જોયો, કોઈએ નહિ જોયો. એણે બાર-રૂમનો દરવાજો ખોલી નાખ્યો અને એક માથું બારના ઉંબરાની આ બાજુ ઢળી પડ્યું.

'કુકટ?'

સંતોષ બારના દરવાજા તરફ દોડી ગયો. દુર્લભ એની પાછળ ચાલ્યો. કૉન્ટ્રેક્ટર અને એની સાથેની ભરાવદાર અંગોવાળી સ્ત્રી પણ ત્યાં દોડી આવ્યાં. પ્રસન્ન રસોડામાં જતી રહી.

'જોસેફ!'

એના હોઠ પર એ શબ્દ હઠ કરીને ઊભો રહી ગયો. જોસેફના માથા નીચેથી વહી નીકળેલો લોહીનો એક નાનકડો પ્રવાહ થોડું આગળ વધી અટકી પડ્યો અને થીજવા લાગ્યો.

બસ, એ જ સમયે –

સિબિલનો હાથ એની છાતી પરથી સરી જઈ સોફાની બાજુમાં લટકી પડ્યો, ઘડિયાળના લોલક જેવો, સમયની છેલ્લી થોડીક ક્ષણોની નોંધ લઈ સ્થિર થયો.

એકાદ-બે આંસુ, થોડા નિઃશ્વાસ અને બેચેન મન લઈ બધા વિખરાયા – જતા રહ્યા.

પાણીના ગ્લાસ, ઊંધી વળેલી બાટલીઓ – પ્લેટ – છરી-કાંટા–

પથ્થર, કાચના ટુકડા, બારીનો સ્થિર પડદો નછૂટકે હતો ત્યાં પડી રહ્યો.

'સિબિલ' – બસ એક આ નામ સિવાય એ આ છોકરી વિશે બીજું કશું જાણતો નહોતો.

તોય એ એને પડખે બેસી રહ્યો...એક ક્ષણ...એક રાત..

એક દિવસ...એક વરસ...એક યુગ... અનેક યુગો સુધી!

સમય માત્ર દસ અને પાંચ... અને રાત હજી લાંબી હતી!

ખરા બપોર

અંગારઝરતા ખરા બપોરે એક સ્ત્રી પોતાના ઝૂંપડાના ઉંબરામાં ઊભી ઊભી ક્ષિતિજ પર મીટ માંડી રહી હતી.

જેઠ મહિનાના ખરા બપોર હતા. માટીની દીવાલ અને ઘાસની છતવાળા ઝૂંપડાના છાંયડામાં પણ દઝાડે એવી લૂ વાતી હતી. ચારે દિશાઓમાં જેઠ મહિનાના સેતાની વાયરાઓ ઘૂમી રહ્યા હતા. સામે વિસ્તરેલા રણનાં મેદાનોમાં ચકરભમર ફરતી, ઊંચે આભ સુધી પહોંચતી ધૂળની ડમરીઓથી ચારે દિશાઓ ઢળી પડી હતી.

ઝૂંપડાના ખુલ્લા બારણામાંથી ધસી આવતી અને ઘાસની છતમાંથી વરસતી ધૂળ વચ્ચે ભડકે બળતી લૂથી દાઝતી આ સ્ત્રી ઉંબરા પર ઊભી હતી, તે ક્ષિતિજ તરફ સતત મીટ માંડી રહી હતી.

છેક વહેલી બપોરથી એ અસ્પષ્ટ ક્ષિતિજની ચોકી કરી રહી હતી. સામેનાં સપાટ મેદાનો પર ફરી વળતી એની વેધક દૃષ્ટિ ક્યારેય બેધ્યાન બનતી નહોતી દેખાતી. એની આંખો પર થાકનો ભાર દેખાતો હતો. ઉંબરા પર એક જ અદામાં થીજી ગયેલો એનો દેહ આમ તો સ્વસ્થ દેખાતો હતો પણ એની સમગ્ર બેચેની એના સૂકા, રૂપાળા ચહેરા પર કદરૂપી રેખાઓ આંકી ગઈ હતી.

આમ ને આમ મધ્યાહ્ન થવા આવ્યો ત્યારે એ સ્ત્રીની ભમતી દૃષ્ટિએ ધૂળની દોડી જતી ડમરી પાછળ એક ઓળાને શોધી કાઢ્યો.

એની આંખ ચમકી ઊઠી. એની થીજી ગયેલી અદા વિખેરાઈ ગઈ અને એ ટટ્ટાર બની. ઓળો નજીક આવતો ગયો અને એનો આકાર સ્પષ્ટ દેખાયો ત્યારે એ સ્ત્રીના મોઢા પર અત્યાર સુધી તંગ રહેલી રેખાઓ કંઈક

હળવી બની.

એની ગતિ મંદ હતી. એ બરડામાંથી વાંકો વળેલો હતો અને એનું માથું ઢળેલું હતું. એના બેઉ હાથ એની બાજુમાં લટકી રહ્યા હતા.

સ્ત્રીની આંખ ફરી વાર ચમકી અને એનું મોઢું મરડાઈ ગયું. આજે પણ એ પુરુષ ખાલી હાથે પાછો ફર્યો જણાતો હતો. જેમ જેમ એ ઘરની નજીક આવતો ગયો તેમ તેમ તેની શક્તિ ખૂટતી જણાઈ. છેક ઘર નજીક આવી પહોંચતાં એના પગ લથડ્યા. એણે પોતાના બેઉ હાથ ઓટલે નાખી દઈ આશરો લીધો. અતિશય વાંકો વળી, માથું છેક જ નીચું નાખી દઈ એણે જોરથી હાંફ્યા કર્યું.

ચોમેર શાંતિ છવાઈ હતી. હોલો, તેતર, બુલબુલ, કાગડો કે કોઈ પક્ષી ક્યાંય ઊડતું દેખાતું નહોતું. એક નાનકડી ટેકરીની ઓથે અને એક કૂવાને આશરે વસેલું બારેક ઝૂંપડાંવાળું આ ગામડું નીરવ – મૃતપ્રાય પડ્યું હતું. ઊભા ઝિંકાતા જેઠ માસના ખરા બપોરના તાપ નીચે ધરતી તરફડી રહી હતી.

ઉંબરે ઊભેલી પેલી સ્ત્રી હજીયે એ પુરુષ તરફ મીટ માંડી રહી હતી. અત્યાર સુધી ક્ષિતિજને ખૂંદીને પાછી વળેલી એની આંખો વિશ્રામ લેતી દેખાતી હતી અને બેચેન રેખાઓ વિનાનો એનો ચહેરો બિલકુલ ભાવહીન બની ગયો હતો.

હાંફતાં હાંફતાં પુરુષે એક વાર સ્ત્રી તરફ જોયું. એ વેળા એની નજર સ્ત્રીની નજર સાથે અથડાઈ. એના ચહેરા પર અણગમો અને તિરસ્કાર તરી આવ્યાં. એણે ત્વરાથી ફરી માથું નીચું ઢાળી દીધું અને હાંફ્યા કર્યું – આ સ્ત્રી હજીય આટલી સ્વસ્થ અને શાંત હતી, એમ ને? એની આંખોમાં આવકારનો ભાવ ન જ હતો ને? ત્રણ દિવસના ભૂખમરા પછી પણ એના ચહેરાની ચમક હજીયે એવી જ તાજગીભરી હતી – ખરેખર?

પુરુષે ફરી માથું ઊંચું કરી તિરસ્કારથી સ્ત્રી તરફ જોયું. એણે હોઠ ખોલી દાંત ભીંસ્યા ત્યારે ધૂળેભર્યો એનો નિસ્તેજ ચહેરો વિકરાળ દેખાયો.

'બાઘા જેવી સામું શું જોઈ રહી છો, નીચ! હલકટ?'

પેલી સ્ત્રીએ પોતાની સ્વસ્થતા ગુમાવ્યા વગર બારણા પાછળ તૈયાર રાખેલો પાણીનો લોટો ઊંચકી પુરુષના હાથમાં આપ્યો. લોટો ઝીલતાં પુરુષનો હાથ જરા થથર્યો. એણે હથેળીમાં થોડું પાણી લઈ આંખે છાંટ્યું. એટલું જ થોડું પાણી એણે ડોક પાછળ રેડ્યું. એની ઠંડક અનુભવવા એ જરા થોભ્યો. પછી એણે ઉતાવળે લોટાને હેઠે મૂક્યો. ગળાને પાણીનો સ્પર્શ થતાં જ એની આંખમાં ચમક આવી. એનામાં વધારાનો જીવ આવતો દેખાયો અને ઘડીએકમાં તો એ અર્ધો લોટો ગટગટાવી ગયો!

મીટ માંડી રહેલી પેલી સ્ત્રી એકદમ કૂદકો મારી ઓટલા પરથી હેઠે ઊતરી આવી અને એવી જ ઓચિંતી ઝડપથી એણે પુરુષના હોઠેથી પાણીનો લોટો છીનવી લીધો. કોઈક ધાવતા બાળકને એની માના સ્તનથી બળજબરીથી અલગ કરતાં જે દુઃખમય અતૃપ્તિનો ભાવ બાળકને મુખે જન્મે એવો ભાવ પેલા પુરુષના ચહેરા પર ફરી વળ્યો.

'લાવ, પાણી લાવ!' કહેતો પુરુષ વીફર્યો. એની હડપચી પરથી બેચાર પાણીનાં ટીપાં સૂકી ધૂળ પર ટપકી પડતાં દેખાયાં. બન્ને હાથે ઝાપટ મારી એણે સ્ત્રીને પકડવા પ્રયત્ન કર્યો. સ્ત્રીએ લોટાવાળો હાથ દૂર લઈ લીધો ત્યારે એણે ગુસ્સાથી એનો બીજો હાથ પકડી ખેંચ્યો અને મરડ્યો.

'રહેવા દો – પણ!' પેલી સ્ત્રીએ વેદનાથી બૂમ પાડી: 'તમે જાણો છો કે આવી લૂમાં રખડી આવ્યા પછી ઝાઝું પાણી ન પિવાય, તોય શા માટે મારા પર આટલો જુલમ ગુજારો છો?'

પુરુષે ફરી એક વાર નિર્દય રીતે સ્ત્રી તરફ જોયું અને એનો હાથ જવા દીધો. ઓટલો ચડી, ઝૂંપડાના કમાડને કઢંગી રીતે ધક્કો મારતાં એ દાખલ થયો અને બારણા પાસે પાથરેલી ફાટેલી ગૂણપાટ પર એ આડો થઈને પડ્યો. સ્ત્રી ઝૂંપડાના બારણા પાસે, ઉંબરા નજીક બેઠી.

એણે ધોમ ધખતી વેરાન ધરતી અને નિસ્તેજ આકાશ તરફ જોયા કર્યું. પૃથ્વીને આ છેડે દર ઉનાળે આવા ધોમ ધખતા બપોર ઊતરી પડતા. ત્યાંથી માત્ર અર્ધો ગાઉ જ દૂરથી રણનો વિસ્તાર શરૂ થતો. કઢાઈમાં શેકાતા લોટ જેવી ધગધગતી લાલ માટીવાળાં, અનંત દીસતાં મેદાનો પર જીવલેણ

વંટોળિયા ઘૂઘવાતા, હુંકાર કરતા ઘૂમી રહેતા. એમની અડફટમાં આવનાર કોઈ માનવી કે કોઈ પશુ અધ્ધર ઊંચકાઈને દૂર ફેંકાઈ જતું. સૃષ્ટિનું એવું તાંડવ અહીં રચાતું.

આવી મરુભૂમિથી માત્ર અર્ધો ગાઉ દૂર, ટેકરી ઓથેના એક નાનકડા ઝૂંપડામાંથી એ પુરુષ વિષાદભરી નજરે આકાશમાં જોતો, ફાટેલા ગૂણપાટ પર આડો થઈ પડ્યો હતો.

અને પેલી સ્ત્રી પણ બારણાને અઢેલી સામેની નિર્જીવ ક્ષિતિજ પર મીટ માંડી રહી હતી.

એ બેઉ સ્ત્રીપુરુષની જુવાનીના ખરા બપોર હતા. પુરુષ દેખાવે પાતળો પણ સશક્ત અને ઘાટીલા અવયવોવાળો હતો. સ્ત્રી ઊંચી, પાતળી, ફિક્કી અને કમનીય હતી. પુરુષ બાવીસેક વર્ષનો હશે; જ્યારે સ્ત્રી ઓગણીસની દેખાતી હતી. બેઉ એક જ દિશાએ મીટ માંડી રહ્યાં હતાં. તે વેળા બેઉનાં મુખ પર કશો ભાવ નહોતો, પણ પુરુષની આંખોની નેમ વેધક હતી. ઢળી પડેલી પાંપણોવાળી સ્ત્રીની આંખો અત્યારે સ્વપ્નશીલ દેખાતી હતી.

દોડી આવતી ધૂળની એક ડમરી બારણામાં ધસી આવી. સ્ત્રીએ અને પુરુષે આંખો મીંચી માથું ઢાળી દીધું. ઝૂંપડાનું એક બારણું જોરથી બાજુની દીવાલ સાથે અફળાયું.

પવનનો ઝપાટો પસાર થઈ જતાં સ્ત્રીના ચહેરા પર એક અણઓળખ્યો ભાવ જન્મતો દેખાયો. એની આંખો ઢળી પડી અને હોઠ થથર્યા. એ બોલી: 'કશું જ ન મળ્યું?'

પુરુષે પોતાનો ભાવહીન ચહેરો સ્ત્રી તરફ ફેરવ્યો. પછી પોતાની નજર બારણા બહાર મોકલતાં જવાબ આપ્યો: 'જો થોડુંક વધારે દોડ્યો હોત તો મળ્યું હોત!' પછી જરા વાર રહી ઉમેર્યું: 'એક હરણ પાણી વિના તરસે મરતું, દોડી દોડીને થાક્યું ત્યારે બેબાકળું બનીને ચાલ્યું જતું હતું. એનામાં લાંબું દોડવાની શક્તિ નહોતી રહી. મેં એને દોડીને પકડી પાડ્યું હોત, પણ એટલું દોડ્યા પછી એને ઊંચકીને આટલે લાંબે પાછા ફરવાની

શક્તિ મારામાંયે નહોતી રહી. હું એને જતું જોઈ રહ્યો અને પાછો ફર્યો.'

આટલું કહી પુરુષે માથું ઢાળી દઈ, લાંબા થઈ સૂઈ જતાં એક નિઃશ્વાસ છોડ્યો. એનાથી બોલાઈ જવાયું: 'નસીબ!'

સ્ત્રીના મનમાં એ શબ્દનો પ્રત્યાઘાત જન્મ્યો. એ મનમાં જ બબડી:

'મારાંયે કમનસીબ!'

એ બન્નેને છેલ્લા બે મહિનાથી અર્ધું પેટ ભરાય એટલું જ માત્ર એક જ ટંક ખાવા મળતું. પુરુષ રોજેરોજ તેતર પકડાવાના ફાંસા બાંધી આવતો. ક્યારેક કોઈક દુર્ભાગી સસલું હાથ ચઢી જતું. બેત્રણ કુટુંબ સાથે મળીને હરણ મારવા બહાર પડતાં પણ ભાગ્યે જ સફળ થતાં, પણ છેલ્લા ત્રણ દિવસથી તો એ બન્નેને કશું કહેતાં કશું જ ખાવાનું નહોતું મળ્યું – રોટલાનું એક બટકુંયે નહિ! માંસનો એક કકડોયે નહિ. વહેલી સવારથી શિકાર પાછળ ભમતો એ પુરુષ ખરે બપોરે ખાલી હાથે પાછો ફર્યો હતો. એના પેટમાં ભૂખની લાય બળતી હતી અને પતિ કંઈક લાવશે એવી આશાએ રાહ જોતી સ્ત્રી પણ હવે હતાશ બની હતી. એણે ચૂપ બની માત્ર ક્ષિતિજ તરફ જોયા કર્યું. એનું શાંત, અસ્વસ્થ મૌન અને પુરુષના સાંભળી શકાય એ રીતે લાંબા ચાલતા શ્વાસોચ્છ્વાસથી ઝૂંપડામાંનું વાતાવરણ તંગ બન્યું હતું.

વચ્ચે વચ્ચે પવનનો એકાદ સુસવાટો આવી જતો, ધૂળ ઊડી જતી, હૃદયો થાકી જતાં અને પુનઃ મૃતપ્રાય શાંતિ છવાતી.

સ્ત્રીએ માથું ફેરવી, ઊંધું ઘાલી, લાંબા થઈને સૂતેલા થાકેલા પુરુષ તરફ જોયું-જોતી જ રહી. એની નજર એના વાંકડિયા વાળ પર થંભી ગઈ. થોડી વારે એના હોઠ કંપી ઊઠ્યા. એ કંપને શમાવવાનો યત્ન કરવા જતાં એની આંખમાં આંસુ ઊભરાયાં અને રેલો બની ગાલે દડી રહ્યાં.

સ્ત્રી હળવેથી બોલી: 'હજીય તમે ફરી એક વાર શહેરમાં જાઓ.'

સૂતેલા પુરુષે જમીન પરથી પોતાનું માથું સહેજ ઊંચું કર્યું અને સ્ત્રી તરફ તિરસ્કારની એક નજર નાખી. પછી માથું ઢાળી દેતાં બોલ્યો: 'શહેરમાં શું મરવા જાઉ?'

દુભાયેલે સ્વરે સ્ત્રીએ કહ્યું: 'હું તમને મરવા જવા માટે કહેતી હોઈશ? હમણાં હમણાં તમને થયું છે શું? આવું બોલી બોલીને મને શા માટે ટાઢા ડામ દો છો?' કહી એ મોકળે મને રડી પડી.

સ્ત્રીએ માથું ફેરવી ઊંધું ઘાલી, લાંબા થઈને સૂતેલા થાકેલા પુરુષ તરફ જોયું –

જરા વાર રહી ફરી બોલી: 'વૈશાખ અને જેઠની ખોરાકની તંગી કંઈ ઓણ સાલની જ છે? એ તો આપણા જીવતર જોડે જડાયેલી છે, એટલે જ તમને કહું છું કે શહેરમાં જાઓ તો આપણે સદાના ભૂખમરામાંથી છૂટીએ!'

'તે એક વાર હું નો'તો ગયો શે'રમાં?' પુરુષ રોષમાં બેઠો થઈ જતાં બોલ્યો: 'તે વેળા મારી જે વલે થઈ એ તું ક્યાં નથી જાણતી? ને તોય તું મને શે'રમાં જવાનું કહે છે?'

'તે કંઈ બધી વખત એવું જ બનતું હશે? મોટા શે'રમાં મજૂરી કે નોકરી ક્યાંક મળી જ રે'. થોડીક ધીરજ જોઈએ.'

'હવે આનાથી વધુ કેટલીક ધીરજ રાખું? આટલાં વરસ તારું પેટ કોણે ભર્યું? મેં કે કોઈ બહારનાએ આવીને? તે એ બધું ધીરજ વિના બન્યું હશે? તું તો હવે બેકદર અને કમજાત બનતી જાય છે.'

'મારા બોલવાનો અવળો અર્થ કરી શા સારુ નકામા ગુસ્સે થાઓ છો?' સ્ત્રી બોલી.

'બસ! હવે એકે અક્ષર વધુ બોલી તો ગળે ટૂંપો દઈ દઈશ!' કહેતાં સ્ત્રીને પકડવા તેણે ઝડપથી હાથ લાંબો કર્યો. સ્ત્રી તરત ખસી ગઈ. ઘડીભર એના તરફ ગુસ્સાથી જોઈ રહેતાં પુરુષે પગ લંબાવ્યા અને આડા પડતાં કહ્યું: 'જો હું તને છેલ્લી વાર કહું છું, મારે મરવું કબૂલ છે પણ શે'રમાં જવું નથી. તું જે દા'ડે મને શે'રમાં જવાનું કહીશ તે દી મારી મારીને ઘરમાંથી કાઢી મૂકીશ – સમજી?' એણે ફરી બેઠાં થઈ જતાં સ્ત્રી તરફ આંગળી ચીંધી અને ગુસ્સાથી બૂમ પાડી: 'તને શે'રની શી ખબર? ગઈ છો કોઈ દી' ત્યાં? ત્યાં તો લોકો આપણા જેવાના બોલેબોલની ઠેકડી ઉડાવે. આપણી

વાત કોઈ સાંભળે નહિ. રાત પડતાં એક મીઠો બોલ કે'નાર પણ કોઈ ન મળે. એવી જગાએ પેટપૂરતું ખાવાનું મળે તોય શા કામનું? ત્યાં એવું કૂતરા જેવું જીવતર જીવવા કરતાં અહીં માનવીની પેઠે કમોતે મરવું સારું! હું એવા શે'રમાં કોઈ દી પગ નહિ મૂકું.'

સ્ત્રી માથું નીચું કરી પગના અંગૂઠા વડે ભોંય ખોતરી રહી હતી. પુરુષે સતત એની સામે જોયા કર્યું. એ કશુંય બોલતી ન જણાઈ ત્યારે એણે ફરી બારણા બહાર જોયું. એનું મોઢું પડી ગયું અને એના હોઠ ધ્રૂજવા લાગ્યા.

સંભળાય અને દેખાય એવો નિ:શ્વાસ મૂકતાં સ્ત્રી ઊઠી. માટીના એક હાંડલામાંથી પિત્તળનો વાડકો ઊંચકી એણે પુરુષની પડખે મૂક્યો અને હેતભર્યું બોલી: 'લ્યો, આટલું ખાઈને પાણી પી લ્યો!'

પુરુષે વાડકામાં જોયું. એની આંખો આશ્ચર્યથી પહોળી થઈ. અર્ધો વેંત લાંબો અને બે આંગળ પહોળો એક તેલભીનો માંસનો કકડો વાડકામાં પડ્યો હતો!

'ક્યાંથી લાવી?'

'પાડોશણે આપ્યો.'

'તું માગવા ગઈ'તી?'

'ના, એ પોતાની મેળે જ આપી ગઈ.'

'હેં?' કહેતાં પુરુષના મોં પરથી ઓચિંતું નૂર ઊડી ગયું. માંસના ટુકડા પર મંડાઈ રહેલી એની આંખો બેધ્યાન બની ગઈ. એણે હોઠ મરડ્યા. એના ભૂખમરાની એ ગામના બધા રહેવાસીઓને હવે ખબર પડી ગઈ હતી! એને કોઈ ને કોઈ હવે થોડું ખાવાનું મોકલતું રહેશે. અત્યાર સુધીના પોતાના જીવનમાં એણે ભૂખમરાના ઘણા દિવસ કાઢ્યા હતા પણ કોઈકનું દીધેલું ખાવાનો એના જીવનમાં આ પહેલો જ પ્રસંગ હતો! એણે વાટકામાંના માંસના ટુકડા તરફ નીરખી નીરખીને જોયા કર્યું. એના જેવા જ કોઈ અર્ધભૂખ્યા માનવીએ મોકલેલો એ દયાનો ટુકડો હતો – ખેરાત હતી! એનો જીવ ઊકળી ઊઠ્યો. ગામલોકો એને હવે લાચાર અને તાકાત

વિનાનો સમજવા લાગ્યા હતા! શું પોતે એટલો હેઠો પડ્યો હતો? એણે વાડકાને હડસેલીને દૂર કર્યો અને બેઉ હાથ વચ્ચે માથું મૂકી એ ફાટેલા ગૂણપાટ પર ઊંધો સૂઈ ગયો.

સ્ત્રી ઊઠીને હળવેકથી એની પડખે બેઠી અને કહ્યું: 'નાહકનો જીવ ન બાળો. આ તો હવે જીવ ટકાવવાની વાત છે, માટે ઊઠો ને આટલું ખાઈને પાણી પી લો.'

આટલું કહી સ્ત્રીએ નીચા નમીને એના મેલા, વાંકડિયા વાળ પર વહાલથી હાથ ફેરવ્યો. સ્ત્રીનો હાથ અડતાં જ પુરુષ ઝડપથી પડખું ફેરવી ગયો અને બોલ્યો: 'ચાલ! દૂર ખસ! મને અડતી નહિ, કમજાત!'

સ્ત્રી મોઢું મરડીને નછૂટકે પાછી હઠી અને બારણાને અઢેલીને ફરી બેઠી.

કશું ન બન્યાની થોડી ઘડીઓ વીતી.

ફરી એક વાર પવનનો ઝપાટો આવતો સંભળાયો. પુરુષે ઝડપથી ઊંચા થતાં, વાડકા પર પોતાના હાથનો પંજો ઢાંકી દીધો. ધૂળનું ધસી આવેલું વાદળ ઝૂંપડાની જુદી જુદી વસ્તુઓ પર પથરાવા લાગ્યું. થોડી વારે અંદરનું વાતાવરણ સ્વચ્છ બન્યું ત્યારે એ પુરુષે માંસનો કકડો પોતાના મોઢામાં મૂક્યો અને ચાવવા લાગ્યો. સ્ત્રીએ એને આંખને ખૂણેથી જોયો અને પાણીનો લોટો ઊંચકીને એની બાજુમાં મૂક્યો.

માંસનો કકડો ગળી જઈ, પાણી પી પુરુષે પીઠ ફેરવીને ઊભેલી સ્ત્રી તરફ નજર ફેરવી. કેવી અગ્નિશિખા સરખી પાતળી અને વળાંકભર્યાં અંગોવાળી હતી એ? એના કાન પાછળ વાંકી વળેલી એના વાળની લટો એની ગરદનને ચૂમી રહી હતી. સૂકો, નમણો ચહેરો, ઝીણું નાક, બેઉ પડખે પાણીના રેલા જેવા વહેતા એના હાથ! એ સ્ત્રીના દેહમાં કેટકેટલું સુખ ભર્યું હતું?

ઝૂંપડામાં શાંતિ છવાઈ હતી. સ્ત્રીની ડોક પર થંભી ગયેલી પુરુષની નજર ત્યાંથી ઊતરીને એના આખા દેહ પર ફરી વળી. શિકારીની અદાથી એ સંભાળપૂર્વક ઊભો થયો અને હળવેથી એક ડગલું આગળ વધ્યો.

ઉંબરામાં સ્થિર ઊભેલી સ્ત્રી પાછળ સરતાં એણે ઓચિંતી ઝડપથી એના બેઉ ખભા પકડ્યા. સ્ત્રી સહેજ ચમકી પણ કશું બોલી નહિ. એનો આખો દેહ હચમચી ઊઠ્યો. સ્ત્રીની સુન્દર, નાજુક ગરદન, આટલી નજીક જોઈ પુરુષે ઊંડો શ્વાસ લઈ મોઢું ખોલ્યું અને ઝડપથી પોતાનું માથું નમાવી એણે સ્ત્રીની ગરદનમાં બટકું ભર્યું.

'વોય!' કહી બૂમ પાડતી અને ફાંસામાં સપડાયેલું કોઈ જાનવર છૂટું થવા પ્રયત્ન કરે એ રીતે એણે પુરુષથી અળગી થવા બળ કર્યું.

પુરુષે પોતાના પંજાથી એના ખભા પર થોડુંક વધારે જોર દઈ, છેક જ નજીક ખેંચી, એને પોતાની છાતી સાથે ચાંપી. થોડીક વાર એને એમ ને એમ પકડી રાખી પછી જતી કરી. એક બેહૂદું હાસ્ય એના મોઢા પર ફરી વળ્યું.

સ્ત્રી તરત જ દૂર હટી ગઈ. કંઈક આશ્ચર્યથી અને કંઈક મીઠા રોષથી એણે પુરુષ તરફ જોયું. પછી પોતાનો કમખો થોડો હેઠો કરી, પુરુષે જ્યાં બટકું ભર્યું હતું એ તરફ પોતાની ગરદન ફેરવી વાંકી આંખે જોયું.

'હાય! હાય! કેવું બટકું ભરી લીધું? કેવા નઠોર છો તમે?' કહી આખા દેહને એક ગજબના લટકાથી વળ દેતી, આંખો નચાવી એ વધારે દૂર હટી અને પુરુષ સામે સૂચક હસતી ઊભી.

એ હાસ્યના આમંત્રણે પુરુષને પરવશ બનાવ્યો. એણે એક કૂદકો મારી એને ફરી પકડી. 'જવા દો, જવા દો,' કહેતી, કિલકિલ હસતી એ સહેલાઈથી એના હાથમાં સરી પડી.

એણે એને બન્ને બાહુઓથી ભેગી કરી પોતાની છાતીમાં સમાવી. અવાક બની એ એકીટશે એની આંખોમાં જોતી રહી. એના ભીના, ઊના શ્વાસોચ્છ્વાસ પુરુષના ગાલ પર અથડાયા ત્યારે એ વધારે ઉશ્કેરાયો. પોતાની છાતી સાથે જકડાયેલી સ્ત્રી પર એણે બન્ને બાહુઓ વધારે જોરથી ભીંસ્યા. એ બળના અતિરેકની સ્પષ્ટ રેખાઓ એના ચહેરા પર ઊપસી આવી. એના બાહુઓની ભીંસથી કચડાતી સ્ત્રી 'ઓહ! ઓહ!'ના સિત્કાર બોલી ગઈ. એણે વધારે બળ અજમાવ્યું અને એનો ચહેરો ભયંકર રીતે

વિકરાળ દેખાયો.

ત્યાં તો ઓચિંતાના એના બાહુઓ કંપવા લાગ્યા. એ સ્ત્રી પરની પકડ એણે ઢીલી થતી અનુભવી. એનું ગળું રૂંધાયું, આંખે અંધારાં વળ્યાં અને શ્વાસ ભરાઈ આવતાં એની છાતી હાંફવા લાગી. પુરુષને બીક લાગી કે બે ઘડી આવી ને આવી વીતશે તો આ સ્ત્રી એના હાથમાંથી હેઠી પડશે. એ ખ્યાલ આવતાં જ તેણે એક જબ્બર પ્રયત્ન કરી પોતાના બાહુઓને સ્થિર કરવા બળ કર્યું, પણ તેમ કરવા જતાં એ કંપ એના આખા શરીરે ફરી વળ્યો અને એના પગ ધ્રૂજવા લાગ્યા. એની આંખ આડે મેઘલી રાત જેવાં અંધારાં ફરી વળ્યાં.

એ સ્ત્રી એના હાથમાંથી સરતી, ઢગલો થઈને જમીન પર ઢળી પડી!

પડતાં બચવા પુરુષે ઉતાવળે બારણાનો ટેકો લીધો. હાથ પર માથું ઢાળી એણે હાંફ્યા કર્યું. એનાં અંગેઅંગ કાંપતાં રહ્યાં. થોડી વારે એની આંખ આડેથી અંધારાં ખસ્યાં ત્યારે એણે પહેલી નજર સ્ત્રી તરફ ફેરવી. એ ઢગલો થઈને પડી હતી ત્યાં, એ જ સ્થિતિમાં પડી રહેતાં તિરસ્કારથી એકધારી પુરુષ સામે જોઈ રહી હતી. એ નજરનાં તીર એના કાળજાની આરપાર નીકળી ગયાં. પુરુષે પોતાની સર્વ શક્તિ છિન્નવિચ્છિન્ન થતી અનુભવી.

અત્યાર સુધી કાબૂમાં રહેલો પુરુષનો મિજાજ ઓચિંતાનો બેકાબૂ બન્યો. એણે બારણાને પકડી એને જોરથી ભીંત સાથે અફાળ્યું અને બીજે બારણે ટેકો દઈ ઊભો. એને વધારે હાંફ ચડવા લાગી ત્યારે પાણીના લોટાને લાત મારી એને ઝૂંપડા બહાર ફેંક્યો. અને તોય એ સ્ત્રી પડી હતી એ જ સ્થિતિમાં પડી રહેતાં, બેરહમ બની પોતાની નજરનાં કાતિલ તીર પુરુષના કાળજા પર છોડી રહી હતી. એણે બન્ને બારણાંને પકડી એકબીજા સાથે જોરથી અફાળ્યાં.

પુરુષે બળ કરી, આંખો મીંચી નીચલા હોઠને દાંત વચ્ચે કચડ્યો, આંગળીઓના નખ હથેલીઓમાં ખૂંચે એવા જોરથી એણે મુઠ્ઠીઓ વાળી. પોતાની જાત પરનો સરી જતો કાબૂ પાછો મેળવવા એણે છેલ્લો ભગીરથ

પ્રયત્ન કર્યો.

રણનાં મેદાનો પર બેફામ ભ્રમણ કરતા માતરિશ્વાએ ચારે દિશાઓ આડા ધૂળના પડદા ઢાળી દીધા હતા. બળવાન પવનનો એક ઝપાટો ટેકરીને પડખે અથડાયો અને કોઈક બે ખડક વચ્ચેથી ઘુઘવાટ કરતું પસાર થતું સંભળાયું.

એના બે દાંત વચ્ચે દબાયેલા હોઠમાંથી નીકળતા લોહીનાં ચાર-છ ટીપાંનો રેલો પુરુષની હડપચી પર થીજી ગયેલો દેખાયો. વેરવિખેર કરી નાખે એવો અંગોનો પરિકંપ અને એની અસહ્ય, બેચેન વ્યથાના અનુભવની કેટલીય ઘડીઓ પસાર થઈ ગઈ ત્યારે આખરે એના શ્વાસોચ્છ્વાસ હળવા ચાલવા લાગ્યા અને તંગ બનેલ સ્નાયુઓ શિથિલ થતાં એનો કંપ ઓછો થયો.

એક ઊંડો શ્વાસ છાતીમાં ભરી એ ટટ્ટાર થયો. ગરદન પાછળ હાથ મૂકી, બન્ને પગ પહોળા કરી એ થોડી વાર સ્થિર થઈ ઊભો. વેરવિખેર કપડાંવાળી,મોહિની જેવી એ સ્ત્રી હજીયે ઢગલો થઈ જમીન પર પડી હતી અને હજી યે એની મોટી, ભૂરી આંખો એવી જ વેધક મીટ માંડી રહી હતી. પુરુષે મોઢું મરડ્યું અને ફરી બેકાબૂ બનવા જતા પોતાના મિજાજ પર એણે જુલમ ગુજાર્યો. આ ભૂખમરા પછી પણ એ કમજાત ઓરતની આંખમાં એની જુવાની ભડકે બળતી હતી! આ સ્ત્રી માટે એના હૃદયમાં એક ભયંકર, તિરસ્કૃત અણગમો જન્મ્યો. એ વિકૃત ભાવને કારણે એનું મોઢું વિચિત્ર રીતે મરડાયું. એના સારાયે દેહના સ્નાયુઓ ફરી તંગ બન્યા. એણે ઓચિંતાનો એક પગ ઊંચક્યો અને સ્ત્રીના વાંસામાં જોરથી લાત મારી: 'નફ્ફટ! શેતાન! બેઈમાન!'

'વોય!' સ્ત્રીએ વેદનાની ઊંડી ચીસ પાડી. ઉતાવળે પડખું ફેરવી ઝૂંપડાના ખૂણામાં ટૂંટિયું વાળી પડી રહેતાં એ જોરથી રડવા લાગી.

પુરુષના મોઢા પર સંતોષની લાગણી ફરી વળી.

ઝૂંપડાનાં અંધારાં-અજવાળામાં લાલ માટી હવા બનીને ઊડી રહી હતી. કેટલીય ઘડીઓ વીતી તોય એ સ્ત્રીનું રુદન અટક્યું નહોતું. એ વીફરેલો

પુરુષ પણ હજી શાંત બની ફાટેલા ગૂણપાટ પર આડો થઈ પડ્યો નહોતો. ત્યાં ઝૂંપડા બહાર એક બૂમ સંભળાઈ: 'અમ્મા! ઓ અમ્મા! એક રોટીનો ટુકડો આપ! અનાજનો એક કોળિયો ને પાણીનો એક લોટો – ઓ અમ્મા!'

કોઈ ફકીર ઓટલા આગળ ભીખ માગી રહ્યો હતો. વચ્ચે વચ્ચે અટકતો એનો અવાજ બેસી ગયેલો સંભળાતો હતો.

'અરે ઓ અમ્માવાળી!' પુરુષે ઝૂંપડાની અંદરથી જ રાડ પાડી: 'ખરે બપોરે રાડો પાડીને શા માટે હેરાન કરે છે? ચાલ, આગળ ચાલવા માંડ!'

'એક નાનો રોટીનો ટુકડો આપ, બચ્ચા! ગરીબનવાઝ તને ઘણું આપશે.'

પેલી સ્ત્રી ઝૂંપડામાં રડતી બંધ પડી.

'ઘરમાં ન હોય તો ચોરી કરીને આપું તને? બીજાના પસીનાનો રોટલો ખાઈ પેટ ભરતાં શરમાતો નથી?' કહેતો પુરુષ ઉંબરા પર આવી ઊભો.

'શરમાઉં છું, બેટા!' ફકીર ઓટલાનું ઓઠિંગણ લેતાં લેતાં બોલ્યો: 'પણ ખુદાતાલાએ મને લાચાર બનાવ્યો છે. આ જો!' કહી લચી પડેલી ચામડીવાળા ઝીણા હાથ એણે ઊંચા કર્યા. હાથની આંગળીઓ અવિરત ગતિમાં ઊંચીનીચી થયા કરતી હતી. સાંકળ સરખી એની ઝીણી ડોક પર એનું ખોપરી જેવું દેખાતું નાનું માથું પણ ડોલ્યા કરતું હતું.

'લાચાર હો તો મરી જા! દુનિયાને શું કામનો છે તું હવે?'

'ખુદા મોત પણ નથી મોકલતો!'

'અને તું કોઈનાં જમણ ઓછાં કરતો ફર્યા કરે છે – એમ ને? બસ, ઘણું થયું, આગળ ચાલવા માંડ!' કહી પુરુષે બારણાને ધક્કો માર્યો અને ધમકીનો હાથ ફકીર તરફ લંબાવ્યો.

'ઓ બાબા!' ફકીરે પોતાનો દોરડી જેવો હાથ લાંબો કરી આજીજી ગુજારી: 'ફકીરને જાકારો ન દે! ચાર ગાઉ પગે ચાલીને આવ્યો છું. સામે ઝૂંપડે પહોંચવાની પણ હવે આ પગમાં તાકાત નથી રહી. એક ટુકડો આપીશ તો એના જોરે હું આગળ ચાલ્યો જઈશ.'

ઉશ્કેરાઈને પુરુષ ઉબરા પરથી ઓટલે ધસી આવ્યો અને કહ્યું: 'એક હર્ફ વધારે બોલ્યો છો તો ધક્કો મારી દૂર કરીશ!'

પેલી સ્ત્રી બેઠી થઈને ઉંબરે આવી ઊભી.

'બાબા! મિસ્કીન પર ખોફ કરવો દુરસ્ત નથી.' કહી ફકીરે પોતાના બેઉ હાથ ઊંચા કર્યા, અને એમ કરતાં એનો દેહ લથડિયું ખાઈ ગયો.

ઉંબરા પરથી આંખો વિકાસીને જોઈ રહેલી પેલી સ્ત્રીને આ ફકીર જીવનને છેડે પહોંચેલા આદમી જેવો દેખાયો – જાણે એક જીવતું મૈયત! રોટલીનો એક ટુકડો પણ ઘરમાં હોત તો એને જરૂર આપત અને એની દુઆ પોતે લેત એવું સ્ત્રીએ મનમાં વિચાર્યું.

'તું એમ નહિ જાય. ઊભો રહે, હરામજાદા!' કહી પુરુષ ડાંગ ઊંચકીને ઓટલા પર એક ડગલું આગળ વધવા જતો હતો ત્યાં સ્ત્રીએ એનો હાથ પકડીને રોક્યો.

'રહેવા દો ને, ઘરડો છે બિચારો. બૂમો મારીને થાકશે એટલે આપ મેળે જતો રહેશે.'

'અમ્મા! આ પગમાં તાકાત હોત તો પહેલે જાકારે જ ચાલ્યો ગયો હોત. હવે તો મોતને સાથે લઈને ભમું છું તો ભલે મારી કબર જ અહીં થાય.'

'એમ કે?' પુરુષ બરાડ્યો. સ્ત્રીએ ડાંગ પકડી રહેલા એના હાથને થથરતો જોયો અને એ ચમકી. ભીંસેલા દાંતવાળું પુરુષનું મોઢું ભયજનક ભાસ્યું: 'તો થોભ, હમણાં જ તારી કબર કરું છું.'

એણે જોરથી ડાંગ ફેરવી. એ ડાંગ ફકીરના માથા પર ઊતરી હોત પણ 'ના, ના! તમને મારા સમ છે!' કહી એ સ્ત્રી એના હાથને વળગી પડી. નેમ ચૂકેલી ડાંગ ઓટલાની ધાર પર અફળાઈ અને ત્યાંથી એક માટીના ઢેફાને છૂટું કરતી ગઈ.

માનવીનું વિકૃત મન કેવી ભયંકર ઘટનાઓ સર્જી શકે છે એથી તદ્દન અજ્ઞાત એ ફકીર ઓટલાને ખૂણે ઘૂંટણથી અઢેલીને ઊભો હતો. ફિક્કી

કીકીઓવાળી, ધૂળે ભરેલી અને સૂઝેલી એની આંખોમાં નરી મૂઢતા ભરી
હતી. એણે પોતાની અર્ધી જિંદગી પશુની પેઠે ખોરાકની શોધમાં ભટકતાં
વીતાવી હતી. પરિણામે એણે ઘણાં માનવલક્ષણો ગુમાવ્યાં હતાં. નેમ ચૂકેલો
ડાંગનો જીવલેણ ફટકો અને આ લોહીતરસ્યો પુરુષ એનામાં ભયની લાગણી
જન્માવી શક્યાં નહિ.

'હવે છેલ્લી વાર કહું છું કે અહીંથી ચાલ્યો જા!' સ્ત્રીને બીજે હાથે
અળગી કરવાનો યત્ન કરતાં પુરુષ બરાડ્યો.

જોરથી પુરુષના હાથને વળગી રહેતાં અને એને ઝૂંપડાની અંદરના
ભાગ તરફ ખેંચી જવાનો યત્ન કરતાં સ્ત્રી ફકીરને સંબોધી બોલી: 'ખુદાને
ખાતર ચાલ્યો જા, ભાઈ!'

પણ ફકીર ત્યાંથી ખસ્યો નહિ પણ ભૂખ્યા કૂતરાની પેઠે એણે બેઉ
સામે ટગર ટગર જોયા કર્યું.

'આ...આ... હરામજાદો...' કહેતાં પુરુષે અત્યંત ક્રોધમાં આવી સ્ત્રીના
હાથ પર મુક્કો મારી એને અળગી કરી અને પછી એના સાથળ પર એક
લાત લગાવી એને ઉંબરા પરથી ઝૂંપડામાં ફેંકી.

'અરે! ઊભા રહો!' કહેતી ત્વરાથી ઊઠતી સ્ત્રી પુરુષને રોકે એ
પહેલાં તો પુરુષે જોરથી ડાંગ હુલાવી ફકીરની છાતીમાં ભાલાની પેઠે મારી.

'યા અલ્લાહ!' કરતો એ બુઢ્ઢો, દૂબળો ફકીર ઓટલા પાસેની
ધૂળવાળી જમીન પર અફળાયો. ધૂળનું એક નાનું વાદળ જમીન પર ઊડ્યું
અને ચોમેર વિખરાયું. રાંઢવા જેવી ફકીરની ઝીણી ડોક પર એના માથાએ
વળ ખાધો. એના પગ ઘૂંટણમાંથી જરા ઊંચા થયા અને પછી જોરથી લાંબા
ફેંકાઈ ગયા. બધાય સ્નાયુઓ આંચકીથી ખેંચાયા અને એનું શરીર કઢંગી
રીતે મરડાયું. બીજી જ ઘડીએ એનું માથું ઢળી પડ્યું અને આંખો ખુલ્લી
રહી ગઈ.

'અરે! તમે આ શું કર્યું?' કહેતી સ્ત્રી એક કૂદકે ઓટલો ઊતરી
એ ફકીરના મૃતદેહ પર નીચી નમી. એણે ફકીરની છાતીએ હાથ મૂક્યો

અને માથું હલાવી જોયું. પછી પોતાનું માથું ઊંચું કરી પુરુષ સામે ફાટી આંખે જોતાં કહ્યું: 'તમે આનો જીવ લીધો!'

સ્ત્રીનું રુદન સાંભળી દૂરનાં ઝૂંપડાંમાંથી લોકો બહાર નીકળ્યા અને એ ઝૂંપડા તરફ આવવા લાગ્યા.

ક્રોધથી કંપતા પુરુષના હાથમાંથી ડાંગ સરી જઈ ઓટલે પડી. એના અંગના સ્નાયુઓને તાંતણે તાંતણે એણે ખેંચતાણ થતી અનુભવી અને એ બેચેનીના સભાન અનુભવથી એનું ગળું રૂંધાયું. એણે બેબાકળી આંખે ચોમેર જોયું.

ઉપરાઉપરી પવનના બેત્રણ ઝપાટા આવ્યા અને હુંકાર કરી પસાર થઈ ગયા. એમની પાછળ ધૂળનું એક મોટું વાદળ આસમાનમાં ઊંચે ચડતું દેખાયું. આંખ આડા હાથ દઈ, વાંકો વળી એ ધ્રૂજતો ઊભો. ધૂળનું વાદળ વિખરાતાં એણે જોયું તો કુદરતે જાણે એ ફકીરના મૃતદેહ પર લાલ કફન ઓઢાડ્યું હોય એવી લાલ માટી એના શરીર ઉપર બધે જ છવાઈ ગઈ હતી!

પુરુષે આંખોને વધારે ઝીણી કરી અને હાથની મુઠ્ઠીઓને વધારે જોરથી વાળી એણે દાંત કચકચાવ્યા. ફકીરના શબની પડખે બેસીને રુદન કરતી પેલી સ્ત્રીને જોઈ એને આખે શરીરે બેચેનીનો ભયંકર કંપ ફરી વળ્યો.

કંઈનું કંઈ કરી નાખવા એ ફરી ઉશ્કેરાયો. ઓટલે પડેલી ડાંગને ઊંચકવા એ નીચો વળ્યો ત્યાં તો પોતાના ઝૂંપડા નજીક આવી પહોંચેલા લોકોના ટોળા તરફ એની નજર ગઈ. એ તરત જ પાછો ટટાર થઈ ગયો.

એણે જોયું તો બધાંની આંખ એના પર જ મંડાઈ હતી. પાસે આવીને એ સૌ સ્ત્રીપુરુષને અને ફકીરના મૈયતને ઘેરીને ઊભાં.

'શું થયું?' બેચાર જણે એકીસાથે પૂછ્યું.

ત્યાં આવી પહોંચેલી બે સ્ત્રીઓએ રુદન કરતી પેલી સ્ત્રીના હાથ પકડી એને ઊભી કરી.

પુરુષે મોટેથી કઢંગી રીતે બોલવાનું શરૂ કર્યું: 'મેં એને કેટલીયે વાર

કહ્યું કે અમારી પાસે કંઈ જ ખાવાનું નથી તોય એ ખસ્યો નહિ. અમે પોતે ત્રણ દી'નાં ભૂખ્યાં છીએ તે એને ક્યાંથી આપીએ?' એનો અવાજ ધ્રૂજતો હતો અને શબ્દો અટકતા હતા.

ટોળામાંના એકે કહ્યું: 'એને મારી પાસે મોકલવો હતો ને? હું એને કંઈ આપત! પણ એ મૂવો કેમ કરતાં?'

'બધા મરે છે એમ.' પૂછનાર તરફ વક્ર દૃષ્ટિ ફેરવી એણે કહ્યું: 'પગે સોજા હતા ને આવી લૂમાં ચાર ગાઉ ચાલીને આવ્યો હતો. મારી પાસે ખાવાનું માગ્યું. મેં ના કહી તોય કેમે કર્યો સમજે નહિ!'

'પછી?' એકે પૂછ્યું.

'પછી – પછી – શું પૂછો છો? મેં ઓછો જ એને મારી નાખ્યો!' પુરુષે એ પ્રશ્ન પૂછનાર તરફ ધ્રૂજતો હાથ લાંબો કર્યો અને રાડ પાડી: 'મારે ઓટલેથી દૂર કરવા મેં એને જરા જેટલો ધક્કો માર્યો કે એ તરત જ બેભાન થઈને હેઠો પડ્યો ને મરી ગયો – એમાં હું શું કરું?'

બધી આંખો એના પર મંડાઈ રહી. એ બધી જ આંખો ગમગીન હતી. ભયંકર શાંતિ છવાઈ રહી હતી!

કોઈ કંઈ બોલતું જણાયું નહિ એટલે પુરુષે ટોળા પરથી પોતાની નજર ઊંચકી ચોમેર જોયું. ન સહેવાતી બેચેનીને શમાવવા એણે એક ઊંડો શ્વાસ ભરી છાતી પહોળી કરી. એની નજર અંતે ફરતી ફરતી પોતાની સ્ત્રી પર પહોંચી. માથું નીચું કરી એ હજી ડૂસક્યા કરતી હતી. એના દરેક ડૂસકા સાથે એના દેહનું માળખું હાલી ઊઠતું હતું.

કોણ જાણે કેમ પણ એ પુરુષનો આત્મા અત્યંત દુભાઈ ગયો અને એનો ચહેરો એકદમ પડી ગયો. હળવા શ્વાસ ભરતાં એણે દયામણી નજરે ટોળા તરફ જોયું અને ફરી એક વાર અનંત ધરતી પર પોતાની દૃષ્ટિને ભ્રમણ કરવા મોકલી આપી.

એ પછી કોઈએ એને વધારે પ્રશ્નો પૂછ્યા નહિ. એકબીજા સાથે વાતો કરતા લોકોની વાતમાં કે એમની પ્રવૃત્તિમાં એ પુરુષને રસ નહોતો. બેધ્યાન અને અસ્વસ્થ ભાવે એણે દૂર દૂર જોયા કર્યું.

પાંચ-છ પુરુષો વાતો કરતા દૂરનાં ઝૂંપડાંઓ તરફ જતા દેખાયા. બાકીના કેટલાક ઝૂંપડાની ઓથે અને કેટલાક ઓટલા આગળ બીડી ફૂંકતા વાતો કરતા બેઠા. એમાંના કોઈએ આ પુરુષ સાથે વાતો કરવાનો પ્રસંગ શોધ્યો નહિ, કોઈએ એની હાજરી તરફ લક્ષ આપ્યું નહિ. સામેને ઝૂંપડે ગયેલા માણસો એક ખાલી જનાજો ઊંચકી આવ્યા ત્યારે ત્યાં બેઠેલા બધા એકીસાથે ઊઠ્યા. જનાજામાં તેમણે ફકીરના શબને સુવડાવ્યું, એના પર કફન ઢાંક્યું અને બધાએ એનો જનાજો કાઢ્યો. પેલો પુરુષ પણ એમની સાથે ચાલ્યો.

વાવની બાજુમાં એક નાનકડા ઝાડના છાંયડા નીચે એને દફનાવી, લોકોએ ત્યાં કબરના આકારના નાના નાના પથરાઓ ગોઠવ્યા. પછી ગમગીન ચહેરે સૌ પોતપોતાને ઝૂંપડે પાછા ફર્યા.

પુરુષ પણ પોતાના ઝૂંપડા તરફ વળ્યો.

પશ્ચિમની ક્ષિતિજ પર પ્રકાશ ગુમાવતો સૂર્ય ધૂળની મેલી આંધીમાં અદૃશ્ય થતો દેખાયો. એક બુલબુલ ક્યાંકથી ઊડી આવી ઝૂંપડાની ટોચ પર બેઠું અને ગાનમાં લીન થયું. જમણી તરફના રણવિસ્તાર પર હજી ઝંઝાવાતી વાયરા વાતા હતા. આકાશ હેઠું ઊતરી આવ્યું ભાસતું હતું અને ચુપકીદી વધારે ઘેરી બની હતી. અંધારાં ઊતરી આવવાની તૈયારી હતી.

પોતાના ઝૂંપડા નજીક આવી પહોંચતાં પુરુષે સ્ત્રીને ઉંબરા પર ઊભેલી જોઈ. આઘાત લાગ્યો હોય એમ એ ઓચિંતાનો આગળ વધતો અટકી ગયો. સ્ત્રી એકધારું એની સામે જોઈ રહી હતી. એણે પોતાના દેહને સંકોચ્યો, માથું ઢાળી દીધું અને ભારે પગ આગળ ભરતો એ ધીમી ગતિએ આગળ વધ્યો. ઓટલો ચડતાં એનું મન ઊંડું પેસી ગયું! બારણા આગળ સ્ત્રીની છેક બાજુમાંથી પસાર થતાં એ અંદર પેઠો. સ્ત્રી પણ તરત જ એની પાછળ ઝૂંપડાના અંધારામાં દાખલ થઈ.

ચોમેર રાત્રીનાં ઘોર અંધારાં છાઈ ગયાં. દિવસ કરતાં વધારે તોફાની પવન વાવો શરૂ થયો. બંધ બારણાં ક્યારેક હચમચી ઊઠતાં. કોઈક બળવાન ઝાપટાનો તમાચો ખાઈને ક્યારેક એ ઝૂંપડાની છત ચીંચાટ કરવા

માંડતી.

મોડી રાતે, ઘનઘોર અંધારાં વચ્ચે, ઝૂંપડામાંથી બહાર આવતું એક રુદન પવનના એક ઝાપટા પર સવાર બની ઊડવા લાગ્યું. બેફામ થઈ દોડતો એ પવનનો સુસવાટો ટેકરીને પડખે અથડાયો અને એના ઢોળાવ પર પેલું રુદન વેરાઈ ગયું!

ડેડ એન્ડ

પેલી કૂબડી આયા કિચનના દરવાજા આડે લટકતા પડદાને ચીરીને અંદર જતી રહી. તે પહેલાં સીલિંગ ફેનની સ્વિચ ઑન કરતી ગઈ.

પંખાએ કશા જ બેહૂદા અવાજ વિના ફરવાનું શરૂ કર્યું.

એની સાથે વિચારોએ ફરવું શરૂ કર્યું અને વિભાજિત સમયની પળો ગિરદી કરવા લાગી.

હું અને મારો મિત્ર મૅડમ નીલીના ડ્રૉઇંગ રૂમમાં બેઠા હતા, બેસી રહ્યા. એ સોફાની કિનાર પર ટિંગાઈને બેઠો હતો, હું સ્વસ્થ હોવાનો ડોળ કરતો અઢેલીને બેઠો હતો.

અમે જે ઉદ્દેશથી અહીં આવ્યા હતા તેને અનુકૂળ આ રૂમનું વાતાવરણ ન હતું.

એક હાથીદાંત જેવી સફેદ, કીમતી હોવાનો ડોળ કરતી સસ્તી કારપેટ, ચેસ્ટરફીલ્ડ સેટ, બેત્રણ ટિપૉઈ, કૉર્નર ટેબલ, મેન્ટલપીસ અને જ્યાંત્યાં પડેલી ઍશટ્રે, અમથાં-અછકલાં બે વસ્ત્ર પહેરીને નગ્ન દેખાતી સ્ત્રીના જેવી બે છબીઓને ધારી રહેલી નગ્ન દીવાલો!

ક્યાંય એકે પુસ્તક દેખાતું નહોતું. પુસ્તક મૂકવાની કોઈ જોગવાઈ નહોતી, રાઈટિંગ ટેબલ નહોતું. રૂમની વચ્ચોવચ રહેલી મોટી ગોળ ટિપૉઈ પર એકે દૈનિક કે સામયિક નહોતું અને અમે ફ્રેંચ ભાષાના અહીં ક્લાસિસ ચાલતા હોવાની જાહેરાત વાંચીને આવી ચડ્યા હતા... અને હવે થોડીક ભોંઠપ અનુભવી રહ્યા હતા.

મૅડમ નીલી બેડરૂમમાં હતી અને હમણાં જ અમને મળશે એવું જણાવીને પેલી આયા કિચનમાં જતી રહી હતી.

પંખો હવા કાપી રહ્યો હતો – કૉર્નર ટેબલ પરનું ટાઈમપીસ ટિકટિકતું રહ્યું.

થોડા ખુલ્લા મૂકેલા એક બારીના વેન્ટીલેશનમાંથી રસ્તા પર વહેતા ટ્રાફિકનો એક જ ઢબનો – એકધારો અવાજ આવી રહ્યો હતો.

અહીં જે હોવું જોઈએ તે નહોતું, ન હોવું જોઈએ એ હકીકત બની નજર સામે ઉપસ્થિત થતું હતું.

અને અમારી બેચેની પર અતૂટ ખામોશી અને નપુંસક વિચારોની ભોંઠપનો ભાર વધી રહ્યો હતો.

પસાર થતા સમયનાં ક્ષણેક્ષણનાં પગલાં નીચે અમારું ધૈર્ય ફરિયાદ કરવાની શરૂઆત કરે તે પહેલાં, બેડરૂમનો દરવાજો ખૂલતો હોવાનો અવાજ સંભળાયો. અમારી નજર ત્યાં જ હતી. બેડરૂમના દરવાજા પર અત્યાર સુધી સ્થિર લટકતા પડદામાં જીવ પ્રવેશ્યો.

મૅડમ નીલીએ ડ્રૉઇંગ રૂમમાં પ્રવેશ કર્યો હતો.

એનાં અંગો ભરાવદાર – સગોળ હતાં. અનેક તરકીબો નીચે એની આધેડ વય ક્યારેક છુપાતી, ક્યારેક ડોકિયું કરતી હતી. પારદર્શક સીક્ષોફેન જેકેટમાંથી કોઈ પુસ્તકનું સચિત્ર પૂંઠું દેખાય એમ એના પીળા બ્લાઉઝ નીચે એનું જેવું હતું તેવું સૌન્દર્ય ડોકિયું કરતું હતું. ખેંચાયેલા હોઠના સ્મિતમાં અને મોટી આંખોની કીકીઓના નૃત્યમાં આકર્ષક દેખાવાની મથામણ હતી.

નીચેના ધડ પર ઉપલા ધડનું સહેજ સહેજ ડોલન બિલકુલ ધંધાદારી હતું.

એક ક્ષણ એ અમારી સામે અને અમે એની સામે જોઈ રહ્યા. બીજી ક્ષણે એ અમારી સામે આવી ઊભી અને સ્મિત ફેલાવતી, આંખો નમાવતી, કેડે હાથ મૂકી ડોલતી પૂછી રહી:

'ડાર્લિંગ, વૉટ કેન આઈ ડુ ફૉર યુ?'

મારા મિત્રે તરત જ કોટના ગજવામાંથી એક અખબાર ખેંચી કાઢી એની સામે ધરી રહેતાં પૂછ્યું કે આ જાહેરાત પ્રમાણે જે ફ્રેંચ ટીચર હતી

તે મૅડમ નીલી એ પોતે હતી? અને પોતાના હંમેશ લબડતા નીચલા હોઠને એણે દાંત વચ્ચે પ્રશ્નાર્થમાં પકડી રાખ્યો – એ મારા મિત્રની ટેવ હતી.

મૅડમ નીલીએ જણાવ્યું કે એ જાહેરાત એની જ હતી અને એમ જણાવતાં એણે પણ પોતાનો એક પગ ઊંચકીને સોફાની કિનાર પર મૂક્યો. ઢીંચણ પર કોણી ટેકવી નીચી નમી, પોતાનું થીજેલું સ્મિત મારા મિત્રની છેક જ નજીક લઈ ગઈ. એણે જાણીજોઈને સ્કર્ટને સાથળ પર ઊંચે સરવા દીધું. મને ત્યારે વહેમ ગયો કે એણે કોઈ અન્ડરવેર પહેર્યાં નહિ હોય.

એના લાભાર્થે સરતા સ્કર્ટ અને બ્લાઉઝની કિનાર પરથી દેખાતી લથબથ છાતી મારા મિત્રે જોઈ હશે જ; કારણ કે એણે એ જ ઘડીએ બેબાકળી ઉતાવળથી કહી નાખ્યું:

'મારે ફ્રેંચ ભાષા શીખવી છે.'

'આઈ સી.... તો તમારે ફ્રેંચ ભાષા શીખવી છે?' મારા મિત્રે હકારમાં ડોકું ધુણાવ્યું. નીલી મારા તરફ ફરી.

'અને તમારે પણ ફ્રેંચ શીખવી છે?'

મેં ના કહી – થોડું હસીને, અને જણાવ્યું કે હું તો અમસ્તો જ એની સાથે આવ્યો હતો.

નીલીએ મારા મિત્રની પીઠ થાબડીને પંપાળ્યો. પછી એના બરછટ, તેલ વિનાના વાળ પર એનો સુંવાળો હાથ ફેરવતાં કહ્યું:

'તો ચાલો ત્યાં – બેડરૂમમાં.' નીલીએ મારા મિત્રનો હાથ પકડી એને ઊભો કરવાનું કર્યું: 'હું પલંગ પર ફ્રેંચ શીખવું છું, ખબર છે?'

મને ત્યારે થયું કે આ નાટક હવે નાહકનું લંબાઈને ઠરડાતું હતું. મેં ગળું ખંખેરી નીલીનું લક્ષ મારી તરફ દોરવ્યું.

'જુઓ,' મોઢું ઠાવકું અને અવાજમાં પૂરી ગંભીરતા ભરીને મેં કહ્યું:

'અમને સ્પષ્ટ દેખાય છે કે અહીં આવવામાં અમારી ભૂલ થઈ છે. આ મારો મિત્ર પત્રકાર છે, સ્કૉલર છે, પીએચ.ડી.નાં પુસ્તકો વાંચી શકાય એવી ખરેખરી વ્યાકરણવાળી ફ્રેંચ ભાષા એને શીખવી છે અને કારણ કે હું વરસોથી એને ઓળખું છું એટલે ખાતરીથી કહી શકું કે તમે શીખવી

શકો એવી અન્ય ફ્રેંચપદ્ધતિમાં એને રસ નથી. અમે... અમે...'

હું આગળ ન બોલી શક્યો, નહિ કે નીલીએ કે મારા મિત્રે મને બોલતો રોક્યો હતો, પણ મેં માની લીધું હતું કે મેં એક એવી મજાક કરી હતી કે જેના ફળરૂપે નીલીએ અટ્ટહાસ્ય કરવું જોઈતું હતું, પણ એણે તો ઊલટું પોતાનું બનાવટી સ્મિત સમેટ્યું હતું. અંગો શિથિલ બન્યાં, કીકીઓ સ્થિર થઈ, એ એકધારી મારી સામે જોઈ રહી હતી.

'તમે સાચું કહો છો – ઓનેસ્ટલી?'

મેં માત્ર ડોકું ધુણાવ્યું.

'ઓહ પુઅર ડાર્લિંગ.'

એણે મારા મિત્ર તરફ ખરેખરા સહાનુભૂત ભાવથી જોયું. એની આંખો ભીની દેખાઈ એ કદાચ મારી કલ્પના હશે, પણ અચાનક નીલીની મોહક દેખાવાની કૃત્રિમ અદા ખરી પડી. જાણે સૌન્દર્યને અંતરાયરૂપ વસ્ત્રો સરી ગયાં અને વર્તનની સાહજિકતા મને કૂણી જગાએ અડી ગઈ.

'ઓહ પુઅર ડાર્લિંગ, હી ઈઝ ડીસએપૉન્ટેડ. આઈ એમ સૉરી ફૉર હીમ!'

એના અવાજમાં ખરેખરી કંપારી હતી અને એ ભાવમાં ઊભરાઈ જવા જેટલો ઉમળકો હતો.

હું અને નીલી, એક દૂબળું કૂતરું અને હૃષ્ટપુષ્ટ બિલાડી અને ઘવાયેલા ઉંદર તરફ – મારા મિત્ર તરફ જોઈ રહ્યાં.

કિચનમાં નળ ખૂલતાં બેસિનમાં પાણી પછડાતું હોવાનો અવાજ અહીં ધસી આવ્યો.

લાગણીઓ એની ટોચ પરથી નીચે ઊતરી રહી હતી ત્યારે મને લાગ્યું કે આ નાટકના છેલ્લા અંકના છેલ્લા પ્રવેશ પર પડદો પાડવો હવે જરૂરી હતો.

'મૅડમ નીલી,' હાથ લાંબો કરતાં મેં કહ્યું, 'તમારા સમયનો અલબત્ત અમે વ્યય કર્યો છે, પણ ખાસ તો તમારા મિજાજને આઘાત પહોંચાડવા બદલ અમે ખરેખર દિલગીર છીએ. અમે હવે રજા લઈએ.'

છેલ્લો ડાયલૉગ હું બોલી રહ્યો અને પડદો પાડવા દોરી તરફ હું હાથ લંબાવતો હતો ત્યાં...

'ઓહ નો, જ્યારે આવ્યા છો તો આ મુલાકાત ભલે એક સુખદ અકસ્માત બની રહે, ચા પીને જજો.'

અમને શિષ્ટાચારની તક આપ્યા વિના નીલી કિચનમાં દોડી ગઈ અને ત્યાંથી, 'એક મિનિટ' કહેતી બેડરૂમમાં જતી રહી.

ફરી ચૂપકી વજનદાર બની.

શાન્ત વહેતા સમયની પળો ગણતાં મને ખ્યાલ આવ્યો કે ચૂપકીને આકાર આપતા વિશિષ્ટ અવાજની પણ એક અજબગજબ દુનિયા હોય છે!

સ્ટેનલેસ સ્ટીલ ટ્રે પર કપ-રકાબી મુકાતાં હોવાનો ધીરો અવાજ સંભળાયો.

ફરી બેડરૂમનો દરવાજો ખૂલતો હોવાનો અવાજ સંભળાયો, પડદો ઝૂલતો દેખાયો.

સાચું કે જીવનમાં અનેકાનેક ઘટનાઓનું પુનરાવર્તન થતું રહે છે, પણ પરિસ્થિતિ ભાગ્યે જ પુનર્જન્મ પામે છે.

આ મારી ટેવ હતી કે હું આ અને આવા વિચારોની ગૂંચમાં ગૂંચવાયેલો જ રહેતો, એટલે નીલી ક્યારે મારા મિત્રની અડોઅડ આવીને બેઠી, ક્યારે એણે ચાના પ્યાલા તૈયાર કર્યા વગેરે મને કશું યાદ ન રહ્યું.

એણે મારી સામે ધરેલા ચાના કપ તરફ હાથ લંબાવતાં મારી વિખરાયેલી નજર એની તરફ કેન્દ્રિત થઈ.

કંઈક ઓચિંતાનું મનમાં વસી ગયું અને મેં ફરી ગળું ખંખેર્યું.

'નીલી,' કાંઈ અતિ ગંભીર વાત કરવી હોય તેમ ચાનો કપ ટિપૉઈ પર મૂકતાં હું સોફાની કિનાર પર આગળ સરતાં એની તરફ ઝૂક્યો.

'એક બેહૂદો પ્રશ્ન પૂછું તો ક્ષમા કરશો.'

મારું બોલતાં અધવચ્ચે થોભવું, ન ધારેલું બનવું અને મેં આગળ કહ્યું તેમ જીવનની અનેક પ્રક્રિયાઓનું પુનરાવર્તન પામવું –

મેં ધાર્યું હતું કે નીલી પૂરતી ગંભીરતાથી મારી વાત સાંભળશે, પણ ક્યારે નહિ ને અત્યારે – કસમયે – એ અટ્ટહાસ્ય કરી ગઈ!

આ બીજી વાર પરિસ્થિતિનો ખોટો અંદાજ કાઢવા બદલ હું ભોંઠપ અનુભવી ગયો.

'જુઓ,' બાપ રે એણે મારી સાથળ પર હાથ મૂક્યો અને કમબખ્ત ત્યાં જ રહેવા દીધો.

'આ પ્રશ્ન મોટે ભાગે દર રાતે મને પુછાતો રહે છે કે હું વેશ્યા કેમ બની અને હું મારા ગ્રાહકને મનગમતો ઉત્તર આપતી રહું છું. આવું રોજ બન્યા કરે છે અને રોજ જાતીય વૃત્તિને ઉશ્કેરે એવી એવી બનાવીને કહાણીઓ કહેતી રહું છું... શું કરું, ધંધો જ એવો છે! પણ તમે ઘરાક નથી, અકસ્માતે ઘડીભરના મિત્ર છો અને જાણવા ઇચ્છો છો તો સાચું કહીશ.'

એ એની પ્રસ્તાવના.

'મારી પંદર વર્ષની વયે મારું વેચાણ થયું. વ્હાઈટ ટ્રાફિક સમજો છો ને? એ અને આટલાં વરસો બાદ હવે એનું મહત્ત્વ નથી રહ્યું એટલે એ વિગતો બાદ કરીશ. શરૂમાં મને અલેકઝાંડ્રિયા મોકલવામાં આવી. પછી કેરો, એડન, કરાંચી અને હવે અહીં સ્થાયી થઈ છું. અમારે કોઈના રક્ષણ નીચે કોઈની માલિકીને વશવર્તીને ધંધો કરવો પડે છે એ વાતની તમને કલ્પના નહિ હોય, પણ હવે હું સ્વતંત્ર છું. હવે કોઈની પંપાળ કે દેખભાળની જરૂર નથી મને, અને હવે જોઈતું બધું મળી રહે છે.

એટલે મને સુખ અને સંતોષ હોવાં જોઈએ, ખરું ને? પણ નથી. હું તમારા બધા જેવી એક શાપિત વ્યક્તિ છું. તમે પૂછો કે મારી ઉંમર કેટલી તો તે જ પળે ઉત્તર આપી શકું કે આટલાં વરસો, આટલા મહિના, આટલા દિવસ અને કલાકો પણ ધારું તો કહી શકું.

હું સમયની ગણતરી પર જીવું છું, મેં એક સપનું સેવ્યું છે.

વેશ્યાના સપનાની વાત એક જબ્બર આઘાત પહોંચાડવા પૂરતી હતી. હું સંયમ ખોઈ સોફાની કિનાર પર નીલીની નજીક સર્યો.

એણે રકાબી પર આંગળી ટેકવી ચાના કપને નજીક સેરવ્યો. ટિપૉઈની ધાર પર રહેવા દીધો.

'મેં એક યોજના ઘડી છે.' એણે ચાલુ રાખ્યું, 'હું વરસોથી મારાં નાણાંની બચત વધારતી રહું છું. પાંચ-છ મહિના બાદ મેં ધારી છે એટલી રકમ એકઠી થતાં હું એક રેસ્ટોરાં ખોલીશ – નવી જ ઢબનું અદ્યતન! પાંચેક વર્ષમાં યોજના પ્રમાણેની રકમ એકઠી કરી જતી રહીશ. ખબર છે ક્યાં? પેરિસ! અને ત્યાં એક એવા પુરુષને પરણીશ કે જે કામને અંતે પીઠામાં ન જાય અને ઘેર પાછો ફરે... એક સુંદર બાળકીને જન્મ આપીશ... અમે શનિવારે થિયેટરમાં. રવિવારે દેવળમાં નિયમિત જઈશું!

આ બાલ સફેદ થાય – મોઢે કરચલીઓ પડે તેની પરવા નહિ કરું... ઓહ મારો પતિ, મારી બાળકી, મારો સમાજ... ઓહ વૉટ એ ડ્રીમ!'

નીલીએ ઊંડો શ્વાસ લઈ થોડી વાર ધરી રાખ્યો, પછી ધીમેથી બહાર સરવા દીધો. એ એવી રીતે સોફાના ખૂણામાં સંકોચાઈને બેઠી કે... કે જાણે એ કદમાં નાની બની ગઈ હોય.. થોડી યુવાન બની ગઈ હોય.

'મૅડમ.' મારા મનની પરિસ્થિતિ મારા અવાજમાં થોડો કંપ મૂકી ગઈ હશે નીલીએ મારી તરફ જોયું.

'હું કસમ ખાઉં છું કે હું તમારા રેસ્ટોરામાં દરરોજ ચા પીવા આવીશ.'

'ઓહ થૅંક્યુ... મેં રેસ્ટોરાંનું નામ પણ વિચારી રાખ્યું છે... ડેડ એન્ડ ઈન.'

'ડેડ એન્ડ શું કામ?'

નીલીએ પોતાના ચહેરા પર એક અતિ સુંદર સ્મિત ટિંગાડ્યું... અને લટકાવી રાખ્યું.

ડેડ એન્ડ સ્ત્રીના હૃદય જેવું છે. કાં તો ત્યાં વસવાટ કરવો પડે છે અથવા નિરાશ થઈને પાછા ફરવું પડે છે. એનું સ્મિત બુદ્દબુદ હાસ્યમાં વિખરાઈ ગયું.

એણે ઊભા થઈ મારી તરફ હાથ લંબાવ્યો.

'મિત્ર, અલવિદા.'

'અલવિદા નહિ – ફરી મળશું તમારા રેસ્ટોરામાં.'

મારો મિત્ર દરવાજો ખોલી બહાર નીકળી ગયો હતો અને છેલ્લી વાર નીલીના સ્મિતમંડિત ચહેરાને નજરમાં સમાવી હું પણ એના ઘરનો ઉંબરો વટાવી ગયો.

અમારી પાછળ 'કટ' કરીને હળવેકથી દરવાજો બંધ થયો. બહારના ટ્રાફિકનો જરા જેટલો અવાજ સંભળાતો નહોતો – એવી અભંગ શાંતિ અહીં હતી. ઉપર જતા અને નીચે ઊતરતા દાદરા પર ઉત્સુક અંધારાં ઊભાં હતાં અને સ્થગિત થયેલી હવા કહોવાતી હતી.

'કેવી બેહૂદી!' ડેડ એન્ડ ઈન – વેશ્યાનું સપનું!

મારા મિત્રે મારા જીવનની એક ક્ષણ વેરવિખેર કરી નાખી.

'પ્રાણી માત્રની ઉત્પત્તિ થઈ ત્યારથી મનુષ્યના વ્યવસ્થા લાવવાના પ્રયત્નોથી જ આ અવ્યવસ્થાભરી ભ્રષ્ટ રચના ઊભી થઈ છે.'

અને હવે આ મૂરખ સ્ત્રી એની પંચવર્ષીય યોજના પાર પાડશે, એમ?'

અમે પગથિયાં ઊતરવાનું શરૂ કર્યું ત્યારે મારાથી સહસા બોલાઈ જવાયું.

સમવયસ્ક હોત તો હું એને પરણી જાત!

'અહો – એક વેશ્યા સાથે આવી દિલ્લગી થઈ ગઈ – આટલી વારમાં?'

મેં ડોકું ધુણાવી હા કહી, પણ સારું થયું અંધારામાં એણે મારી હા જોઈ નહિ અને અમે બંને ચૂપ રહ્યા.

દરવાજા આગળની બત્તીનું ફિક્કું તેજ બહુ થાક વેઠીને અમારી આગળ આવી પહોંચ્યું.

રસ્તા પર ગિરદી હતી, ઘોંઘાટ હતો, બફારો હતો, ઝળાંહળાં થતી અસંખ્ય બત્તીઓનાં કિરણો એકબીજા પર બેવડાતાં હતાં.

ટ્રામ, બસ, ટૅક્સી અને બળદવાળો ખટારો મોટા રસ્તા પર એકબીજાની છેક જ નજીક છતાં એકબીજાને અડ્યા વિના પસાર થઈ જતાં

હતાં.

આ સંચાલનમાં પૂર્ણ સાવચેતીને જ અવકાશ હતો. એક ક્ષણની બેખબરી ખતરનાક હતી. ગતિ – ધ્વનિ – પ્રકાશની રેખાઓ એકબીજામાં જાળાં ગૂંચવતી ત્યારે ધડિંગ... ધડિંગ એક અકસ્માત – એક ચીસ – એક નિઃશ્વાસ – એક ખૂન – એક આત્મહત્યા,- એક ધરતીકંપ – એક યુદ્ધ.

મારા મિત્રની વાત ખરી હતી. સાવચેતીની અણી પર તોળાઈ રહેલી વ્યવસ્થાનાં પરિણામ ખતરનાક હતાં.

એને હજી ઑફિસનું કામ સમેટવાનું હતું, એવું જણાવી મારો મિત્ર રસ્તાની પેલી તરફ ઊભેલી એક બસ તરફ દોડી ગયો.

મને ત્યારે યાદ આવ્યું કે મારી આજની ધંધાકીય પ્રવૃત્તિનો સમય પસાર થઈ ગયો હતો.

મેં એક રેસ્ટોરામાં ચા પીધી, એક પાન મોઢામાં મૂક્યું, સિગારેટનું એક પાકીટ ખિસ્સામાં મૂક્યું... બસ, એમ થયું કે મારે ક્યાંય જવું નહોતું, છતાં પગ ગતિમાં હતા.

નીલી...

નીલી કદાચ હમણાં બાથ લેતી હશે. નગ્ન હશે. એના અવસ્થા પામતા અવયવોને સચિંત તપાસતી હશે. પછી ચહેરા પર મેકપ લપેડશે – હોઠી પર સ્મિત ગોઠવશે. આંખમાં બીભત્સતા આંજશે અને ડ્રોઇંગ રૂમમાં ઈન્તેજારમાં બેસી રહેશે.

...અને છેવટ મોડી રાતે નાણાં ગણી, સમયની ગણતરીમાં એક દિવસનો ઉમેરો કરશે અને કોઈ પાસે પોતાના સપનાની વાત કરી હોવાની ખુશીમાં વહેલી પરોઢે બિછાનામાં પડતાં જ ઊંઘી જશે – કદાચ!

બધું કદાચ... કદાચ... જીવનમાં ખચીત કશું જ નહોતું.

એવા જ અનિશ્ચિત હવામાનમાં અકળાતા મુંબઈ પર ઓચિંતાનો વરસાદ તૂટી પડ્યો.

સાવચેત ન હોય તેને રક્ષણ કરવાની તક ન આવે – મુંબઈનો વરસાદ એવો છે!

હું રસ્તો ઓળંગી રહ્યો હતો. મેં દોડીને સામેના મકાનના પ્રવેશદ્વારમાં રક્ષણ શોધી લીધું. રસ્તા પર નાસભાગ થઈ રહી.

લોકો ટ્રામ તરફ, બસ તરફ, ટેકસી, રેસ્ટોરાંમાં, દુકાનોની છત નીચે દોડી જતા હતા–

હું ભીંતને અઢેલી વાછંટથી બચીને ઊભો હતો. નીલીના મકાન જેવું જ મકાન હતું. કોરીડોરમાં એવું જ વૃદ્ધાવસ્થા પામતું, નગ્ન ઈલેક્ટ્રિક બલ્બનું અજવાળું ખોડંગાતું હતું.

ચામડીને અડતા ભીના કપડાની ઠંડકથી શાતા અનુભવાઈ રહી હતી. અને વારે વારે ભૂખ લાગી હોવાનો ખ્યાલ આવતો હતો...

ભૂખ.

ભૂખ કોઈ પણ પ્રકારની, સર્વવ્યાપી બને ત્યારે પરાક્રમોની પરંપરા સર્જી શકે, ક્યારે પરાક્રમોની શક્યતાને હણીયે નાખે...બેમાંની એક અતિશયતા જરૂર ઉપસ્થિત થાય... અને...

મારા વિચારોને આગળ વધતા મેં અનાયાસે રોક્યા.

મારે ક્રમે ક્રમે સજાગ બની મારા મનની ગતિ પર વારે વારે બ્રેક લગાડવી પડે છે.

રસ્તા પર 'સ્કીડ' થતી કોઈ ગાડીનાં પૈડાં પર ઓચિંતાનો બ્રેક બિડાઈ ગયાનો અવાજ બીજા અવાજો વચ્ચે આક્રંદ કરી ગયો.

અને એક હાકોટો સંભળાયો.

મેં ત્યાં ઊભાં ઊભાં વિચાર્યું: એક સેકન્ડ, એક તસુના કારણે કોઈ બચી ગયું હશે – કદાચ નહિ બચ્યું હોય. મોટી સંખ્યાના લોકો એ તરફ એક અમસ્તી જ નજર નાખી, પોતાની ગતિમાં કશો જ ફેરફાર લાવ્યા વિના ચાલતા રહ્યા હશે. આ માનવસમુદાયને ક્યાંક ને ક્યાંક ઉતાવળે પહોંચવું હોય છે.

એકમ તરીકે માનવીને જંપ નથી. કોઈ એક લાગણી એને અડીને દૂર જતી રહે છે. ખેંચીને તંગ કરેલા મનના દોર પર થોડી થોડી ક્ષણે એ એક મૂઢ ભાવમાં સતત સરતો રહે છે.

રસ્તા પરનો હોકાટ શમી ગયો.

વરસાદ જામી પડ્યો.

પુરપાટ વહેતા પાણીના વાંકાચૂકા પ્રવાહમાં અને મોટરે ઉડાડેલાં અગણિત પાણીનાં બિન્દુઓમાં હું પ્રકાશનાં કિરણ પ્રતિબિંબિત થતાં જોઈ રહ્યો.

સિગારેટ પર છેલ્લો કશ ખેંચી મેં એને આંગળીથી ઉરાડી. પ્રકાશનું એક ટપકું અર્ધવર્તુળ દોરી ઓલવાઈ ગયું.

એક નિઃશ્વાસ બહાર પડ્યો.

પાટલૂનમાં રહેલા હાથની આંગળીઓનાં ટેરવાં સ્પર્શનો અનુભવ ગુમાવી બેઠાં હોય એવું કેમ વરતાતું હતું?

હું જાણતો હતો કે ધોધમાર વર્ષા હવે અટકશે નહિ. મારે જ્યાં જવું હોય ત્યાં ભીંજાતા અને ભીંજાયેલા જવું પડશે. બસમાં મારી પડખેનો પ્રવાસી મારી તરફ ઘૃણાની નજર ફેંકી મારાથી દૂર ખસશે, એ પણ હું જાણતો હતો.

પગે કળતર થતી હતી. થાક જણાવો શરૂ થયો હતો, ભૂખ લાગી હતી, તોય પ્રકાશને બુંદ બુંદ બની વીખરાતા જોવાની એવી તો મજા આવતી હતી કે અહીંથી ખસવાનું મન થયું નહિ.

પણ ત્યાં, કોરીડોરમાં કશુંક બની ગયું અને મારી નજર ત્યાં દોડી ગઈ. નજીકના એક ફ્લૅટનું બારણું ખૂલ્યું અને પ્રકાશની એક ચીપાટ લાદીઓવાળી પરથાળ પર લંબાઈ ગઈ. અડધા ખૂલેલા બારણાના એક ઝૂલતા કમાડની ધાર પર સ્વયં ઝૂલતી એક સ્ત્રી મારી સામે ટીકીને જોઈ રહી હતી એવા ખ્યાલથી મારા આખા દેહ પર ઝણઝણાટી ફરી વળી.

સ્ત્રી જુવાન દેખાતી હતી – જુવાન હતી અને સુંદર એટલે ખરે જ સુંદર હતી.

ડ્રૉઇંગ રૂમના મર્ક્યુરી લૅમ્પનો પ્રકાશ એના ગોળ અવયવો પર રૂપેરી તેજ અને આસમાની છાયાની મોહિની પાથરી રહ્યો હતો.

સોનેરી વાળનું ગૂંચળું એની ડાબી આંખને ઢાંકી ગયું હતું. એના

બહાર ખૂલતા બન્ને હોઠ વચ્ચે પડું પડું થતી એક સિગારેટ ટિંગાઈ રહી હતી.

જાંઘની ખાલી લંબાઈ અને વક્ષ લગભગ ખુલ્લાં દેખાય એવું એણે સ્કર્ટ પહેર્યું હતું અને હવે અંગો ડોલાવતી એ મારી તરફ આવી લાગી. મારાં અંગોને સહેજ અડતી પરથાળની કિનાર પર ઊભી રહી એણે એક વાર રસ્તા તરફ તાકીને જોયું. પછી માથું ઊંચું કરી બે આંગળી વચ્ચે સિગારેટને પકડીને મોઢામાંથી ઊંચકી અને એક છાકટું આલ્કોહોલની ગંધવાળું સ્મિત મારા તરફ મોકલ્યું અને કહ્યું:

'બહુ વરસાદ છે, નહિ?'

'હં...હં....'

'જલદી રહે એમ લાગતું નથી.'

'એવું જ જણાય છે.'

'તમે વરસાદ રહે એની રાહ જોઈ ઊભા છો?'

મેં ડોકું ધુણાવી હા કહી.

'તો આવો, વરસાદ રહી જાય ત્યાં સુધી મારી સાથે મારા બેડરૂમમાં થોભજો.'

હું કશું બોલ્યો નહિ. ચુપચાપ એની સામે જોઈ રહ્યો.

'નહિ?'

'નહિ.'

એણે ખભા ઊંચા કર્યા અને બંને હાથ થોડા ઊંચા કરી ઢીલા મૂકી દીધા. એ ક્રિયા સાથે એના બંને સ્તન થોડા છૂટા થઈ ફરી એકમેક પર બિડાઈ જતા મેં જોયા અને મેં જોયું એ એણે જોઈ લીધું હતું એટલે એ ન દેખાય એટલું જ માત્ર હોઠને ખૂણે હસી ગઈ.

'ખરેખર નહિ? ચાલો કન્સેશન આપીશ. તમને અડધો ચાર્જ – ત્રીસ રૂપિયા. ડ્રિંકનો ચાર્જ અલગ અને ચા જોઈતી હશે તો મફત.'

અને હું પણ એના જેવું જ અમસ્તું જ થોડું એની સામે હસી ગયો.

મેં એની સામે સિગારેટ ધરી, એણે લાઇટરથી મારી સિગારેટ પેટવી

ત્યારે મેં કહ્યું:

'હું પીતો નથી.'

'તો દુર્ભાગ્ય તમારાં.'

એ સામેની ભીંતને અઢેલીને ઊભી અને રસ્તા પર ધોધમાર વહેતા પાણીના તેજોમય પ્રવાહને નીરખી રહેતાં બોલી:

'આ વરસાદમાં કોઈ આવી ચડે એવું લાગતું નથી. રાત બેકાર જશે... ઊંઘની ગોળીઓ ખાઈ સૂઈ રહું, શું કહો છો તમે?'

હું ફિક્કું અમસ્તું હસવાને ખાતર હસ્યો.

થોડી ક્ષણો ચુપકીની વીતી. એ દરમ્યાન કેટલું પાણી ક્યાં વહી ગયું હશે...એણે ડાબી આંખ પર ઝૂકી આવેલી લટ સમારી અને સિગારેટ પર માત્ર બે કસ ખેંચ્યા અને એક નિઃશ્વાસને બહાર વહેવા દીધો. દરમ્યાન દુનિયામાં કેટલા મહત્ત્વના – કેટલા ખોફનાક બનાવો બની ગયા હશે!

હું ભીંતનો આશારો છોડી ટટ્ટાર થયો.

'તમારો ડ્રિંકનો ચાર્જ શો છે?'

'પંદર રૂપિયા એક પૅગના.'

'બહુ કહેવાય.'

'આ પીઠું નથી... આ અમારો સ્ટેન્ડર્ડ ચાર્જ છે.'

'એમ કરો – હું પંદર રૂપિયા આપીશ, પણ ડ્રિંક નહિ લઉં. ચા પીશ. વરસાદ રહી જાય એની રાહ જોતો થોભીશ, પોણા કલાકથી વધારે નહિ થોભું.... અથવા તમારો કોઈ ઘરાક આવી ચડશે તો જતો રહીશ.'

એણે મારો હાથ પકડ્યો, દાબ્યો અને મને ફ્લૅટ તરફ ખેંચ્યો: 'ચાલો.'

ડ્રૉઇંગ રૂમનું ફર્નિચર કીમતી – છેલ્લી ઢબનું પણ કઢંગી રીતે ગોઠવાઈને મૂકેલું હતું. ટિપૉઈ પર એક મેલો નૅપ્કિન, ઊંધો વળેલો એક ગ્લાસ, પ્રવાહીનો રેલો અને કારપેટ પર એક મોટું ભીનું ધાબું હતું.

એણે હજી મારો હાથ છોડ્યો નહોતો. એ મને બેડરૂમમાં દોરવી ગઈ. બેડરૂમ પ્રમાણમાં સુઘડ સ્વચ્છ હતો. 'બેસો નિરાંતે.'

મેં 'રેક' પરથી એક ટૉવેલ ઉપાડી ખુરસી પર મૂક્યો અને તેના પર બેઠો.

'બહુ દરકાર સેવો છો?'

એણે કોચ પર આડાં પડતાં કહ્યું.

'આવી બાબતો વિશે હું બિલકુલ બેદરકાર છું. તમે ભીને કપડે ખુરસી પર બેઠા હોત તો એ વાત મારા ધ્યાનમાંયે ન આવત, ધ્યાન ગયું હોત તોય હું ઠપકો તો ન જ દેત – મારો સ્વભાવ નથી.'

મેં ખિસ્સામાંથી દસ અને પાંચની નોટ કાઢી એની સામે ધરી.

'આપજો પછી, શી ઉતાવળ છે?'

'લઈ લો હવે – ખિસ્સામાંથી કાઢ્યા છે ત્યારે!'

અને ડ્રેસિંગ ટેબલ પર નોટો મૂકતાં પૂછ્યું:

'શું નામ છે તમારું?'

'ફીફી!' અને એ મારી સામે એકધ્યાન જોઈ રહી. પછી હસી, શરૂમાં હળવું, પછી મુક્ત અને બેફામ, એ હાસ્યમાં કશી કૃત્રિમતા ન હતી, મોહક હતું એ હાસ્ય.

હું ખુરસી પર અઢેલીને બેઠો અને પગ લાંબા કર્યા.

'તમને વિચિત્ર લાગતું હશે આ નામ, ખરું? પણ કેટલાય મૂરખાઓને આ નામ જ પાડી દે છે!'

એણે પડખું ફેરવી કોચ પાછળની રસ્તા પર પડતી બારી સાધારણ ખોલી. વાછંટ લઈ આવતો પવનનો એક જોરદાર ઝાપટો હુંકાર અંદર ધસી આવ્યો.

એણે ઉતાવળે બારી બંધ કરી અને સ્ફૂર્તિથી કૂદકો મારી કોચ પરથી હેઠી ઊતરી.

'હજી એવું જ વરસે છે, મને લાગે છે તમે આજની રાત ઘેર નહિ જઈ શકો.'

'ઘેર જવું જ પડશે.'

'સારું, સારું, હું પરાણે નહિ રોકું. તમે... અને અહીં રોકાવાના દામ

ચુકવવા પડે છે. આ ધર્મશાળા નથી એટલું તો તમે સમજતા હશો... વારુ, હું ચા બનાવું ત્યાં સુધી –' એણે ટિપોઈ તરફ આંગળી ચીંધી, 'આ મેગેઝીનનાં પાનાં ઉથલાવજો.'

એ ગઈ. એની પાછળ સ્પ્રિંગવાળો બેડરૂમનો દરવાજો આપમેળે કશા જ અવાજ વિના બંધ થયો.

એક કપ ચાની કિંમત રૂપિયા પંદર. જિંદગીમાં યાદ રહી જશે આ પ્રસંગ. કેટલાક પ્રસંગો આમ તો અર્થહીન, એમનાં નાણાંકીય મૂલ્યોને કારણે જ માત્ર સ્મૃતિ પર બોજો બનીને પડી રહેતા હોય છે.

ખૂન, બળાત્કાર, બ્લૅકમેલની સત્ય ડિટેક્ટિવ કથા, ફૅશન, મુખ્યત્વે અર્ધનગ્ન સ્ત્રીઓના ફોટોગ્રાફવાળાં મેગેઝીન ટિપોઈ પર પડ્યાં હતાં... મેં એમને રહેવા દીધાં.

ભીંત પર, ઈલેક્ટ્રિક ઘડિયાળનો સેકન્ડ કાંટો ગણી શકાય એવી રીતે સમય કાપતો હતો... એ ઝટકો ખાઈને આગળ વધતો હતો. જાણે કોઈ એને ચાલતો રહેવા મજબૂર કરી રહ્યું હોય.

ફીફી ચાની ટ્રે, કેક, સેન્ડવીચીસ લઈ બેડરૂમમાં પ્રવેશી અને કશા જ ઔપચારિક શિષ્ટાચાર વિના એણે ટ્રે મારી તરફ હડસેલી.

'બનાવી લો તમારી ચા. હું મારું ડ્રિંક લઈશ.'

હજી તો હું ટ્રે મારી સામે ગોઠવું અને કીટલી ઉપાડું તે પહેલાં એ ગ્લાસમાંની વ્હીસ્કીનું અડધું પ્રવાહી ગટગટાવી ગઈ.

એની એક આંખ પર હજીયે વાળનું ઝૂમખું ઝૂલી રહ્યું હતું અને બીજી આંખમાં તે જ ક્ષણે રંગત ચડી હતી. એ મારી કલ્પના હતી – કદાચ.

હું ચાના કપમાં ચમચી હલાવી રહ્યો હતો. એ દરમ્યાન એણે નીચા નમી મારા કોટના ગજવામાંથી સિગારેટનું પાકીટ ખેંચી કાઢ્યું. એણે ન મારી સામે જોયું, ન હસી, ન એણે ક્ષમા માગી. એક સાહજિક વર્તન તરીકે આ બની ગયું – જાણે અમારી વચ્ચે કોઈ વરસો જૂની મૈત્રી હોય!

ઉપરાંત એણે મારા માટે એક સિગારેટ પાકીટ બહાર ખેંચીને રહેવા

દીધી, પડખે પોતાનું લાઈટર મૂક્યું અને પછી કોચ પર બેત્રણ તકિયા એકઠા કરી એના પર આડી થઈને પડી. સિગારેટ પર લાંબો કસ ખેંચતાં જાણીજોઈને છાતી ફુલાવી. એણે એમ કરતાં બન્ને સ્તનને સ્કર્ટની કિનાર પર ઉપર ધકેલ્યાં. પછી માથું થોડું મારી તરફ કર્યું, નજર તીરછી થઈ, અને હોઠને ખૂણેથી એક અદનું સ્મિત વહી ગયું.

બિચારી! મને એની દયા આવી, એ આદતથી મજબૂર હતી. એ ઓચિંતાની તકિયા પર સતેજ થઈને બેઠી.

'મેં તમને જે જાતનું આમંત્રણ આપ્યું એવું આમંત્રણ હું કોઈ પુરુષને આપતી નથી. હું એવી સસ્તી નથી. મારે ધંધા માટે ભટકવાની જરૂર પડતી નથી. ધંધો મારી પાસે આવે છે.'

સિગારેટને હોઠ નજીક ધરી રાખી હું ઉત્સુક નજરે એની સામે જોઈ રહ્યો. એણે પગ લાંબા કર્યા અને બે આંગળી વચ્ચે તોળાઈ રહેલી એની સિગારેટની ધુમ્રસેર પર એક ક્ષણ માટે એની નજર ખોવાઈ ગઈ.

'તમે ભીંતને અઢેલીને ઊભા હતા – એવી જ મારા ભાઈની અઢેલીને ઊભા રહેવાની અદા હતી. એ અલ્જિરિયામાં ટ્રક ઍક્સિડન્ટમાં માર્યો ગયો.'

મારી આંગળીઓ વચ્ચે ડોલ ડોલ થતી સિગારેટને મેં હોઠ વચ્ચે પકડી સ્થિર કરી.

'એ ક્યારે બન્યું?'

'આઠ વર્ષ પર. મારો ભાઈ, મોટો ભાઈ ટ્રક ડ્રાઇવર હતો. છસાત દિવસ સતત ટ્રક ચલાવ્યે રાખતો – ધંધો કરતો અને વીક એન્ડ પર ઘેર આરામ કરતો, ત્યારે દર રાતે ખૂબ દારૂ પી કોઈ લૅમ્પ પોસ્ટને અઢેલી સિગારેટને ફૂંક્યે રાખતો. એકાદ કલાકમાં વીસ-પચીસ સિગારેટ પી – સ્વસ્થ થઈ ઘેર પાછો ફરતો.'

ફીફીએ ઍશટ્રેમાં ઘસીને સિગારેટ હોલવી.

'એક દહાડો એક ટ્રક સ્કીડ થઈ લૅમ્પ પોસ્ટ પર ધસી આવી અને એ બની ગયું... ન બનવું જોઈતું હતું.' એનો અવાજ થોડો ઠરડાયો, 'તે બની ગયું. પછી તરતના દિવસોમાં હું રસ્તે ચાલતી થઈ – સ્ટ્રીટ વૉકર.'

'ફીફી, ત્યારે તારી ઉંમર?'

'ઓહ, જવા દો, મને સંખ્યા તરફ નફરત છે. એ વખતે હું આ ધંધા માટે નાની હતી તોય...' અણગમતી કડવી દવાનો એક ડોઝ ગ્લાસમાં રેડી બાકીની બાટલીમાંની દવા પર બૂચ દેતી હોય એમ ફીફીએ આ વાત અચાનક બંધ કરી. કૉચ પરથી ઊતરી એ મારી સામે ખુરસી પર બેઠી.

'તમારી ચા ઠંડી થાય છે.'

મેં ચાનો ઘૂંટ ભર્યો. એ મને જોઈ રહેતી હતી. એણે કેક ને સેન્ડવીચ ખાવાનો આગ્રહ ન કર્યો. એણે માત્ર કેકવાળી પ્લેટને ધક્કો મારી ચાના કપ નજીક લાવી અને એક પગ પર બીજો પગ ટીંચકાવતી આંખને ખૂણેથી એકધારું મારી સામે જોઈ રહી.

આ મૂક આગ્રહને વશ થયા વિના ચાલે તેમ નહોતું. મેં એક કેક ઉપાડી કે તરત જ એની નજર આંખનો ખૂણો ત્યજી કારપેટ પર મંડાઈ ગઈ.

'ફીફી, એક બેહૂદો પ્રશ્ન પૂછું?'

એણે માથું ઊંચું કરી મારી સામે જોઈ રહેતાં આંખથી સંમતિ આપી.

'તેં જીવનમાં કોઈ પ્લાનિંગ કર્યું છે – તેં કોઈ સપનું સેવ્યું છે?'

'શાનું પ્લાનિંગ?'

'કે આ ધંધો કરતાં અમુક રકમ એકઠી થાય ત્યારે ક્યાંક જતા રહેવું. આ ધંધો છોડી કોઈને પરણી જવું બાળકોને જન્મ આપવો...'

'લગ્ન એક ઠગાઈ છે અને હું પુરુષજાતને ધિક્કારું છું. તમે પુરુષ છો એટલા પૂરતા તમને પણ!'

'તેં કેટલી બધી કડવાશ ભરી રાખી છે, ફીફી, તારા જીવનમાં?'

'મારા જીવનમાં આળસ અને કંટાળા સિવાય કશું જ નથી. એ પોકળ છે. તમારું જીવન પણ એવું જ પોકળ હશે. જરા ઊંડી તપાસ કરી જોજો.'

'પણ ફીફી, તું મોટી થઈશ – આ વાળ સફેદ થશે – ગાલ પર કરચલીઓ મઢાશે અને તારી આ મોહિની –'

'બસ, બસ કરો. આ ચિત્ર કસમયે રજૂ કરવાની નિર્દયતા ન કરી

હોત તો ન ચાલત?'

'કસમયે એટલે?'

'એટલે કશું જ નહિ, હું કોઈ સાથે ચર્ચામાં ઊતરતી નથી. બાકી...બાકી... એમ કે મેં તમને આશરો આપવા આમંત્રણ આપ્યું...'

એ આગળ બોલતી અટકી અને ઉતાવળે નીચું જોઈ ગઈ.

'કારણ મેં તારા ભાઈની યાદ તાજી કરી.'

'એ ન ભૂલતા કે એ પણ પુરુષ હતો.'

'ખરું, પણ, ફીફી મેં પ્લાનિંગની બાબતમાં ખોટું શું કહ્યું કે તું...'

'શટ અપ. હું મારી રીતે જીવ્યે જાઉં છું એ સંબંધે વાંધો હોય તમને તો હું તમારી પત્ની, પ્રેયસી કે બહેન નથી કે તમે મારા પર બળજબરી કરી જાઓ. સમજ્યા! નાઉ, ગેટ આઉટ! નીકળો બહાર – તરત જ બહાર પડો!'

હું ચાનો અડધો પીધેલો કપ ટ્રે પર મૂકી ઊભો થયો. ટૉવેલ ખુરશી પરથી ઉપાડી રૅક પર ફેંક્યો અને મારાં ભીનાં કપડાં સહિત હું બેડરૂમના દરવાજા તરફ ફર્યો.

'બેસો, દામ ચૂકવ્યા છે તો ચા પીને જજો.' એ ફરી કોચ પર આડી થઈને પડી હતી. ઝૂલતી લટને એણે કાન પર લઈ લીધી હતી અને એકીટશે વિસ્ફારિત નયને મારી તરફ જોઈ રહી હતી.

ચાનો કપ ઉપાડવાને બહાને હું નીચે નમ્યો.... છેક જ નીચા નમી ટિપોઈ પર હાથ લંબાવી હાથ પર માથું ટેકવી બેહૂદગીથી હું એની આંખોમાં જોઈ રહેતાં એની આંખોમાં સમાવા સ્મિત કરી ગયો.

'ફીફી, હું ખરેખર દિલગીર છું.'

એ હસી. મુક્ત અને મોહક.

'તને અણગમતી વાત સાંભળવી ગમતી નથી, ખરું?'

'ન જેવી વાતમાં ઉશ્કેરાઈ જાઉં એવી છું હું, અણઘડ.'

'ફીફી, તું ખરેખર મોહક છે!'

'આવું તો રોજ સાંભળવા મળે છે અમને.'

'તોય, હું ઘરાક નથી તારો.'

'કદાચ ઘરાક બનવાનાં બી પાંગરતાં હશે તમારામાં...આખર પુરુષ એ પુરુષ... પશુ જ.'

હું ચા પી ઊભો થયો.

એણે બેડરૂમનો દરવાજો ખોલીને પકડી રાખ્યો. એવી જ રીતે ડ્રૉઇંગ રૂમનો દરવાજો ખોલી એણે મારા માટે પકડી રાખ્યો. હું બહાર આવ્યો, એ મારી પાછળ આવી.

આ વખતે કોરીડોરમાં બિલકુલ અંધારું હતું. ફીફીએ મારો હાથ પકડી મને ઊભો રાખ્યો અને મારી અડોઅડ આવી ઊભી.

'જુઓ,' એ દેખાતી નહોતી. એનો ધ્રૂજતો અવાજ હું સાંભળી રહ્યો. 'એક વાત મનમાં આવી તે મનમાં જ રહી ન જાય માટે કહું છું કે અગણિત વેશ્યાઓ વૃદ્ધાવસ્થા પામતી હોય છે અને જીવતી પણ હોય છે, એ વાતની ખબર નહિ હોય તમને કે છે?'

'હું હવે ચર્ચામાં નહિ ઊતરું, ફીફી.'

'એટલું એ સારું...મારે આ કહેવું હતું તે કહી નાખ્યું બસ.'

એ મારો હાથ પકડી દરવાજા તરફ દોરી ગઈ.

'મેં કહ્યું હતું ને તમને કે વરસાદ નહિ અટકે?'

'હું જાણું છું, ફીફી, ઘણા ઘણા બનાવો અટકવાના સમયે નથી અટકતા– કસમયે ચાલુ રહે છે – કસમયે અટકે છે... ખેર, તું આવી વાતો નહિ સમજે.'

રસ્તા પર લોકોની અવરજવર ઘટી હતી – ટ્રાફિકનો શોર શમ્યો હતો. રસ્તો નિર્જન નહોતો તોય સૂમસામ જણાતો હતો.

એકધાર્યા વરસાદની કંટાળાભરી હેલી – અનેક સ્મૃતિઓથી ભરેલા મનના વિસ્તાર પર બેકાબૂ વિચારોના જેવું તેજકણોનું અશિસ્ત નૃત્ય...બધું એનું એ જ, પુનરાવર્તનનું પુનરાવર્તન!

બે પગથિયાં ઊતરી વરસાદથી ભીંજાતાં મેં ફીફી તરફ હાથ લંબાવ્યો.

'ફીફી – ગુડનાઈટ – ગુડ બાય.'

એ પણ એક પગથિયું ઊતરી મારી નજીક થઈ. બહારના પ્રતિબિંબિત પ્રકાશમાં મેં એને નીરખીને જોઈ. એના ચહેરા પર સ્મિત નહોતું તોય હોય એવો આભાસ થતો હતો – એવી આ મોનાલીસાએ મારો લંબાવેલો હાથ પકડી દબાવતાં કહ્યું:

'એક વાર વિચાર આવ્યો કે તમારા પંદર રૂપિયા તમને પરત કરું.'

'પછી?'

'પરત નહિ કરું. કરીશ તો તમને ગમશે નહિ.'

એણે મારા હાથને એક હૂંફાળી ભીંસ દીધી. પછી એ ધ્રૂજતી સુંવાળી મુલાયમ આંગળીઓ મારી હથેળી પરથી સરી ગઈ.

'ગુડનાઈટ એન્ડ ગુડ બાય.'

ફરી એક સ્ત્રી હવાનું બાચકું બની ગઈ – એક વધારાની યાદ – એક વધારાનો બોજ! હું ફરી એક ડેડ એન્ડમાંથી પાછો ફર્યો.

નાગ

નારાણબાપાની વાડીએ, આંબલી નીચે સૂકા ઘાસના પાથરણા પરથી લોકોનું ટોળું ઊભું થયું અને વિખરાવા લાગ્યું.

એ રાતે કાનાનું કાશી સાથે વિધિસરનું વેવિશાળ જાહેર થયું. દોઢ મહિના પછી ફેરા ફેરવી દેવાનો નિર્ણય ત્યાં જ લેવાયો.

આ બધી ક્રિયા ચાલતી હતી તે દરમ્યાન મેઘજી વાડીના ઝાંપાના દરવાજા પર બેઠો બેઠો સિગારેટ ફૂંકી રહ્યો હતો. અંદર આવી બધા સાથે બેસવાનું એને અનેક વાર કહેવામાં આવ્યું પણ કશો જવાબ ન વાળતાં, તોછડાઈથી માત્ર ચૂપ બેસી રહી એણે સિગારેટ ફૂંક્યે રાખી.

ધુમ્મસનાં વાદળ જેને નિસ્તેજ બનાવી રહ્યાં હતાં એવો સાતમનો ચન્દ્ર ક્ષિતિજ પર તોળાઈ રહ્યો. ક્યારેક ઝાપટાંમાં ધસી આવતો, વાડીના મોલ પર લહેરાતો, વડ – આંબલીમાં ગુંજતો અને થોરની ગીચ ઝાડીમાં અટવાઈ ગર્જના કરતો પવન ઘૂમી રહેતો.

બધા વાડી છોડી જતા રહ્યા, પણ મેઘજી હતો ત્યાં દરવાજા પર જ બેસી રહ્યો. માવજીએ એની પાસે જઈ એની સાથે હસીને વાત કરવાનું કર્યું પણ મેઘજી ટૂંકો જવાબ આપી બેસી રહ્યો ને વાતાવરણ વધારે ધૂંધવાયું.

ત્યાં તો આંબલી આગળ ઘાસના પાથરણાને છૂંદતી, બળદોની ખરીઓનો અવાજ આવ્યો. બળદોને વાવની કૂંડી તરફ દોરી જતો કાનો આંબલીનાં અંધારાં નીચેથી બહાર આવ્યો. એને જોતાં જ મેઘજીનો સિગારેટ પીવા ઊંચો થયેલો હાથ અટકી પડ્યો. કાનો બળદોને દોરતો મેઘજી આગળથી પસાર થયો ત્યારે મેઘજીએ ઝાંપા પરથી હેઠો ઊતરતાં એના દરવાજાને ડાબા હાથે ધક્કો મારી વચમાંના પથ્થર પર જોરથી અફાળ્યો.

કાનાએ મેઘજી સામે જોતાંની સાથે જ મેઘજીએ સળગતી સિગારેટ એના અંગ પર ફેંકી. કાનો કૂદકો મારીને પાછળ હઠ્યો અને સિગારેટના તણખા કપડા પરથી ખંખેર્યા. પછી 'તારી મેઘલાની .... સાલા સૂવર!'ની બૂમ પાડી કાનો મેઘજી પર તૂટી પડવા ધસ્યો પણ માવજીએ ઉતાવળે દોડીને કાનાને પોતાની બાથમાં ભીડી રોકી લીધો.

મેઘજી વાડી બહાર, રસ્તાની વચમાં, પાટલૂનના ખિસ્સામાં હાથ ઘાલી ઊભેલો દેખાયો. એણે સિગારેટ સળગાવવા દીવાસળી પેટાવી ત્યારે એને ભડકે એના હાથમાંના છરાની લાંબી ધાર ચમકી ઊઠી.

તરત જ આંબલીનાં અંધારાં નીચે એક તીણી હળવી રાડ સંભળાઈ: 'કાના!' અને એ જ ઘડીએ કાંબીઓ રણકતી સંભળાઈ. ઓચિંતાની કાશી આગળ દોડી આવી અને દયામણે સ્વરે કાનાને વીનવવા લાગી 'રહેવા દે, કાના! રહેવા દે! ભગવાનને ખાતર પાછો આવ!'

ધુમ્મસના એક ઘટ્ટ વાદળાએ પોતાના આવરણમાં ચન્દ્રને લપેટી લઈ એની કાન્તિ હરી લીધી. પવન પણ પોતાનાં અડપલાંને બીજે ક્યાંક દોરી ગયો હતો. વાડીની જીવંત વનસ્પતિ સ્તબ્ધ બની માનવીના મિજાજનું આ કરુણ નાટક જોઈ રહી.

થોડી રાહ જોયા પછી કશું જાણવાજોગ ન બન્યું ત્યારે મેઘજી રસ્તા પર લાંબાં ડગ ભરતો થોરની વાડ પાછળ અદશ્ય થયો.

ત્રણે જણ એને જતો જોઈ રહ્યાં. કાશી પોતાના ભાઈ માવજીને ખભે માથું મૂકી રડી પડી.

'તું નાહકની રડે છે, કાશી! એના જેવા કેટલાય મેઘલાઓને ચપટીમાં ભૂંસી નાખું.'

અને ખરેખર કાનો એવો જ હતો. એ પાંચેક વર્ષનો હતો ત્યારે એનાં માબાપ મરી ગયાં હતાં. પોતાનો ખાસ કંઈ સગો ન થતો હોવા છતાં નારાણબાપાએ એને સગા દીકરાની જેમ ઉછેરીને મોટો કર્યો હતો. અત્યારે કાનો વીસેક વર્ષનો હશે. નારાણબાપાના ચોત્રીસ જણના કુટુંબમાં એ સૌથી વધારે ઉપયોગી હતો. એ આખાય કુટુંબમાં વધારે વધારેમાં

ભણેલો હતો. વાડી પરના મહેનતુ કામથી માંડીને મામલતદાર કચેરીના લખાણપટ્ટીનાં અને કાયદાની આંટીઘૂંટીવાળાં કામ કાનો જ કરી શકતો.

આમ તો કાનો નારાણબાપાની સૌથી નાની અને લાડકી દીકરી કાશીને પરણે એ ક્યારનું નક્કી હતું. પણ એ અરસે મેઘજી આઠ વરસે આફ્રિકાથી પાછો ફર્યો. એની દોલતથી ને એના ઉપર ઉપરના દીદારથી જમનાકાકી અંજાઈ ગયાં. આંબાડાળે ટહુકતી કોયલ જેવાં વેણવાળી, ફૂટડી અને ઘાટીલી ચપળ અદાભરી કાશીમાં મેઘજીનું મન ચોંટી ગયું. કાશીને મેળવવા મેઘજીએ ગાંઠ બાંધી. સગાંવહાલાં અને મિત્રોને મોકલી તે માગાં મોકલતો, નારાણબાપા અને જમનાકાકીને પોતાની અસર નીચે લેતો. તેણે આકાશ – પાતાળ એક કર્યાં.

કાશી મેઘજીને જ પરણી હોત પણ નારાણબાપાના સૌથી નાના દીકરા માવજીએ સંન્યાસી બની જવાની અને કાનાએ એ ગામનું પાણી હરામ કરી ચાલ્યા જવાની ધમકી આપી ત્યારે નારાણબાપાની આંખ ખૂલી. વળી કાશી પણ આખરે શરમ મેલીને જમનાકાકીના ખોળામાં ધ્રુસકે ધ્રુસકે રડી ત્યારે ડોશીને પણ પોતાની ભૂલ સમજાઈ. અંતે કાશી – કાનાનું વેવિશાળ થયું.

એ પછી મેઘજી રોજ રાતે નારાણબાપાની વાડીએ આવતો તે જાણે કશું જ બન્યું ન હોય એમ માવજી અને કાના સાથે હસીને વાતો કરતો. એની આંખે ન ચડવાની કાશી કાળજી રાખતી. પણ ક્યારેક એની ભૂખી નજર નીચેથી ન છટકી શકાય એવી પરિસ્થિતિમાં કાશી મેઘજીની આંખના અગ્નિથી દાઝતી, મૂંઝાતી અને પરસેવે રેબઝેબ થઈ જતી.

કોશ ખેંચતો કાનો બળદોને દોડાવતો ત્યારે વાવની પાળે બેઠેલા મેઘજીની નજર વિચિત્ર રીતે કાનાની ગરદન પર મંડાઈ જતી. કાશીએ એક વાર મેઘજીની આંખોમાં એ તીર જોઈ લીધાં.

મેઘજીના ગયા પછી કાશીએ કાનાને કહ્યું: 'મૂઓ કાકીડાની જેમ રંગ બદલે છે. એનો ભરુસો ન કરતો કાના! મને એની બીક લાગે છે.'

વહાલભર્યું હસીને કાનો કાશી તરફ જોઈ રહ્યો. તેને પોતાની

શક્તિમાં વિશ્વાસ હતો.

પોણા બે મહિના પછી નારાણબાપાની વાડીએ ઢોલ પર દાંડી પડી અને ગુલાલ ઊડવા લાગ્યો. સ્ત્રીઓનાં ટોળાં આવજા કરવા લાગ્યાં. ઝાંપા બહારના રસ્તા પર નવાંનોખાં ગાડાં રોજ છૂટેલાં દેખાતાં. વાવની કૂંડી આગળ મોટાં મોટાં તપેલાં સાફ થતાં. ડેલી બહારના મોટા ચૂલામાંથી બળતા લાકડાનો ધુંવાડો ઊંચે આકાશમાં પહોંચતો.

કાનો અને કાશી પરણી ઊતર્યાં ને બીજે દિવસે બહારના લોકો પોતપોતાને ઠામ પહોંચવા રવાના થયા. તે દિવસે બપોરે મેઘજી ઝાંપાને દરવાજે બેઠો સિગારેટ તાણી રહ્યો હતો ત્યારે કુળદેવતાને પગે લાગી કાનો અને કાશી પાછાં ફર્યાં. એમની સાથે માવજી, રતનભાભી, જમનાકાકી અને આઠેક છોકરીઓનું ટોળું હતું.

કાશી ઝાંપામાં દાખલ થતાં જ મેઘજીને જોઈ અટકી. એણે આભલાના ભરતવાળો રંગબેરંગી કમખો પહેર્યો હતો. હાથ, ગળું, કાન અને નાક સોનાના ભારે દાગીનાથી મઢ્યાં હતાં. હોઠ પરથી અમૃત છલકાતું હતું. મદભરી આંખોમાં પરિણીત જીવનના પહેલા અનુભવની બેબાકળી યાદ લહેરાતી હતી.

મેઘજીને જોતાં કાશીના હોઠ કંપ્યા. કીકી પર પાંપણો ઢાળી દેતાં એણે માથેથી સાડલાનો છેડો ખેંચીને ઘૂમટો તાણ્યો. મેઘજીની નજર ભાતીગળ સાડલા સાથે અથડાઈને ભોંઠી પડી. એ કૂદકો મારી હેઠો ઊતર્યો ને આટલા બધા લોકોની હાજરીની દરકાર કર્યા વિના 'મારી શેની લાજ કાઢે છે, કાશી?' કહેતાં એણે રુક્ષ ઝડપથી કાશીના માથા પાછળથી સાડલો ખેંચતાં એનું મોઢું ખુલ્લું કર્યું. ત્વરાથી મેઘજી તરફ ફરવા જતા કાનાને માવજીએ ફરી એક વાર હાથ પકડીને રોક્યો.

'મેઘજી!' રતનભાભીએ રોષમાં કહ્યું: 'તું તો સાવ આફ્રિકાના સીદી જેવો શરમ વિનાનો છો!' ટોળામાંની છોકરીઓ બધી હસી પડી. કાશીએ ફરી ઘૂંઘટ નાખ્યો. મેઘજી પણ હસ્યો અને હસતાં હસતાં એણે કાનાને ખભે લગાવી કહ્યું: 'કાના! પાઘડી અને કેડિયામાં જો તો તું શોભે છે

તે! જરા અરીસામાં મોઢું તો જોઈ આવ!' કહેતો મેઘજી હસતો હસતો બેવડો વળી ગયો.

પોતાથી કશું ન બની શકે એવી વિચિત્ર પરિસ્થિતિમાં કાનો મુકાઈ ગયો. એણે મેઘજીના વ્યંગ અને અપમાનના ઘા સહી લીધા.......

... મેઘજી હજી વાડીના ઝાંપાને દરવાજે બેઠો હતો. આફ્રિકાથી પાછા ફર્યાના બધા ઢંગ મેઘજીમાં હતા. એણે ગરમ કપડાનું ઈસ્ત્રીદાર પાટલૂન, મોજાં અને બૂટ પહેર્યાં હતાં. ખુલ્લા ગળાનું અર્ધી બાંયનું રેશમી ખમીસ, કાંડા પર ચમકતું સોનાનું ઘડિયાળ અને માથે બહુ જ ટૂંકા વાળ હતા. એ વાળ એટલા ઘટ્ટ હતા કે એમને ઓળવાની જરૂર નહોતી પડતી! ઝીણી આંખો ઉપર ઝાંખરા જેવી મોટી ભમરો બારી ઉપર છત તોળાય તેમ તોળાઈ રહી હતી. ચીબું નાક, પહોળા ઝીણા સખત બીડેલા હોઠ, નીચેના મોટા જડબાને લીધે ચોરસ આગળ ધસી આવતી હડપચી, માંસલ ગરદન, ગોળ ખભા અને સ્થૂળ બદનવાળો એનો દેખાવ કુતૂહલ પ્રેરતો પણ આંખને જોવો ભાગ્યે જ ગમતો.

વાવની કૂંડી પર અસ્વસ્થ બેઠેલા કાનાની અસ્વસ્થતા પણ જોવા જેવી લાગતી. ખેડૂતો પહેરે છે એવું એક માત્ર ટૂંકું ધોતિયું એણે અત્યારે પહેર્યું હતું. હરહંમેશ સીધું જોતી એની આંખો મોટી, સ્વચ્છ અને નિર્દોષ દેખાતી. ચોરસ ખભાવાળી વિશાળ લોખંડી છાતી અને તંગ સ્નાયુઓવાળી ગરદન પર એના અણિયાળા નાક અને મોટી આંખોવાળો ગોળ ચહેરો ખરેખર શોભતો.

કેટલીય વાર સુધી મેઘજીએ અસ્વસ્થ કાના તરફ જોયા કર્યું. કંટાળીને આખરે હેઠા ઊતરતાં મેઘજીએ ધીરેથી પાટલૂનના ખિસ્સામાં પોતાના બન્ને હાથ ઘાલ્યા અને એક છેલ્લું વ્યંગભર્યું હાસ્ય કાના તરફ ફેંકતાં એ જતો રહ્યો.

કાનાની નજર મેઘજીની પાછળ પાછળ ગઈ. પછી ખુલ્લા આકાશમાં ઊંચે ચઢતી એની નજર અસ્વસ્થ બેચેનીથી ઠાલી થઈ ગઈ.

બપોરના તાપમાં ચકલીઓ ધોરિયાના પાણીમાં નાહી રહી હતી.

આંબલીની ઘટામાંથી નીચે ઊતરતાં અને ઉપર ચડતાં પારેવડાં ગેલ કરી રહ્યાં હતાં. કેળાંની હરોળ પર રંગબેરંગી પતંગિયાંનાં દળ ભમી રહ્યાં હતાં. આવી સુંદર બપોરે કોઈ દહાડો ન અનુભવેલી મૂંઝવણ અને બેચેનીથી કાનાનું મન દુભાઈ ગયું.

દિવસો વીતવા લાગ્યા અને ઋતુઓ પોતાનો મિજાજ બદલવા લાગી.

વહેતા પવન અને વંટોળિયાના દિવસો વીત્યા પછી આષાઢના મેઘ ધરતીને ભીની ભીની કરી ગયા. નારાણબાપાની વાડીએ ધરતીને ટુકડે ટુકડે પ્રાણાંકુર પાંગરતા ગયા.

કાનાએ થોરની ઝાડી આગળ પોતા માટે એક નાનકડી ઝૂંપડી ઊભી કરી. કાશીએ ઝૂંપડીના મોઢા આગળ એક મોટો ઓટલો ચણી એના ઉપર વાંસની છત ઢાંકી. ઓટલાની બાજુમાં બારમાસીના છોડ લહેરાવા લાગ્યા. થોર પરથી કૂદી આવી અમરવેલ ઝૂંપડીની છત પર છાઈ ગઈ.

કાશી આમે નારાણબાપાની લાડકી દીકરી હતી. એના ફાળે વાડીનું રોજિંદું કોઈ કામ નહોતું આવતું. ભાભીઓ કામે ચડી હોય ત્યારે એમનાં છોકરાં કાશી સંભાળતી, પણ કાનો તો દિવસરાત મહેનત કરતો, થાકીને લોથ બની રાતના એ ખાટલે પડતો ત્યારે કાશી બે મીઠી વાતો કરી, એના ખુલ્લા વાંસા પર હાથ ફેરવતી અને એ ઊંઘી જતો. થોરની ઝાડીમાં તમરાં એકધારું બોલતાં ત્યારે કાશીને રાત્રી સજીવ ભાસતી. ઊંઘતા કાનાને આટલો નજીક અનુભવી, એને પોતાના હૃદયમાં સમાવતી મલકાતી અને અભિમાન લેતી કાશી સુખ અને સંતોષની રાત્રીઓ ગાળવા લાગી.

નદીનાં ધોધમાર પૂર ઊતરી ગયા પછી એના સતત વહેતા છીછરા પ્રવાહમાં સ્ત્રીઓનાં ટોળાં નાહવા અને ગેલ કરવા ઊતરી પડતાં.

એક બપોરના કપડાં લઈ નદીએ પહોંચેલી કાશીને પાછા ફરતાં કંઈક મોડું થયું. છેલ્લી સ્ત્રીને કપડાંની પોટલી સાથે ભેખડ ચડતી જોઈ ત્યારે કાશીને સહસા ભાન થયું કે પોતે એકલી હતી. જેમતેમ કપડાં નીચોવી, પોટલી બાંધી, બેબાકળી બની દોડતી કાશી ભેખડ ચડી ગઈ. એનો શ્વાસ ભરાઈ આવ્યો. ત્યાંથી થોડે જ દૂર વહેતો રસ્તો હતો એ વિચારે

નિશ્ચિંત બની, કાશી પેલા બે મોટા ખડક બાજુમાં વિસામો ખાવા બેઠી.

એની નજર નદીની રેતી પર દોડી ગઈ.

કેવું સુંદર એકાન્ત સ્થળ હતું?

ભેખડોની બે ઊંચી દીવાલો વચ્ચે નદી પોતાના કિલકિલ વહેતા પ્રવાહ સંતાડતી શરમાતી દેખાઈ. આખરે સ્ત્રીનું હૃદય ને? એ વિચારે કાશી થોડું હસી. નદીના વહેતા પ્રવાહને પોતાની લાગણીઓના પ્રવાહ સાથે સરખાવતાં કાશીનાં પ્રત્યેક અંગ ક્ષોભ પામી ગયાં. સસલો પોતાના દરમાં પેસે તેમ એના મેંદીરંગ્યા નાજુક પગ એના ઘાઘરાની ભાતીગળ કિનાર નીચે સંતાયા. ખભેથી ઓઢણીનો છેડો ઉપર લઈ એણે માથું ઢાંક્યું. એ મીઠા સંકોચને જન્મ આપનારી લાગણી જ્યારે બેકાબૂ બની ત્યારે કાશીના અણુએ- અણુમાં પ્રસરેલું જીવન, જાણે એકઠું થઈ એની છાતીમાં હૂંફાળી રીતે ધસી આવ્યું. પ્રિય લાગે એવી પરવશતાના ઓચિંતા અનુભવથી સ્થિર થઈ ગયેલી કાશી નદી તરફ મીટ માંડી એના પ્રવાહને નીરખી રહી.

આવી અભાન અવસ્થામાં કાશીએ પોતાના જમણા હાથનું કાંડું પકડાતું અનુભવ્યું. એની ભ્રમણ કરતી લાગણીઓ ઉતાવળે પાછી ફરતાં પછડાટ ખાઈ ગઈ. કાશીએ ત્વરાથી માથું ફેરવ્યું અને પાછળથી પોતા તરફ છેક જ નીચે નમેલા મેઘજીને એણે જોયો. એના મોઢા પર ખરબચડું ગંદું હાસ્ય મઢાઈ ગયું હતું.

કાશી ખરેખરી બી ગઈ. બીકની મારી ઝડપથી ઊભી થતાં એણે મેઘજીના હાથમાંથી પોતાનું કાંડું છટકાવવા જોર કર્યું.

'મેલી દે – મેલી દે મને, મૂઆ, નીચ!'

'પણ ધીરી તો પડ.' મેઘજી ઠંડી, ગલીચ સ્વસ્થતાથી કાશીની આંખોમાં જોઈ રહ્યો. 'કંઈ વાત સાંભળીશ મારી કે તારી જ ધડ કૂટે રાખીશ?' અને મેઘજીએ બળ કરીને કાશીને પોતા નજીક ખેંચી.

કાશી વાંકી વળી તરફડિયાં મારવા લાગીઃ 'મેઘજી! તારે પગે પડું, મને જવા દે! તારે પગે પડું – પગે પડું!'

'કાનિયાને પગે પડને – મારે શું પગે પડે છે?' મેઘજી દાંત ભીંસીને

હસ્યો ત્યારે એના હોઠને ખૂણે ફીણોટી થૂંકનાં ટીપાં ઊપસી આવ્યાં.

કાશીએ જોરથી આંચકો મારી પોતાનું કાંડું ખેચ્યું.

અસાવધ મેઘજી એક ગડથલિયું ખાઈ ગયો. પણ કાશીના હાથની કૂણી ચામડીમાં પોતાનાં જ બલોયાંની ધાર ખૂંચી ગઈ. એ વેદનાથી કાશી બૂમ પાડી ઊઠી: 'ઓય મા!' અને હવે બીજો કોઈ ઉપાય નહોતો એવું વિચારી કાશીએ ભરાય એટલો શ્વાસ છાતીમાં ભર્યો અને પોતાની બધી તાકાત એકઠી કરતાં એણે એક લાંબી ચીસ પાડી: 'ઓ રે – કોઈ આવો!'

મેઘજીએ માથું ફેરવી પાછળ જોયું. વહેતા રસ્તા પરથી પસાર થનારની અહી લાંબેથી નજર પહોંચે તેમ હતું. જોકે અત્યારે ત્યાં કોઈ દેખાયું નહિ, પણ હર પળે કોઈના દેખાવાની શક્યતા ઊભી હતી.

મેઘજીએ કાશીને કાંડેથી પકડી હતી ત્યાંથી ધક્કો મારી એને જતી કરી. કાશી ઠોકર ખાતી, લથડતી પાછળના પથરાઓ પર ઊંધે માથે પડી. એને ઘૂંટણ અને કોણી પર ઉઝરડા પડ્યા અને કપાળ પરના જખમમાંથી લોહીના રેલા વહેવા લાગ્યા.

'બીજી વાર ધ્યાન રાખજે કાશી!' મેઘજીએ આંગળી ચીંધતાં, ધમકી આપતાં એને કહ્યું: 'ગળે ટૂંપો દઈશ, પણ રાડ પાડવા નહિ દઉં – સમજી?' ઊંધા માથે પડેલી કાશીના વાંસામાં એણે લાત મારી.

'વોય!' કહેતી કાશી બેવડી વળી ગઈ.

'એ તારાં 'વોય વોય' નહિ ચાલે, સમજી? શાણી હોય તો ટૂંકમાં સમજી જજે!'

મેઘજી જતો રહ્યો ત્યારે ધૂળમાં આળોટતી કાશી છૂટથી રડી પડી. રડતાં એનું આખું અંગ થથરી ઊઠ્યું. રડાય એટલું રડી લીધા પછી થોડીક સ્વસ્થતા મળી ત્યારે કાશી બેઠી થઈ. એણે કપાળેથી લોહી લૂછ્યું. કપડાંનો બોજો ઊંચકતાં કાશીને વાંસામાં, મેઘજીએ લાત મારી હતી ત્યાં, કળ વળી.

કાશી પાછી ફરી ત્યારે બપોર છેક નમી ગયા હતા. વગડે રખડતાં પક્ષીઓ ઊડી ઊડીને વાડીનાં ઝાડોનાં ઝુંડ તરફ પાછાં ફરી રહ્યાં હતાં. પણ કાશી જેમ વાડી નજીક આવતી ગઈ તેમ તેની મૂંઝવણ વધવા લાગી.

રડીને સૂઝેલી, લાલ બનેલી આંખો, ઉઝરડાભર્યું શરીર અને લોહીના ડાઘવાળાં કપડાં! આ કેમ બન્યું એ સૌ કોઈ એને પૂછશે, કોઈ ને કોઈ બહાનું આપતાં એના મોઢાના ભાવ એને જરૂર દગો દેશે!

કેડીનો છેડો આવી લાગ્યો અને એ સામે વાડીનો ઝાંપો દેખાયો. વાડી તરફ ફરતાં કાશીના પગ ભારે થઈ ગયા. એનું મોઢું પડી ગયું અને ઊભી રહી ગયેલી કાશીના પગ ધ્રૂજવા લાગ્યા. એણે કણેરના ઝાડ પાછળ સંતાઈને આશરો લીધો.

એણે વાડીમાં દેકારો બોલાતો સાંભળ્યો.

કાશીએ કણેરના ઝાડ પાછળથી નમીને જોયું તો વાવની કૂંડી આગળ બધાં જ મોટેરાં અને છોકરાંઓ ટોળું વળી ઊભાં હતાં. સૌ કોઈ પોતાને ફાવે તેમ રાડો પાડી વાતો કરી રહ્યાં હતાં. ત્યાં તો ટોળું આઘે ખસવા લાગ્યું. વચ્ચેથી કાનો ખભા પર માટીનું હાંડલું અને હાથમાં ડાંગ લઈ વાડી બહાર આવતો દેખાયો.

કાનાને જોતાં જ કાશીના મોઢા પરથી લોહી ઊડી ગયું. કણેરનાં પાંદડાંઓમાં એ વધારે ઊંડે લપાઈ. એના હાથ, પગ, હોઠ અને આંખ ધ્રૂજી રહ્યાં. પોતે આવી હતી એ જ કેડી પર એણે કાનાને ખભે માટલું લઈ જતો જોયો. કાનો થોડે દૂર ગયો હશે ત્યારે કાશી કણેરમાંથી બહાર નીકળી. પાછળ જોતી અને દોડતી એ રસ્તો ઓળંગી એ ઝાંપામાં પ્રવેશી તેવી જ વચમાંના પથરા પર એણે ઠોકર ખાધી અને ગડથલિયું ખાતી પડી!

રતનભાભી અને જમનાકાકીએ એને પડતી જોઈ. દોડી આવી એમણે એને ઊભી કરી.

'હાય! હાય!' રતનભાભી બોલ્યાં,'જો તો, કેટલું બધું વાગ્યું?' જમનાકાકીએ હાથ ફેરવીને કાશીને કપાળેથી લોહી લૂછ્યું અને એ ટોળું હવે કાશીને ફરી વળ્યું.

'હાશ!' કાશીને મનમાં નિરાંત વળી: 'હવે કોઈ પૂછવાનું નથી કે આ કેમ બન્યું!' એનાં અંગો ધ્રુજતાં અટક્યાં અને હોઠે ફરી લાલી ચડી. વાવની કૂંડીએ રતનભાભી કાશીના કપાળ પરનો જખમ ધોઈ રહ્યાં હતાં

ત્યારે માવજીએ વાત કરવી શરૂ કરી :

'કાશી ! તું નદીએથી પાછી આવતી હઈશ ત્યારે પાણી પીવા વાડીએ આવેલા નારાણબાપાએ થોર આગળથી કૂંડી તરફ ધસ્યે આવતા ફૂંફાડતા નાગને જોયો. અમે બૂમો પાડી વાડીને આથમણે ખૂણેથી કાનાને બોલાવ્યો. કાનાએ દોડી આવી સાપ પકડવાનો લાકડાનો સાણસો ઉપાડ્યો અને ધોરિયાની ઠંડી રેતીમાં સરતા નાગને ફેણમાંથી પકડી પાડ્યો.'

'કેવો આબાદ પકડ્યો ?' રામજી વચમાં બોલી ઊઠ્યો : 'અને છટકવાના શું તરફડિયાં મારતો હતો એ નાગ ? સાપ પકડવાની સિફત જે કાનામાં છે તે બીજા કોઈ પાસે નથી !'

કાશીને એની પૂરી ખબર હતી. એણે અનેક વાર કાનાને સાપ પકડતાં જોયો હતો. આજુબાજુની વાડીમાં સાપ નીકળ્યો હોય તો એને પકડવા સૌ કાનાને જ બોલાવતાં અને એટલા માટે તો એણે સાપ પકડવાનો ખાસ સાણસો રાખ્યો હતો.

કાનો કેવી રીતે સાપની નજીક ગયો, કેવી સિફતથી એણે સાણસો નાખ્યો, નાગે સાણસાના હાથા પરથી ઉપર ચઢી પોતાની પૂંછડીથી કાનાના કાંડા પર કેવો ભરડો લીધો વગેરે નાગ પકડાયાની આખી વાત માવજીએ ઝીણવટથી કાશી પાસે કરી. ત્રીસેક જણનું ટોળું, ચૂપ બની, નજરે જોયું હતું તેનું વર્ણન શાન્તિથી સાંભળી રહ્યું.

'અને ખરી ખૂબી તો નાગને માટલામાં નાખી ઢાંકણી બંધ કરવાની છે,' વાલજીએ અંતમાં કહ્યું : 'એમાં જરા ચૂક થાય કે છૂટો થયેલો નાગ સીધો અંગ પર જ ધસી આવે.'

'અને એ આવડત કાનામાં પૂરેપૂરી છે.' રામજીએ ફરી વચમાં વાત મૂકી.

રતનભાભી કાશીના માથામાં હળવો ટપલો મારતાં ટહુક્યાં : 'આના કાનામાં શું નથી ?' ત્યારે એ ત્રીસેક જણનું ટોળું ખડખડાટ હસી પડ્યું. કાશીએ ચારે તરફથી સ્નેહભીની આંખો પોતા તરફ મંડાયેલી જોઈ. તરત જ એના ચહેરા પરથી ભય અને ચિંતાનું આવરણ હટી ગયું. એની આંખોની

કીકીઓએ પ્રકાશિત બની નૃત્ય કર્યું. સુખદ શરમ અનુભવતી કાશી હેઠું જોઈ ગઈ

'નાગવાળા માટલાને કાનો નદીની પેલી પારના વેરાનમાં મેલવા ગયો છે.' રામજીએ કહ્યું અને પછી થોડું થોભીને ઉમેર્યું: 'નાગને તે વળી માટલામાં પૂરી વેરાન જગામાં શા માટે મેલવા જવું? મને છૂટ હોય તો હું નાગનેયે ટીપી નાખું. હળાહળ ઝેરીલાં પ્રાણી તે આપણા ભગવાન ક્યારના થયા? આ તો... આ તો...'

'હવે છાનો મરને વેવલા!' જમનાકાકી રામજીને ટૂંકો કરતાં બોલ્યાં: 'બધું થતું હોય તેમ જ થાય!'

*

કાનો વાડીએથી બહાર નીકળ્યો ત્યારે સૂર્ય પશ્ચિમની ક્ષિતિજથી બહુ દૂર નહોતો. ધોરી રસ્તો છોડી કાનો ભેખડ તરફ જતી કેડીએ વળ્યો ત્યારે ઠંડું, લીલું, સ્વચ્છ ઘાસ એને પગમાં ગલગલિયાં કરવા લાગ્યું. કાનાએ આવા ઘાસમાં પગ ઘસીને આનંદ મેળવ્યો હોત, પણ ઓચિંતાની એની માનસિક પરિસ્થિતિમાં ફેર પડ્યો હતો. એનું મન અકારણ ખિન્ન બની વિચારોને ગોથે ચડી ગયું. વગથી છૂટી પડેલી, બરાડતી અને બેબાકળી બની દોડતી બકરીએ પણ કાનાને એના વિચારોમાંથી જગાડ્યો નહિ. કાનાએ શૂન્યમનસ્ક ચાલ્યા કર્યું.

નદીના રેતાળ પટ પર સૂતેલી વનસ્પતિને ઢંઢોળતો પવનનો ઝપાટો ધસી આવ્યો અને ભેખડની બાજુમાં અફળાઈ, ધૂળ અને સૂકાં પાંદડાંને સાથે લેતો એ આકાશમાં ઊંચે ચડ્યો. સૂર્ય હેઠો ઊતરી ડુંગરાની ધાર પર બેઠો. નદીની સપાટ રેતી પર ભેખડના ઓળા લંબાઈ ગયા. ક્યાંક કિલકિલ વહેતા અને ક્યાંક બુદબુદિયાં બોલાવતા નદીના પ્રવાહના દર્પણમાં સંધ્યાની લાલી ડોકિયું કરતાં શરમાઈ એ શરમના લાલ પ્રકાશિત શેરડા આખા પ્રવાહ પર ફરી વળ્યા.

ભેખડ નજીક આવી પહોચતાં પ્રવાહના આ તેજપુંજ પર કાનાની નજર ઠરી.

વિચારોની ઊંડી ગર્તામાં પહોંચેલું એનું મન સપાટીએ આવ્યું. બે ખડક વચ્ચેથી જતી અને નીચે ઊતરતી કેડી પર હજી તો કાનાએ એક જ પગ ભર્યો હતો ત્યાં એની દૃષ્ટિએ નેમ બાંધી. કેડીની ધૂળમાં એણે કશુંક ચમકતું જોયું. પગના અંગૂઠાથી ખસેડીને એણે એ ચમકતી વસ્તુને પાધરી કરી. એ સોનાની વીંટી હતી! 'ખરેખર!' કાનો મનમાં બોલ્યો: 'કોણે ગુમાવી હશે?' નીચા નમી એણે જેવી તે વીંટી હાથમાં લીધી તેવો જ એણે હાથમાં આંચકો વાગ્યા જેવું અનુભવ્યું: 'અરર, આ વીંટી તો કાશીની હતી!' અને અંધારું થવા આવ્યું તોય કાશી હજી નદીએથી પાછી નહોતી ફરી. 'અંધારું – કાશી – વીંટી!!..... સાલો મેઘલો!' એક સામટા ધસી આવતા અને એકબીજા સાથે અથડાતા, માનસિક અરાજકતા ફેલાવતા વિચારોએ કાનાને છેક જ મૂંઝવી નાખ્યો. અકળાતો કાનો જેવો સીધો થવા ગયો તેવી જ.... તેવી જ, ખડક પાછળથી બહાર આવેલા મેઘજીએ કાનાના ખભા પરના માટીના માટલા પર જોરથી ડાંગ વીંઝી.

કાનાએ કલ્પ્યું નહોતું તેવું ઓચિંતાનું જાણે આભ ફાટ્યું. માટલાના ભુક્કા ઊડ્યા. કાનાના જમણા ખભા પર ડાંગ અફળાઈ ત્યાંથી ફૂંફાડતા નાગે કૂદકો માર્યો. નાગ ખડકની બાજુમાં પછડાયો અને કાનાથી થોડે જ દૂર સાંકડી કેડી પર જઈ પડ્યો. પરિસ્થિતિને એક પળમાં સમજી જતાં, કેડી ઊતરી જવા કાનાએ કૂદકો માર્યો, પણ એક ઢીલા પથ્થર પર પગ મૂકતાં એણે સમતુલા ગુમાવી અને લથડ્યો. લથડતાં, ખડકની બાજુમાં અથડાઈ, કેડી પર એ ઢગલો થઈ પડ્યો.

એણે ત્યારે મેઘજીને ખડક પરથી નીચો નમેલો જોયો. કેડી તરફ ધસ્યે આવતા નાગને પણ કાનાએ એ જ વખતે જોયો!

આ તો ઘડીના એક અંશનો ખેલ હતો!

કાનાએ ફાટી આંખે જોયું તો સાંકડી કેડી પર હવે ઊભા થઈ ભાગવા જેટલો સમય નહોતો.

ઊંચી ફેણ કરી ધસ્યે આવતા નાગ ઉપરથી કૂદી જઈ, નીચેની કેડી પર ગબડી પડવા કાનાએ જમીન પર માથું ટેકવ્યું અને ઊંચી, મોટી ગુલાંટ

ખાધી.

એ જ વખતે મેઘજી નીચો નમ્યો અને સામેના ખડકની દીવાલ પર ડાંગનો છેડો ટેકવી, એને આડી ધરી, મેઘજીએ કાનાની ગુલાંટ અટકાવી.

મેઘજીની ડાંગ અવાજ સાથે ખડકની બાજુમાં અથડાઈ અને બે ટુકડા થઈ કેડી પર જઈ પડી. નેમ ચૂકેલો કાનો અવ્યવસ્થિત રીતે ખડકના પડખામાં અથડાયો અને નાગની ફેણ પર પડ્યો.

ત્યાં જ એના ખભા પર નાગે રોષથી ડંખ દીધો. પોતાનું શરીર ઊથલાવી, નાગે હળાહળ વિષ એ ડંખમાં ઠાલવ્યું. કાનાએ એને દૂર કરવાનું કર્યું ત્યારે બીજો હથેળીમાં અને ત્રીજો સાથળમાં ડંખ દઈ નાગ ઊતરતી કેડી પર સરી ગયો.

'તારું તે સત્યાનાશ જાય મેઘજી! તેં આમ શા માટે કર્યું?' કાનો ઊભો થઈ દોડતો કેડી ચડી જઈ, મેદાનમાં આવી ઊભો. એણે દૂર મેઘજીને ભાગતો જોયો.

અને કાનો દોડ્યો! જેટલી તાકાત હતી એટલી એકઠી કરી એ દોડવા લાગ્યો. એને ખાતરી થઈ ગઈ હતી કે એના જીવનની એક એક પળ હવે ગણાતી હતી. પગમાં તાકાત હોય અને શ્વાસોચ્છ્વાસ ચાલતા હોય ત્યાં સુધી એને દોડીને કાશી પાસે પહોંચવું હતું. 'કાશી!' કાનાએ બૂમ પાડી: 'કાશી, કાશી.... કાશી, કાશી!' અને મૂઠીઓ વાળી એણે દોડ્યે રાખ્યું. હવે પગમાં કાંટા વાગે તોયે શું? પડતાં-આખડતાં ઉઝરડા પડે અને માથું ફૂટે તોયે શું? એ પીડા થોડી ક્ષણોમાં હવે હંમેશને માટે મટી જવાની હતી. 'કાશી, કાશી!' કાનાએ ધરતીને પગ નીચેથી સરતી અનુભવી – શું વેગ! આંખ આડે લીલાં પીળાં કૂંડાળાં મોટાં થવા લાગ્યાં. આ તો આવી પહોંચ્યું – મોત! અરે! હજી વાડી કેટલી દૂર છે? 'કાશી – કાશી! ઓ કાશી!' એક વાર વાડીએ પહોંચી કાશીની છાતીએ માથું મેલું!! આ ઝાડ દેખાય. આ દીવાબત્તી દેખાય, દોડ, દોડ હજી વધારે જોરથી દોડ! કાશી, કાશી!!' કાનાએ બૂમો પાડ્યે રાખી. એને ગળે ટૂંપો આવ્યો અને પગ લથડ્યા. મૂંઝાતો શ્વાસ છુટ્ટો થઈ જેવો થોડો બહાર આવ્યો કે તરત જ કાનાએ

ગૂંગળામણની છેલ્લી કારમી ચીસ પાડીઃ 'કા....શી!!' ચારે તરફથી એને ઘેરી વળતાં અંધારાનાં વર્તુળોએ એની છાતી પર ભીંસ દીધી. કાનાએ માથું ઊંચું કરી, ગળે હાથ નાખી શ્વાસને છૂટો કરવાનો પ્રયત્ન કર્યો અને એમ કરતાં લથડિયાં ખાધાં. નીચેના ધડના સ્નાયુઓ તાકાત ગુમાવી બેઠા. એ શિથિલ બનેલા સ્નાયુઓથી નિશ્ચેત બની, કણેરનાં પાંદડાં-ડાખળીઓ પર અફળાઈ, કાનો ઢગલો થઈ જમીન પર ઢળી પડ્યો!

વાડીના ઝાંપા આગળ માવજી, રામજી, રતનભાભી, કાશી વગેરે ભેગાં થઈ ગયાં.

'મેં ચોક્કસ સાંભળ્યું.' કાશીએ કહ્યુંઃ 'કોઈ મારા નામની બૂમો પાડતું હતું!'

'મેં પણ સાંભળ્યું.' રામજીએ કહ્યુંઃ 'બહુ નજીકથી કોઈ ખોખરે અવાજે બરાડતું હોય....જાણે...!'

માવજીના હાથમાં ફાનસ હતું અને સૌ મૂઢ બની ઝાંપા બહારના અંધારામાં તાકતાં ઊભાં. થોડી વારે માવજી ફાનસ લઈ રસ્તા પર આવી ઊભો અને માથું ફેરવી ચારે કોર જોવા લાગ્યો. કાશી પણ એની બાજુમાં દોડી ગઈ.

'મને કાના સિવાય કોણ બોલાવે?' કાશી દયામણું મોઢું કરીને બોલી અને અમસ્તી જ કણેર તરફ ફરી.

એ કણેરને જોતાં જ કાશીને અંગેઅંગ ઝાળ વ્યાપી ગયા જેવું ભાસ્યું. પેલું ચોરસ, ફીણોટી થૂંકવાળું મેઘજીનું મોઢું કાશીની નજર સામે તરી આવ્યું! 'બીજી વાર ધ્યાન રાખજે કાશી! –'ના મેઘજીના શબ્દો આષાઢની ગર્જના જેવા એના કાને અથડાયાઃ 'એ તારાં વોય વોય હવે નહિ ચાલે...' એ બધું– એ પ્રસંગ જાણે હમણાં જ બનતો હોય, હમણાં જ બધાની વચમાં કાશીની જાણે લાજ લૂંટાતી હોય એ ખ્યાલથી બેબાકળી બની, કાને હાથ દઈ કાશી ચીસ પાડવા જતી હતી, ત્યાં કોઈ પોચી વસ્તુ સાથે એનો પગ ઘસાયો અને કાશી ચમકી ગઈ. એણે આઘા હટતાં રાડ પાડીઃ 'માવજી!'

બધાં કાશી નજીક દોડી આવ્યાં.

માવજી અને રામજીએ કાનાને કણેર વચ્ચેથી બહાર ખેંચી કાઢ્યો. એ કાનાનો મૃતદેહ હતો!

સૌ અવાક બની જોઈ રહ્યાં. ત્યારે કાશી હૈયાફાટ રુદનમાં તૂટી પડી. એ રુદન આજુબાજુની વાડીએ પહોંચી ગયું અને જોતજોતાંમાં લોકો એકઠાં થઈ ગયાં.

આખરે કાનાનો મૃતદેહ હંમેશને માટે આ વાડી છોડી પંચમહાભૂતમાં ભળી જવા જઈ રહ્યો હતો ત્યારે દોડી જઈ એને રોકી રાખવાની ઇચ્છા કાશીએ માંડ માંડ સમાવી! અને એ રડતી જ રહી. વહેલી સવારે કૂકડા બોલ્યા ત્યારેય કાશી રડતી હતી! તોય હજી કેટલું બધું રડવાનું બાકી હતું? હવે આખો જન્મારો રડવું અને કામ કરવું! આત્મા માટે રુદન અને દેહ માટે કામ! સૃષ્ટિનું સંચાલન કેવી નિષ્ઠુર રીતે ચાલી રહ્યું હતું?

બીજે દિવસે નારાણબાપાએ સમજાવી તોય કાશી પોતાની ઝૂંપડી છોડી ડેલામાં આવવા તૈયાર ન થઈ. જમનાકાકી અને રતનભાભી અવારનવાર દિવસે કાશી પાસે બેસી રહેતાં અને રાતે સૂતાં. કાશીના ઓટલાની બાજુમાં બારમાસીના છોડ સંધ્યાની મંદ લહરીઓમાં હંમેશ માફક ડોલતા અને હંમેશની માફક રોજ રાતના થોરની વાડમાં તમરાંઓ એકધારું ગાઈ રહેતાં. કાનાનો ઊભો કરેલો ખાટલો ઝૂંપડાની દીવાલની બાજુમાં પડ્યો રહેતો. એ ઝૂંપડું અને ઝૂંપડા બહારની બોલતી, ગાતી, મદભરી રાત, રોજ કાશીને નિર્દય બની રિબાવતાં!

અને એમ પખવાડિયાં વીત્યાં ત્યારે કાશી ડેલે અને વાડીએ કામ કરતી થઈ ગઈ હતી.

'કાનો કેડી ઊતરતાં આખડ્યો હશે અને માટલું ફૂટતાં નાગ એને ડંખ્યો હશે,' એવી માવજીએ કરેલી વાત સૌ કોઈએ માન્ય રાખી. કાનાના મૃત્યુને ત્રણ મહિના વીત્યા તોય એના અકસ્માતની વાત લોકોની જીભ પરથી ખસતી નહોતી!

અને ત્રીજે મહિને રામજીએ પોતાના મનની વાત કરી: 'કાનો એટલો અસાવધ નહોતો. એક તો આવું બને નહિ અને બને તોય કાનો સહેલાઈથી

નાગના મોંમાં આવી પડે એવો નહોતો.'

રામજીની આ વાતની કાશીએ નોંધ લીધી. એ સંશયમાં તો ક્યારનીયે હતી. કાનાને કણેર નીચેથી ખેંચાઈ આવતો જોયો ત્યારથી કાશીને વહેમ તો ગયો જ હતો, પણ ન બનવાનું બની ગયા પછી હવે શું? સંશય અને હકીકત – સાચા – જૂઠાની શોધમાંથી હવે શો અર્થ સરવાનો હતો?

ઉપર ઉપરથી તો કાશી સ્વસ્થ દેખાતી તોય, વાળુ કર્યા પછી એ બધાંની વચમાં બેઠી હોય અને વાતો સાંભળતી દેખાતી હોય ત્યારે પણ એના મનમાં કંઈ ને કંઈ ગડમથલ અને વાદવિવાદ ચાલ્યા જ કરતાં હોય! આવા માનસિક વ્યાપારો રોજિંદા બની કાશીના જીવનનું અંગ બની ગયા!

રોજ જોનારને કળ ન પડે પણ કાશીનો ચહેરો વિચિત્ર રીતે બદલાયો હતો. એના સુકુમાર તંદુરસ્ત ચહેરા પર હજીયે એકે કરચલી નહોતી પડી. એનાં નેત્રોની સન્ધ્યાનાં અંધારાં-અજવાળાંનું ઊંડાણ માપવા ભાગ્યે જ કોઈ પ્રયત્ન કરતું. આખો દિવસ ચાલ્યા કરતી કાશી મંદ અને શિથિલ દેખાતી, પણ એની શિથિલતામાં ચોક્કસ વ્યવસ્થા હતી, જેને સૌએ હકીકત તરીકે સ્વીકારી લીધી હતી.

કોઈ એક અગિયારશના પર્વની સવારે મોટા ભાગની સ્ત્રીઓ અને બાળકો ગામમાં મંદિરે દર્શને ગયાં હતાં. વાડીએ બધું કામ બંધ હતું. કાશી ડેલા આગળના એક મોટા લાકડા પર બેઠી બેઠી આકાશમાં ઊડતાં પારેવડાંઓને જોઈ રહી હતી. નારાણબાપા અને ગોવિંદકાકા સીંદરીને વળ દઈ રાંઢવું બનાવી રહ્યા હતા. જમનાકાકી રસોડે લોટ બાંધી રહ્યાં હતાં. ત્યા લાલજી જોગી સાપનો કરંડિયો લઈ, મોરલી વગાડતો વાડીમાં દાખલ થયો.

કાશીથી થોડે દૂર ખાતરના ઢગલા આગળ એક પથ્થર પર બેસતાં લાલજી જોગીએ કરંડિયા પર બાંધેલી ફૂમતાંવાળી દોરીની ગાંઠ છોડી કરંડિયાનું ઢાંકણું ઊંચું કર્યું. એણે મોરલી વગાડી અને કરંડિયાને આંગળીથી ટકોર્યો એટલે ફેણ ઊંચી કરી નાગ મોરલી સામે ડોલવા લાગ્યો.

કાશીએ લાકડા પર ફરતા ડોલતા નાગ પર મીટ માંડી.

'ગગી!' લાલજી જોગીએ પૂછ્યું: 'છોકરાઓ ક્યાં ગયા?'

'બધા ગામમાં મંદિરે ગયા છે.'

નાગ ફેણ સંકોરી પાછો કરંડિયામાં પેસવા જતો હતો તેને લાલજીએ ચપટી વગાડી સજાગ કર્યો.

'ગગી! નાગને દૂધ પા. પુણ્ય થશે. આજે અગિયારસ.......

'જમનાકાકી રસોડે છે, ત્યાં જા.' કાશીએ બિલકુલ નીરસતાથી જવાબ વાળ્યો અને પાછી આકાશમાં જોતી બેઠી.

લાલજીએ કરંડિયાને ઢાંકણું દીધું. એ રસોડા તરફ વળ્યો ત્યાં તો એની નજર રાંઢવું બનાવતા નારાણબાપા પર પડી. 'કાં બાપા? શું ચાલે છે?' કહેતો એમની સામે બેસતો લાલજી બીડી પેટાવી એમની સાથે વાતે વળગ્યો.

વાડી પર આજે બધે જ નિષ્ક્રિય સુસ્તી ફરી વળી હતી. એના દૂરના બોલતા- ગાતા ક્યારાઓ આજે ચૂપ હતા. કાશી આકાશમાં જોઈ જોઈને થાકી ત્યારે એની નજર સાપના કરંડિયા પર પડી અને તરત જ એના મનની ગડમથલ ચાલુ થઈ: 'આવો જ નાગ કાનાને કરડ્યો હતો – આવો જ હશે! મેં તો એને જોયોયે નહોતો.પણ એમાં નાગનો શો વાંક? એ ઓછો જ કાનાને ઓળખતો હતો? અને ઓળખતો હોત તો એ કાનાને કરડત નહિ – કાનો એવો હતો – એવો સદ્‌ગુણી!' કાશીની આંખમાં ઝળઝળિયાં ઊભરાયાં. પાસે કોઈ નહોતું એટલે એણે છૂટથી આંસુઓ વહેવા દીધાં.

લાકડા પરથી ઊઠી કાશી કરંડિયા પાસે આવી ઊભી અને સ્થિર નયને જોઈ રહી. પછી કરંડિયાની છેક નજીક બેસી જતાં એણે એનું ઢાંકણું ઊંચું કર્યું અને ઉતાવળે દૂર હટી ગઈ, પણ નાગ ન તો કરંડિયામાંથી બહાર નીકળ્યો. ન એણે ફેણ ઊંચી કરી. કાશીએ થોડું આગળ નમી કરંડિયાને આંગળીથી ટકોર્યો તેવો જ નાગ ફેણ ચડાવી, કરંડિયામાંથી ઊંચો થતાં કાશી સામે જોઈ રહ્યો.

કાશીના ગાલ પર આંસુઓ સુકાઈ ગયાં. એ વિહ્‌વળ આંખે ડોલતા

નાગની આંખોમાં જોઈ રહી. એમ જોઈ રહેતાં એનાં અંગેઅંગ પર કંપારી ફરી વળી. એના કાન પર, ડોક પર અને મોઢા પર ગરમીની લાલી છાઈ ગઈ. એના સાંકડા સુકુમાર હોઠ ઊઘડતી કળીની પેઠે સ્મિતમાં ખૂલી ગયા. એણે જમણા હાથને નાગની સામે ધરી રાખી ચપટી વગાડી. તરત જ નાગ વધારે ઊંચો થયો અને સીનો બહાર કાઢતાં એણે કાશીના હાથ પર ફેણ ફેંકી. કાશીએ ઝડપથી પોતાનો હાથ ખેંચી લીધો અને ત્રણ મહિને પહેલી વાર કિલકિલ હાસ્ય કાશીના દાંત વચ્ચેથી સરી પડ્યું. આ ડોલતા નાગ સામે કાશીનું હૃદય મુગ્ધ બની ડોલી રહ્યું.

ત્યાં તો કાશીને કોણ જાણે શું સૂઝ્યું – એણે ઓચિંતાનો કરંડિયામાં હાથ નાખ્યો. સાપે ચપળતાથી નીચે નમી કાશીના હાથની ટચલી આંગળીને મોઢેથી પકડી. એની કશી દરકાર ન કરતાં કાશી નાગને કરંડિયામાંથી ઉપાડી ઊભી થઈ. કાશીના કાંડાની મુલાયમ ચામડી પર નાગનું બદન સરી રહ્યું. નાગે એના કાંડા પર ભરડો લીધો ત્યારે કાશીના હાથના સ્નાયુઓ સહેવાય અને ગમે એવી રીતે દબાયાં. ભરડા નીચે દબાતાં કાશીના હાથમાં ઝણઝણાટી ઉદ્ભવી. કાશીએ આંખ મીંચી ને એ ઝણઝણાટીને પોતાના સારાય બદનમાં ફેલાવી દીધી.

કાશીએ ડાબા હાથથી એને પંપાળ્યો. ત્યારે નાગે પોતાની પકડ ઢીલી કરી અને ફેણ ઊંચી કરી ડોલતો, એ કાશીની આંખોમાં જોઈ રહ્યો.

એવે વખતે મેઘજી વાડીમાં દાખલ થયો. ડેલા આગળ વળતાં જ એણે કાશીને નાગ સાથે રમતી જોઈ. મેઘજીના હાથમાંથી નેતરની સોટી જમીન પર પડી ગઈ: 'કાશી!' એણે બૂમ પાડી: 'આ તું શું કરે છે?'

કાશીએ ઊંચું જોયું. એના મોઢા પર હજી પેલું ઉષ્માભર્યું હાસ્ય ધૂમી રહ્યું હતું.

'કેમ?' કાશીએ વિસ્મયભર્યા ઉલ્લાસથી મેઘજી તરફ જોતાં કહ્યું: 'આ નાગમાં ઝેર નથી, કરડવાના દાંતે એને નથી – જો!' કહેતાં એણે સાપ પકડેલો હાથ લાંબો કરી, નાગની ફેણ મેઘજી સામે ધરી. નાગ વધારે ઊંચો થયો અને મેઘજી તરફ લંબાયો.

'ના, ના!' કહેતો મેઘજી પાછળ રહ્યો. એના હોશકોશ ઊડી ગયેલા દેખાયા: 'ના,ના, એને મેલી દે, કાશી, એને મેલી દે!'

'અરે! પણ આ તો ગલૂડિયા જેવું સાવ અપાપ છે!' કહેતી કાશી મેઘજી તરફ આગળ વધી. પાછળ હટતાં મેઘજી ખાતરના ઢગલા પર પડ્યો. એનું મોઢું બીકથી ખૂલી ગયું. એને કપાળે પસીનાનાં ટીપાં જામ્યાં. એ ઉતાવળે ઊભો થયો અને ઝાંપા તરફ ભાગ્યો.

'તું નાહકનો બીએ છે મેઘજી! અહીં આવ, તને બતાવું.' ભાગતા મેઘજીને સંબોધતાં કાશી બોલી: 'હું એને પકડી રાખું અને તું એને શરીરે હાથ ફેરવ. તારી બીક જતી રહેશે!' પણ મેઘજી કાશીનું સાંભળવા ઊભો નહોતો રહ્યો.

ત્યાં તો રતનભાભી અને છોકરાંઓનું ટોળું વાડીમાં દાખલ થયું. બધાંએ કાશીના હાથમાં સરતો નાગ જોયો.

'આ શું ગગી?' રતનભાભી ગંભીર થઈ બોલ્યાં: 'ગાંડી તો નથી થઈ ને?'

કાશી ફિક્કી પડી ગઈ. એણે નાગને કરંડિયામાં મૂક્યો અને ઉપરથી ઢાંકણું દીધું.

છોકરાઓ દોડીને નારાણબાપા આગળ પહોંચી ગયા: 'બાપા, બાપા!' બધાં એકીસાથે બોલતાં હતાં: 'કાશી સાપથી બીતી નથી. એણે સાપને હાથમાં પકડ્યો હતો!'

ત્યાં તો કાશી પણ બાપા આગળ આવી છોકરાંઓ વચ્ચે બેઠી.

'હેં લાલજીકાકા!' એણે લાલજી જોગીને પૂછ્યું: 'તમે આવા ઝેરીલા નાગને કેમ પકડતા હશો?'

'એને વશ કરવામાં તો મંતર જાણ્યા વગર એ ન પકડાય ગગી!' લાલજી બોલ્યો: 'ધરતી પર ફરતા સૌ જીવોનો એ દેવતા. પહેલાં તો એને રીઝવવો પડે! એને પકડવો એ નાનીસૂની વાત નથી!'

ત્યાંથી થોડે જ દૂર ભેખડ પર લાલજીનું ઝૂંપડું હતું. એ અને એની બાયડી ગોમી ચીભડાં વાવી ગુજારો ચલાવતાં. એમને છોકરાંછૈયાં નહોતાં.

ગોમી ચીભડાં વેચવા ગામમાં જતી ત્યારે લાલજી સાપનો કરંડિયો લઈ માગવા નીકળી પડતો. વરસોથી એમનો જીવનવ્યવસાય ક્યાંય ઠરડાયા વિના આમ એકધારો ચાલ્યા કરતો હતો.

હવેથી કાશી લાલજીને ઝૂંપડે આવજા કરતી થઈ ગઈ. નદીમાં નાહવા અને કપડાં ધોવાને બહાને એ ગોમીમાને ઝૂંપડે જવાનું ચૂકતી નહિ. વાતો કરતાં હર કોઈ વાતને ફેરવી તે અંતમાં તો એક જ પ્રશ્ન પૂછતી: ‘લાલજીકાકા નાગને કેમ પકડે છે, મા?’

ગોમીએ પણ શરૂમાં જંતરમંતર અને કાળી ચૌદશની સાધનાની વાતો કાશી પાસે કરી, પણ કાશી જેમ વધારે ગોમી પાસે આવતીજતી થઈ, એમનો સહવાસ વધારે નિકટનો થતો ગયો તેમ ગોમીની વાતમાં વધારે અને વધારે ફેર પડતો. અંતે જંતરમંતર અને કાળી ચૌદશની સાધનાની વાત સાવ ઊડી ગઈ.

‘ખૂબી માત્ર એની ફેણ પકડવામાં છે.’ ગોમીએ કહ્યું: ‘અને એની આવડત તારા કાકા પાસે છે.’

એક સાંજે નારાણબાપાની વાડીએ ફરી પાછો સાપ દેખાયો. નાગ નહોતો પણ કાબરચીતરા ભાઠાવાળો એ કાનાના નાગ કરતાંય વધારે જાડો અને મોટો હતો. ડેલા આગળ રામજીએ એને લાકડાના સાણસાથી પકડ્યો તો ખરો, પણ એને પૂરો કરવા ગોવિંદકાકાએ જે લાકડી વીંઝી તેના ઘામાંથી સાપ સરી ગયો અને એ લાકડી સાણસા પર અથડાતાં રામજીથી સાણસો ખૂલી ગયો અને સાપ ભાગ્યો. કાશીએ લાકડાનો સાણસો રામજીના હાથમાંથી છીનવી લીધો અને સાપ પાછળ દોડી. ખાતરના ઢગલા આગળ કાશીએ સાપને આબાદ જકડ્યો. રામજી દોડી આવી એને કૂટી નાખવા જતો હતો તેને કાશીએ રોક્યો:

‘લાલજીકાકાને આપી આવીશ – એનું કામ થઈ જશે.’ કાશી બોલી.

‘પણ આ કંઈ નાગ નથી!’

‘લાલજી પાસે આવો જ એક હતો. એ ગયે મહિને મરી ગયો.’ કાશી બોલી અને એણે માટલું મગાવ્યું. કાનો અજમાવતો એ જ સિફતથી એણે

સાપને માટલામાં દાખલ કર્યો અને તેના ગળા પર ઢાંકણીને સીંદરીથી બાંધીને બેસાડી. સૌની જીભ પર કાનાનું નામ હતું, પણ કાશીની હાજરીમાં કોઈ કાંઈ બોલ્યું નહિ.....

...'ના, મારે તો આજે જ જોવું છે કે તમે કેમ સાપ પકડો છો અને કેવી રીતે એના દાંત કાઢો છો. એ જોયા વગર હું અહીંથી ખસવાની નથી!' બીજે દિવસે, લાલજીને ઝૂંપડે કાશી હઠ લઈ બેઠી ત્યારે લાલજી જોગી ચલમ બાજુમાં મૂકતો ઊઠ્યો. એણે માટલું ભાંગ્યું અને છટકવા દોડતા સાપને પકડવાથી માંડીને તે દાંત કાઢવા સુધીની બધી ક્રિયા એણે કાશીને બતાવી.

કાશી લાલજી જોગી પાસેથી નાગની ફેણ દબાવવાની બે ખૂણીઆવાળી નાની લાકડી, બે ત્રણ લોઢાનાં અને લાકડાંના વિચિત્ર સાધનો અને કેટલીક જડીબુટ્ટીઓ લઈ વાડીમાં પાછી ફરી અને એ સીધી પોતાના ઝૂંપડામાં જતી રહી.

એક વાર લાલજી જોગી સાથે અરધો દિવસ નદીની પેલી પારના વેરાનમાં રખડીને કાશીએ પહેલો સાપ પકડ્યો અને એના દાંત ખેંચી કાઢ્યા. પછી તો ઘણી વાર એ એકલી અને છાની છાની વેરાનમાં ભમવા જતી અને સાપને શોધતી ફરતી. સાપ પકડવાની ધૂને કાશીનો કબજો લીધો હતો.

લાકડાના એક માત્ર નાના ટુકડાની મદદથી કાશી સાપને પકડી લેતી. આંગળાં અને અંગૂઠા વચ્ચે સાપનાં જડબાંને મજબૂત રીતે દબાવી, એક ઘડીમાં તો એ એના દાંત કાઢી લઈ લોહીનીતરતા મોઢામાંથી એનું વિષ નીચોવી લેતી! આજુબાજુનાં વાડી, ખેતરોમાંથી અને ક્યારેક તો દૂરથી ન પકડાતા અને ભાગતા ફરતા સાપને પકડવાનાં કાશીને તેડાં આવતાં. અંધારી રાતે મશાલ કે ફાનસને અજવાળે કાશી સાપ પકડતાં ડરતી નહિ.

નારાણબાપાની વાડીએ મેઘજીના ડેલામાં એક રાતે નાગે દેખાવ દીધો. મેઘજી નારાણબાપાનો ભત્રીજો થતો અને એમની વાડીએ રહેતો. નાગને જોતાં જ, જાણે એને કોઈએ તલવારથી વાઢ્યો હોય એવી રાડ

પાડતો મેઘજી લીંબડાનું થડ ચડી એની ડાળીએ જઈ ઊભો. લોકો એકઠાં થયાં. બરોબર ઉંબરા આગળ ગૂંચળું વાળી નાગ નિરાંતે સૂતો હતો. નારાણબાપાએ પેટ્રોમેક્સ સળગાવી એટલી વારમાં તો કાશી પણ દોડતી આવી પહોંચી.

'આ તો મેઘજીનો ડેલો છે – એ ક્યાં ગયો?' કાશીએ પૂછ્યું.

'એ રહ્યો, લીંબડા ઉપર!' એકબે જણ મેઘજી તરફ આંગળી ચીંધતાં, હસતાં બોલ્યા.

કાશીએ ઉપર જોયું.

અત્યારે મેઘજીએ એકમાત્ર લેંઘો પહેર્યો હતો. એને છાતીએ, પેટે અને ખભે બરછટ રૂંવાટી હતી. પેટ્રોમેક્સને અજવાળે મોટી ભમરોવાળો એનો ચહેરો, વારે ઘડીએ નીચું જોતો ત્યારે, વાંદરા જેવો દેખાતો. કાશીને આ પ્રાણી તરફ ઘૃણા ઊપજી.

'એને ખબર નથી,' કાશીએ કહ્યું: 'કે સાપ સહેલાઈથી ઝાડનું થડ ચડી શકે છે!'

'ના, ના,' ઉપરથી મેઘજીએ રાડ પાડી: 'નહિ, નહિ!' અને મોટી મજબૂત ડાળ પર એ અસ્વસ્થ બની પાછળ હટ્યો.

'શું ના, ના, અને નહિ, નહિ!' કાશી ઓઢણી નીચેથી લાકડાનો ટુકડો કાઢતાં બોલી: 'અહીંથી તને કોણ કરડે છે?'

'નહિ, નહિ!' મેઘજીએ ફરી બૂમ મારતાં કહ્યું: 'મારે એમ નથી મરવું!'

વાંકું વળવા જતી કાશી આ સાંભળતાં જ ચમકી અને સીધી થઈ ગઈ. મેઘજી તરફ જોતાં જ એના મોઢા પર કર્કશ કરચલીઓ જડાઈ ગઈ.

'શું કહ્યું તેં?'

'મારે આમ નથી મરવું – નથી મરવું મારે આમ! હું અહીંથી હાલ્યો જઈશ, આફ્રિકા ભાગી જઈશ, પણ પણ હું સાપ કરડવાથી નહિ મરું!' રાડારાડ કરતા, ધ્રૂજતા મેઘજીએ ઉપરની નાની ડાળીને હાથ લાંબા કરીને પકડી અને જોરથી નીચી નમાવી. સુકાં પાંદડાં, પેટ્રોમેક્સને અજવાળે તેજનાં

પતિકાં બની ખરવા લાગ્યાં.

'એમ કે?' ગર્વથી કમર પર હાથ મૂકતાં, કાશી તુચ્છકારથી મેઘજી સામે જોતી બોલી.

'હાલ્યો શું કામ જાય છે, ભાઈ! હજી તો જુવાન છો. પરણવું નથી?'

'પણ વાતે શું કામ વળગી છો, ઝટ એને પકડ ને?' મેઘજી ઉપરથી બરાડ્યો.

'એનાથી શું કામ બીએ છે તું? એ મારા હાથમાંથી છટકવાનો નથી!' ઉંબરા તરફ ફરતાં અને મેઘજી તરફ સૂચક નજર ફેંકતાં કાશીએ ઉમેર્યું: 'કોઈ ઝેરીલો નાગ મારા હાથમાંથી છટકતો નથી, સમજ્યો?'

કાશીએ નાગના ગૂંચળા પર કાંકરો ફેંક્યો. નાગ જેવો કૂદકો મારીને ઉબરા બહાર પડ્યો તેવી જ કાશીના હાથમાંના લાકડાના ટુકડાથી એની ફેણ દબાઈ ને સ્થગિત થઈ ગઈ. નીચલાં જડબાં નીચે આંગળી અને ઉપલા ઉપર અંગૂઠો સેરવી નાગના મોઢાને પકડમાં લેતી કાશી ઊભી થઈ. એણે સિફતથી પૂંછડી પગના અંગૂઠા નીચે દબાવી. જોતજોતામાં કાશીએ એના દાંત કાઢી લીધા.

તરફડિયાં મારતા શરીરવાળા અને લોહીનીંગળતા મોઢાવાળા નાગને કાશી પોતાને કાંડે વીંટાળતી પાછી ફરી.

પૂનમની રાત હતી. ધુમ્મસી વાદળાં ચન્દ્રને વારે ઘડીએ દૂભવી જતાં હતાં. ધીરો વાતો સમીર વૃક્ષોના કાનમાં છાની વાતો કરી સરતો જતો હતો. કાશી વાડીમાં પ્રવેશી ત્યારે વાવની ભીંત પર ચડી ગયેલી ચમેલીની સુવાસ એના ઉપર ઊતરી પડી. કેળાંનાં ઝુંડ પર પગલાં મૂકી ચાલી આવતી લહરીએ એને માથેથી ઓઢણી ખસેડી.

કાશી પોતાના ઝૂંપડાને ઓટલે આવીને બેઠી. ઓઢણી ઉતારી એણે બારણાંના અંધારામાં ફેંકી અને વાડીના ક્યારાઓ પરથી ભીની સુગંધ લઈ દોડી આવતી પવનની લહરીઓને એણે પોતાની ખુલ્લી પીઠ પર અફળાવા દીધી!

ફૂલ જેવાં હલકાં અને પાતળાં ઝાકળનાં વાદળાંવાળી આવી અનેક

ચાંદની રાતો કાશીને યાદ આવી. એ છેક નાની હતી ત્યારથી તારા, ચાંદની, પવન, વરસાદ, ફૂલ, સુગંધ, ગીત અને હાસ્ય! અહીં આ વાડીમાં અને કાશીના જીવનમાં ખરેખર તો પ્રકાશ, સુગંધ, હાસ્ય સિવાય બીજું કશું ન હોવું જોઈએ! પણ ન હોય એ આવ્યું ક્યાંથી? કોઈક એને લાવ્યું? આ ઠંડી, નિર્દય લાગણીઓની સતામણી!! 'ઓય, મા!'

કાશી ઢીંચણ પર માથું મૂકી રડી પડી! રડતી રહી! અને એ રડતી રહી એ દરમ્યાન નાગે કાંડા પરથી પોતાની પૂંછડી સેરવી કાશીની ડોકમાં ભેરવી અને ડોક પરથી સરતી પોતાની પૂંછડીને છેક નીચે ઉતારી નાગે કાશીની છાતી પર ભરડો લીધો.

એક ક્ષણ, માત્ર એક જ ક્ષણ, કાનો કાશીની સામે ઊભેલો દેખાયો.

ત્વરાથી ઢીંચણ પરથી માથું ઊંચું કરતી કાશી ચમકી અને બાવરી બની. છાતી પર લેવાતા ભરડાનો એને ખ્યાલ આવ્યો કે તરત જ એણે એક આંચકે નાગને ડોક પરથી સેરવી હાથ પર લઈ લીધો: 'બેશરમ!' લજ્જા અને ક્ષોભભર્યો એ શબ્દ કાશીના મોઢામાંથી સરી પડ્યો. મીઠા ક્ષોભભર્યા ગુસ્સાવાળી કાશી ઝૂંપડામાં દોડી જઈ, ખાટલે જઈ પડી. અહીં હૂંફાળું અંધારું હતું. દુનિયાની આંખો આ ઝૂંપડામાં પ્રવેશી શકતી નહોતી.

ખાટલા પર સૂતાં સૂતાં એણે છૂટથી નાગને પોતાના બદન પર સરવા દીધો – ફાવે ત્યાં એને ભરડો લેવા દીધો! આંગળીઓ અને અંગૂઠામાં કળ વળી ત્યાં સુધી એણે નાગની ડોકને હાથમાં પકડી રાખી. એ દૂધ પીતો નહોતો થયો ત્યાં સુધી એનામાં જંગલની તાકાત હતી. એના ભરડામાં અત્યારે છૂંદી નાખે એવો મીઠો હૂંફાળો સ્પર્શ ભર્યો હતો! વહેલી પરોઢે કૂકડા બોલ્યા અને કાશી થાકી ત્યારે એણે નાગને કરંડિયામાં જવા દીધો!

આ બનાવને બીજે દિવસે કાશીની ચાલમાં ન ધારેલી ગતિ પ્રવેશી. એના ચહેરા પર મેઘધનુષના રંગોવાળા ભાવો લહેરાવા લાગ્યા. એ સવારનાં એનાં કામોમાં ભાન અને બેભાનપણું, ચોકસાઈ અને લાપરવાહી એકબીજા સાથે એવાં તો ભળી જતાં કે રતનભાભીએ તરત જ એની નોંધ લીધી.

‘અરે! વાહ રે કાશીબહેન! આજે કંઈ ખુશ દેખાવ છો? કાલ રાતે મોટો શિકાર પકડ્યો તેથી કે શું? સાંભળ્યું કે મેઘલો બહુ બી ગયો હતો? એ તો અહીંથી જાય છે આવતી કાલે. થોડા દિવસ શહેરમાં રહેશે, પછી જશે આફ્રિકા.’

કાશી એકે શબ્દ બોલી નહિ. થોડું થોભતી એ પાછી પોતાને કામે લાગી.

નમતા બપોરે કાશી નદીએ ચાલી ત્યારે કોઈને ખબર નહોતી કે ઓઢણી નીચે સંતાડી એણે ગઈ કાલના પકડેલા નાગને સાથે લીધો હતો. એણે નદીએ પહોંચતાં બને તેટલું મોડું કર્યું. એણે ધાર્યું હતું તેમ અત્યારે એકેય સ્ત્રી ત્યાં નહોતી. કાશીએ ચારે તરફ ફરી જોઈ કોઈ નહોતું તેની ખાતરી કરી. પછી કપડાં ઉતારી પાણીમાં પડી. જે નેતરના દાબડામાં એણે નાગને પૂર્યો હતો તે દાબડો એણે પ્રવાહથી થોડેક જ દૂર, કપડાં પાસે એક પથ્થર પર મૂક્યો.

કાશી જ્યાં નહાવા પડી હતી તે પ્રવાહ છેક ભેખડની બાજુમાં થઈને જતો હતો અને ત્યાં સાથળઊંડાં પાણી હતાં. સાંજ સોહામણી બની ઊતરી પડવાની તૈયારીમાં હતી. આપ્તજન નજીક આવે એમ સામેની ભેખડના ઓળા કાશી તરફ લંબાતા, એને ભેટી પડવા ચૂપકીથી આવી રહ્યા હતા. પ્રવાહના સ્વચ્છ ધોધને પોતાનાં તપ્ત અંગો પર વહેવા દઈ કાશીએ આકાશમાં જોયા કર્યું. એક શકરો શિકારની શોધમાં ઊંચે આકાશમાં ચક્કર મારી રહ્યો હતો. કાશી નહાતી હતી તે ભેખડની ટોચ પર જારના ઝાડમાં બુલબુલોનું ટોળું ગાનમાં તૂટી પડ્યું હતું. બુલબુલો, ચકલીઓ અને પારેવડાંઓ સાથે સન્ધ્યાની ગુલાબી લહરીઓ પણ ઊડી રહી હતી અને કાશીનાં અંગો પર નાગની પેઠે સરતો, એને પંપાળતો અને ગલગલિયાં કરતો પાણીનો પ્રવાહ વહી રહ્યો હતો.

કાશી પ્રવાહમાં એક પથ્થર પર ઊભી થઈ. એણે ક્ષોભભર્યા કુતૂહલથી પોતાનાં અંગો તરફ જોયું. ખભેથી વક્ષ પર, ત્યાંથી પેટ પર અને સાથળ પર પાણીના રેલા, નાગ જેમ વાંકાચૂકા થતા વહી જતા એણે

જોયા. તરત જ એની છાતીમાં હૂંફ ધસી આવી. એનું હૃદય જોરથી ધબકવા લાગ્યું. સંકોચથી શરમાઈ કાશી વાંકી વળી ત્યાં માથાના ભીના વાળ અસંખ્ય નાગણો જેવા બાજુમાં ઝૂલી રહ્યા. કાશીના હોઠ પર એક સ્મિત વિકસ્યું. એણે હળવેથી નેતરના દાબડા તરફ, આંખને ખૂણેથી છાની નજર ફેંકી.

પણ એ નજર, એ જ ઘડીએ છોભીલી બની. કાશી ચમકી, અને પોતાનાં કપડાં પર કૂદી.

પણ મેઘજીએ એનાં કપડાં આગળ જ એને બાવડેથી પકડી.

'કાશી!' દાંત વચ્ચેથી ગંદું હસતાં એ બોલ્યો: 'બોલ, હવે શું કહે છે?'

આ વિક્ષેપથી એક ક્ષણ માટે ખિન્ન બનેલી કાશી આખરે નિર્ભય બની મેઘજી સામે તાકતી ઊભી.

'બોલ, શું કહેવું છે તારે?' એને બાવડેથી હલાવતાં મેઘજી ફરી હસ્યો.

'હું તારાથી ડરતી નથી મેઘજી!'

'તો સારું! તારા માટે એ બહુ જ સારું છે!'

એણે કાશીનો ખભો દાબ્યો અને મોટેથી હસ્યો. સામેની ભેખડ પર એનો એક હળવો પડઘો પડ્યો. એક તેતર ચીસ પાડતું ઊડી ગયું.

'બૂમો નથી પાડવી?' કહેતો મેઘજી એને નજીક ખેંચવા લાગ્યો.

'ના,' કાશી હજીયે સ્વસ્થ હતી: 'પણ તું સંભાળજે.' કહેતાં એણે બાજુના પથ્થર પરના દાબડાને જોરથી લાત મારી. એનું ઢાંકણું ખૂલી ગયું. નાગ કૂદકો મારી બહાર ધસ્યો.

'સાપ, સાપ!' મેઘજી કાશીને છોડી ભાગ્યો, રસ્તામાં, પથ્થર પર અથડાયો અને ઊંધે માથે પડ્યો. એ ભીને કપડે રેતી પર દોડતો દેખાયો.

કાશીએ નિરાંતે કપડાં પહેર્યાં. વાળ નીચોવીને સૂકે કપડે ઘસ્યા. પછી એવી જ નિરાંતથી વાળની ગૂંચ કાઢવા બેઠી. આખરે અંબોડો વાળી એ ઊભી થઈ અને ખાલી દાબડો બગલમાં લેતાં એ આગળ ચાલી. ભેખડ

ચડવાને રસ્તે કાશી આવી પહોંચી ત્યારે સૂર્ય આથમી ગયો હતો. સંધ્યાના રંગ ઘેરા બનતા હતા.

કાશી ભેખડ ચડવા જતી હતી ત્યાં જ કેડી ઊતરતા નાગને એણે જોયો. એ હસતી ઊભી રહી ગઈ.

'આટલે સુધી એનો પીછો લીધો?' કહેતી એને ઉપાડવા કાશી વાંકી વળી તેવો જ નાગે ફૂંફાડો માર્યો અને એની સામે ધસ્યો. કાશીની ચપળ, નાગપકડુ આંખોએ તરત જ જોઈ લીધું કે એ તો દાંતવાળો કોઈ બીજો જ ઝેરીલો નાગ હતો.

કાશી કૂદકો મારી પાછળ હટી. નાગ ફેણ ઊંચી કરી થોડો થોભ્યો, પછી નેમ બાંધી કૂદ્યો. કાશી ફરી પાછી હટી અને પાછળ હટતી ગઈ. એમ સંભાળીને હટતાં કાશીએ એક હલકો લાંબો પથરો ઉપાડી લીધો. રેતી છોડી કઠણ પથરાવાળી જમીન પર કાશી પહોંચી. નાગે પોતાની લાક્ષણિક ઢબથી એક પથરા પરથી વળાંક લીધો ત્યારે કાશીએ એવી જ ઝડપથી એને ફેણથી દાબી દીધો અને એક ક્ષણમાં આંગળી અને અંગૂઠાથી એનાં જડબાં પકડી એને કાબૂમાં લઈ લીધો. દાંત કાઢવાનાં સાધન સાથે નહોતાં. કાશીએ સિફતથી એને દાબડામાં પૂર્યો. ભીની ઓઢણીના છેડામાં એ દાબડો બાંધી, એને ખભે લટકાવતાં કાશી ભેખડ ચડવા લાગી.

એ જ પેલા બે ખડક!

કાશીના વિચારોની ગડમથલ પાછી શરૂ થઈ!

બે ખડક વચ્ચેની સાંકડી કેડી!

કેવો ભરડો? આ બે નક્કર જલ્લાદો વચ્ચે કાનાનું જીવન ભીંસાઈ ગયું! ભાંગેલા માટલાના કોક ટુકડા હજીયે ત્યાં પડ્યા હતા. હાય! હાય! નાગદંશથી મરવાની એ યાતના કેવી ભયંકર હશે?

કાશી બેધ્યાન બની ત્યાં ઊભી રહી ગઈ.

'કાનો અહીં પડ્યો હશે, નાગ અહીંથી સર્યો હશે.' એવું વિચારતાં એણે ખડકની બાજુની ધૂળમાં પગ ફેરવ્યો તો સોનાની વીંટી ઉપર ચડી આવી. એ વીંટી હાથમાં લેતાં જ: 'મારી ખોવાયેલી વીંટી અહીં ક્યાંથી?'

એ પ્રશ્નનો જવાબ ન મળ્યો ત્યારે એ ખોફનાક દિવસના બધા જ પ્રસંગો એકીસાથે કાશીને યાદ આવી ગયા! 'યાદ રાખજે કાશી!' – ની મેઘજીની ધમકી અને કાનાની છેલ્લી મૃત્યુચીસ 'કા...શી!'

આ બે ખડક અને પેલાં બે કણેરનાં ઝાડ! એ બન્નેના મૂળમાં મોત ભમતું હતું.

કાશીએ ખુલ્લા મેદાનમાં આવીને ચારેકોર નજર ફેરવી. સન્ધ્યા છેક નમી ગઈ હતી. એની ગુલાબી લહરીઓમાં રાત્રિની ઠંડી પ્રવેશી હતી. કોક અજવાળાં ક્યાંક મૃત્યુ પામતાં હતાં. બધા જીવ આરામ લેવા પોતપોતાને સ્થાને પહોંચી ગયા હતા! એક માત્ર મોત, આરામ વિનાનું ભમતું હતું! ખડકના મૂળમાં – કણેરના મૂળમાં – મોત! મોત!

દૂર શિયાળવાં બોલતાં સંભળાયાં. એક ભૈરવ ચિચિયારી પાડતી કાશી પરથી ઊડી ગઈ.

ખભે મોતની પોટલી લઈ, પોતાના મનની ગડમથલમાં અટવાતી ચાલતી કાશી કણેરના ઝાડ આગળ આવી અટકી. એ ઝાડ પર નજર પડતાં એના ચહેરાનું દર્શન કદરૂપું બન્યું. એના સ્નાયુએ સ્નાયુ ખેંચાયા અને એના શરીરે કળ વળી. કાશીએ વાડી તરફ એક પગ ભરીને પાછો ખેંચી લીધો. 'આજે વાડીએ નથી જ જવું! અંધારાં ઊતરે અને ભલે લોક મારી ભાળ કાઢવા નીકળી પડે!' એવા વિચારે, કાનો જ્યાં મોતને ભેટ્યો હતો તે કણેરના ઝાડ વચ્ચે, કાશી જીવતીજાગતી બેઠી.

છેક ગાઢ અંધારાં ફરી વળ્યાં. લીંબડો રાણ અને બાવળની એક થઈ ગયેલી ઘટામાં જ્યારે ઘુવડ બોલ્યું ત્યારે કાશી ઊઠી. ભીનાં કપડાંની પોટલી ત્યાં જ રહેવા દઈ એણે નેતરનો દાબડો સાથે લીધો અને નાગણની ચૂપકીથી સરતી એ નારાણબાપાની વાડીમાં પેઠી.

જેવી કાશીના હૃદયમાં હતી તેવી જ ચૂપકી આ વાડીમાં બધે જ ફરી વળી હતી. નારાણબાપાના ઓરડામાં અંધારું હતું. 'અમારી વાડીએ ભજન છે, ત્યાં ગયા હશે!' કાશીએ વિચાર્યું પણ એણે ધાર્યું હતું તેમ મેઘજીના ડેલામાં એણે દીવો બળતો જોયો.

એ હળવેથી સરતી મેઘજીના ડેલાની પછીતે આવી ઊભી. આજે પવનેય નહોતો વાતો. મેઘજીના ડેલા ઉપરના લીંબડાની ઘટામાંથી જીવ જાણે જતો રહ્યો હતો. કાશીને જ્યારે ખાતરી થઈ કે ચારે કોર વ્યાપેલી શાન્તિ અભંગ હતી અને કોઈ જીવતા જીવે કોઈ મનુષ્ય, પશુ કે પક્ષીએ એની હાજરીની નોંધ નહોતી લીધી ત્યારે એણે નેતરના દાબડાને બગલમાંથી સેરવીને હાથમાં લીધો. પછી હળવેથી એણે દાબડાનું ઢાંકણું જરા ઊંચું કર્યું. નાગ બળ કરીને પોતાનું માથું બહાર લઈ આવ્યો. કાશીએ એ જ ઘડીએ એને જડબામાંથી પકડી લીધો અને ધીમેથી સેરવતી કાશી એને દાબડામાંથી બહાર ખેંચવા લાગી. એની નજર બહાર સેરવાતા નાગ પર ભ્રમણ કરી રહી. એણે એવી જ સિફતથી બીજા હાથે એનું પૂંછડું પકડી લીધું. દાબડાને એણે જમીન પર પડવા દીધો.

એણે ફરી સાવચેતીથી ચારે તરફ જોયું. લીંબડાની ઘટાનું અંધારું, હજી પણ, ગાઢ ચૂપકી સેવી સૂતું હતું. કોઈ જ વાર કોઈ તમરું બોલતું ત્યારે ચૂપકી સજાગ બનતી.

નાગને બન્ને હાથમાં પકડી કાશી મેઘજીના ડેલાના ઉંબરામાં આવી ઊભી. ડેલામાંના અજવાળામાં થોડી વાર, એકધારું જોઈ રહેતાં એ હળવે સાદે બોલી: 'મેઘજી! હું આવી છું!'

ખાટલા પર બેઠો બેઠો પીઠ ખંજવાળતો મેઘજી ચમક્યો અને ફર્યો.

'હેં?' કહેતો મેઘજી ઊભો થયો.

'એ તો હું, કાશી.' કહેતી કાશી ઉંબરો ચડી.

મેઘજી આગળ વધતો રહી ગયો. એણે કાશીના લાંબા થયેલા હાથમાં હીરા જેવી ચમકતી બે આંખો જોઈ!

'એ...એ!' એવો ગળગળો, ખોખરો અવાજ એના ગળામાંથી નીકળતાં રહી ગયો. એની ઝીણી આંખો બીક લાગે એવી મોટી થઈ ગઈ. એણે ધ્રૂજતા હાથ લાંબા કર્યા. એના હોઠ ફફડ્યા પણ ગળેથી કંઈ અવાજ બહાર આવ્યો નહિ!

કાશી આગળ વધી. એને માથેથી અને ખભેથી ઓઢણીનો છેડો સરી

જઈ એની પાછળ ઢસડાયો. હાથમાં મોત લઈ આગળ વધતી કાશીના મોઢા પર કોઈ ભાવ નહોતો. આ સંયોગોમાં ભાવનો અભાવ સ્વયં પ્રસંગને વધારે ભયાનક સ્વરૂપ આપી રહેલો જણાયો.

'આ નવો જ નાગ છે, મેઘજી!' કાશી બોલી. 'થોડા સમય પહેલાં જ મેં એને પકડ્યો છે. હળાહળ વિષથી ભરેલા એના દાંત હજી કાયમ છે. જોવા છે?' સહેજે પૂછતી હોય એમ બોલતી કાશી ઊભી રહી ગઈ.

કાશીનું અંગેઅંગ સ્થિર બની ગયું.

ભીના વાળની કપાળ ચૂમતી કાળી લટોવાળું નિષ્કામ વદન, ગોળ સશક્ત ખભા અને આગળ ધસતી છાતી, શિલ્પની પૂતળીની હોય એવી નિતંબ પર વાંકી વળેલી પાતળી કમર – એવી કાશીની સુડોળ સુંદરતામાં ક્યાંય ઊણપ ન દેખાઈ. કાશીના આ દર્શનમાં આરસની નિર્જીવતા અને સૌન્દર્યની જીવન્ત સીમાહીનતા સમાયાં હતાં!

કાશી એક ડગલું આગળ વધી અને બોલી: 'એક વાર આને હાથ તો અડકાડી જો મેઘલા! જો તો ખરો એની શું તાકાત છે? એક વાર તો અનુભવ લે. એના ડંખથીયે મરવું મીઠું લાગે એટલું માણસાઈનું જોમ એમાં ભર્યું છે!'

કાશીએ નાગને પૂંછડીએથી જરા જેટલો ઢીલો મૂક્યો. એનું બદન, મુક્ત થવાનો એક જબર પ્રયત્ન કરતાં તરફડિયાં મારી ગયું.

'ના – ના!' રાડ પાડતો મેઘજી પાછળ હટ્યો અને ડેલાની ભીંત લગોલગ ધ્રૂજતો ઊભો.

કાશીએ નાગને પૂંછડીએથી જતો કર્યો. એક છેડેથી છૂટા થયેલા નાગે હીંચકો ખાધો અને કાશીના અંગ પર એણે પોતાનું બદન ચાબખાની પેઠે વીંઝ્યું!

બાજુની ભીંત પર, ખીટી પર ટિંગાડેલા લાલટેનની જ્યોત હળવું ધ્રૂજી રહી હતી. ઉપરની અજવાળી ભીંત પરથી દોડી જઈ એક ઢેઢગરોળી ફાનસના અંધારા નીચે સ્વસ્થ થઈ બેઠી!

કાશી માથું ફેરવી આંખને ખૂણેથી મેઘજી તરફ જોતી બોલી:

'આ તાકાત ન જોઈ હોય તો જો હવે!'

કાશીએ નાગને જમણા હાથે પકડ્યો હતો ત્યાંથી એને ચાબખાની માફક ચક્કર ફેરવ્યો. એવાં બેચાર જોરદાર ચક્કર ફેરવી એણે નાગની પૂંછડી મેઘજી તરફ ફેંકી!

ભીંત લગોલગ ઊભેલા મેઘજીએ હાથ પહોળા કરી માથું નમાવ્યું. એ નમેલા માથા પર નાગની પૂંછડી 'ફડાક' કરતી અફળાઈ.

'ઓય રે!' એક ફાટી જતી અમાનુષી બૂમ પાડી, મેઘજી જમીન પર ઢળી પડ્યો!

કાશી તરત જ ઢળી પડેલા મેઘજીની બાજુમાં પહોંચી ગઈ. એક પળ જોઈ રહેતાં એણે મેઘજીના વાંસામાં જોરથી લાત મારી. મેઘજી તોય હાલ્યો નહિ. સાથળ પર રહી ગયેલો એનો હાથ એને પડખે સરી પડ્યો.

કાશીનું મોઢું ભયંકર તિરસ્કારમાં મરડાયું, એની આંખોમાં ક્રોધ પ્રગટ્યો.

'હટ્ટ બાયલા!' એ બોલી: 'તું કાનાની રાતે નહોતો જન્મ્યો!'

કાશી બે ડગલાં પાછળ હટી, ડેલાની વચ્ચોવચ આવી ઊભી. કરચલીઓ ભેગી કરતાં મરડાયેલા હોઠ અને ગુસ્સાથી ઝીણી અને કદરૂપી બનેલી આંખોવાળા કાશીના ચહેરા પર અણગમો, ગુસ્સો, નફરત, નિર્દયતા અને નિરાશા – એ બધા ભાવો એકી- સાથે ભેગા થઈ ઢળી પડ્યા!

એનાં અંગેઅંગનાં સ્નાયુઓમાં અધીર – અસહ્ય ગતિ પ્રવેશી. એ ગતિને વશ બની કાશી ફૂદડી ફરી અને એમ ફરતાં એણે નાગને પૂંછડીએથી પકડી ફેણમાંથી જતો કર્યો અને પોતાના માથા પર એને ચક્કર ગોળ ફેરવવા લાગી.

બે ડગલાં આગળ ભરી, પોતાના બદનને થોડું આગળ લઈ જઈ કાશીએ પોતાના બધા જોરથી નાગની ફેણ ડેલાની ભીંત સાથે અફાળી! એનો અવાજ ડેલા બહારના અંધારામાં દોડી ગયો. ભીંત પર લોહીનાં છાંટણાં થયાં. કાશીએ નાગને જમીન પર ફેંક્યો. ત્યાં જરા વારમાં લોહીનું

ખાબોચિયું ભેગું થયું. એમાં બે ક્ષણ તરફડિયાં મારતું નાગનું ગૂંછળું આખરે નિષ્પ્રાણ બન્યું!

આંસુ સારતી કાશીની આંખમાંથી આગના તણખા ઝર્યા! વેરવિખેર કરી નાખે એવા અણગમાથી એનો ચહેરો ભયંકર કદરૂપો બન્યો. હાથની મુઠ્ઠીઓ વાળી કાશી ભાગી અને ઉછકારે રડતી એ પોતાની વાડીમાં પ્રવેશી!

ગોપો

એ વખતે હું બહુ જ નાનો હતો. સૂરજ ઊગવાને બહુ વાર હોય અને હું મારું દફતર લઈ, અમારી વાડીએથી દોઢ ગાઉ ચાલીને ગામમાં નિશાળે જતો.

મને બધું યાદ છે – એ ખુશનુમા પ્રભાત, પટેલની વાડીની એ ચમેલીની મઘમઘતી વાડ, નદીની ઘૂઘવતી ભેખડો! રોજબરોજ એની એ કેડી પર, કોઈક વાર કંઈ ગાતો, કોઈક વાર સિસોટી વગાડતો હું ચાલ્યો જતો.

ઝાકળ પડતી, પ્રભાત ફોરતું અને લહરીઓ વહેતી!

કોક સામું મળતું તેને હસી હસીને હું કહેતો: 'નિશાળે જાઉં છું!' એ હાસ્યને ઊડતાં પણ બહુ વાર ન લાગતી.

આજે જોકે મને પળિયાં આવ્યાં છે અને રસ્તે મળનારની દરેકની નજર ચૂકવતાં આજે હું અસ્વસ્થ બની જાઉં છું..... પણ જવા દો એ વાત!

આજે ખાસ તો હું એ કહેવા માગું છું કે.....

હું રોજ નિશાળ જતાં ગોપાળના ખેતર આગળથી પસાર થતો. મારી એ આદત પડી ગઈ હતી કે એની વાવ આગળનો ટીંબો ચડી હું ગોપાના ખોરડામાં નજર નાખતો અને રોજની રોજ મારી નજર ત્યાં ભોંઠી પડી, ગોપાને બાવળના ઝાડ નીચે બેઠેલો જોતી.

ગોપો રંગે કાળો અને દેખાવે કદરૂપો હતો. એને કોઈ નહોતું: માબાપ નહિ, ભાઈબહેન નહિ, દોસ્તો પણ નહિ! એના ખોરડામાં હાંડલાંઓ તૂટેલાં અને રાચરચીલું ભાંગેલું હતું. એના ખેતરમાંથી હળ ચોરાઈ ગયું હતું અને પાસે બળદો નહોતા! એની વાવની બખોલમાંથી

પારેવડાં પણ ક્યારનાં માળો ઉઠાવી ગયાં હતાં. એક લીંબડો, બે આંબા અને એક જાંબુનું ઝાડ, સુકાયેલાં, દયાપાત્ર બની ઊભાં હતાં. નજરને ખેંચે એવું ત્યાં એક બાવળનું ઝાડ હતું અને એની નીચે ખાટલા ઉપર ગોપો પડ્યો રહેતો.

કેટકેટલાં વરસો પછી એ ટીંબાને આજે હું નજર સામે જોઈ રહું છું અને જોઉં છું તો લાગે છે કે આટઆટલાં વરસો ફોગટનાં અહીંથી પસાર થયાં છે!

જાણે કશું બન્યું જ નથી!

ટીંબો ચડીને જોઉં છું તો એની એ જ વાવ અને એ જ બાવળ નીચે ગોપો હજુયે બેઠો છે.

મારા પગનો અવાજ સાંભળતાં ગોપો મારી તરફ ફરે છે અને ફરતાં, એ ખાંસીની ઘૂમરીઓમાં ચક્કર ખાઈ જાય છે!

હું ટીંબો ઊતરી એની પાસે જાઉં છું. એનું શરીર હવે હાડપિંજર માત્ર બાકી છે. એની લાલ આંખોમાં બુઝાતી સંધ્યાનો અગાધ થાક દેખાય છે. તૂટેલા ખાટલા પર એ રંજાડેલા પશુ જેવો પડ્યો છે.

ધીમે ધીમે, સૂરજ બૂડતો જાય છે, પક્ષીઓ કલ્લોલતાં પસાર થવા લાગે છે અને ફાગણની સન્ધ્યાની ખુશનુમા લહરીઓ સરતી જાય છે.

*

ગોપો જુવાન હતો ત્યારે એની છાતી પહોળી, આંખો લાલઘૂમ અને શરીર લોખંડી હતું ક્યારેક એ મજૂરી કરતો, કયારેક નાની ચોરીઓ કરતો અને ક્યારેક આજુબાજુનાં ગામડાંમાં ખેપ કરી એ પેટ ભરતો.એ બહુ જ ઓછું બોલતો પણ વાતવાતમાં કજિયો કરવા ઊતરી પડતો.

એની વાડીમાં એકલવાયા બાવળ નીચે એ એકલવાયો પડી રહેતો. ટાઢ હોય, હિમ પડતું હોય, તડકો હોય કે ધૂળના વંટોળિયા ઊડતા હોય, પણ એના મનમાં આવે તો એ ત્યાંથી ડગતો નહીં. મને એમ થતું કે દિવસોના દિવસો સુધી એ ખાતોપીતોય નહીં હોય! એના મનમાં શું હતું એની કોઈને કળ પડી નહોતી. કોઈએ એ જાણવાની દરકાર કરી નહોતી.

કોઈ વાર ગોપો ગામમાં આવતો. વધેલી દાઢી, દિવસો સુધી ન ધોયેલું મોઢું, (નાહવાનું તો ઘેર ગયું!) મેલાં, ફાટેલાં કપડાં અને રીંછ જેવો ગંધાતો એ ચોરે આવી બેસતો. એની આંખોમાં ખુન્નસ ભરેલું દેખાતું. ખિસ્સામાં હોય તો દસબાર બીડીઓ એ ઉપરાઉપરી પી નાખતો, નહીં તો, બેઠો હોય ત્યાં થૂંકી થૂંકી જમીન ભીની કરી દેતો. તે દહાડે 'ગોપો આવ્યો છે'ની ખબર કાનેકાન ઊડતી અને ગામની સુસ્તી ઉડાડી દેતી! એની બેસવાની છટા અને એની આંખોની રોશનીનો પડકાર જોઈ લોકો એનાથી ડરતા. દૂરથી પસાર થતો તોય એકાદ કજિયો કરી થોડુંક લોહી વહેવડાવી, ગોપો રાતના એના બાવળ નીચેના ખાટલે પહોંચતો.

ગોપો ઘણી વખત માર ખાતો. ભયંકર માર ખાતો! પણ કોઈ પણ ભોગે સામા થવાની એની આદત, સ્વભાવની જીદ અને પશુનો હઠાગ્રહ ગયાં નહોતાં.

એ ગોપો હતો.

એ ગોપો હતો, જે કંઈ ન કરતો હોય ત્યારે એની વાડીના બાવળ નીચેના તૂટેલા ખાટલા પર પડ્યો પડ્યો, એકધારું આકાશ સામે જોઈ રહેતો.એના ખુલ્લા શરીરને ન તો તડકો ડામી શકતો, ન તો ઠંડી થિજાવી જતી. રાતે એના ખાટલા નીચેથી સર્પ અને વીંછીઓ પસાર થઈ જતા. સૂવર એને સૂંઘીને ચાલ્યાં જતાં.

ખુશનુમા પ્રભાત, કોઈક રંગીલી સન્ધ્યા, ચાંદની ઓઢીને પસાર થતી કોઈ મદભરી રાત – કેટકેટલી પસાર થઈ ગઈ! કેટકેટલી વસંત અને શિશિર નૃત્ય કરી ગઈ! પણ ગોપાના મોઢા પર ભાવનાની એકેય કરચલી મહેકી નહીં.

એવો પશુ જેવો ગોપો માણસ હતો અને એ આટલાં વરસો એના તૂટેલા ખાટલા પર પડ્યો રહ્યો!

માહ મહિનાની એક ઠંડી બપોરે બહારવટિયાઓએ ગામને ભાંગ્યું. ગામમાં રાડ બોલી ગઈ. ફડોફડ બારણાં દેવાઈ ગયાં. મેડીઓની સળિયાવાળી બારીઓમાંથી બીકથી ચટપટતી આંખો જ માત્ર શેરીનું

નિરીક્ષણ કરી રહી. કૂતરાં અને ગધેડાં ધોળે દિવસે બરાડવા લાગ્યાં. બહારવટિયાઓનો મુખી ગામને ચોરે આવીને બેઠો. એના માણસોએ ધનિકોનાં ઘરનાં બારણાં કુહાડાથી તોડી તોડીને, એમને પગેથી ઘસડી ઘસડી બહાર કાઢ્યાં.

એ વખતે અચાનક ગોપાનું ગામમાં આવવું થયું!

એ મૂરખ હતો અને મૂઢ હતો. સગી આંખે જોયું તોય એ પાછો ભાગ્યો નહિ. એમ કરવું એના સ્વભાવમાં નહોતું.

એનામાં પશુનાં બધાં જ લક્ષણ હતાં. માણસજાતને દેખતાં એની આંખોમાં લોહી ઊભરાતું, એના અલમસ્ત સ્નાયુઓ તંગ થઈ જતા અને હિંસક પશુ જેવો એ પોતાની તાકાતનું માપ કાઢવા ઇંતેજાર થઈ રહેતો.

એ ગોપો....

એ ગોપો બેધડક અને બેફિકર ચોરામાં આવી ઊભો. એની નજર આજુબાજુની મેડીઓ, ખોરડાં, સૂની શેરીઓ અને ગધેડાં-કૂતરાં પરથી પસાર થઈ, આખરે બહારવટિયાના મુખી ઉપર ઠરી ગઈ. એ નજરમાં ડર નહોતો. કુતૂહલ, મૂઢ, બેશરમ અને પાશવી મસ્તી માત્ર હતી!

અને બે ઘડી પછી તો એ બન્નેની નજર એકબીજા સાથે અથડાઈ ત્યારે ગોપો ન તો સંકોચાયો, ન તો પાછો હઠ્યો. એણે ફક્ત જોયા જ કર્યું.

અને ઘડીના છઠ્ઠા ભાગમાં એ ગામનો ઇતિહાસ ઘડાઈ ગયો. ગોપાની આખી જિંદગીનો પહેલો અજોડ બનાવ બનવા પામ્યો.

'અલ્યા કોણ છો તું?' મુખીએ પૂછ્યું.

'ગોપો!'

'શું કરછ – અહીં?'

'કાંઈ નહિ – ફરું છું!'

'ફરેછ કાં?'

મુખી પોતાના માણસો તરફ ફર્યો.

'એલાઉ ઠોકો એને! ઈ ફરેછ! એનું ફરવું અટકાવી દો! સૂવર સાળો

– ફરેછ કાં?'

ગમે તેમ હોય, દુનિયામાં ન બનવાનું પણ કોક વાર બની જાય છે: ગોપાએ પોતાનો સ્વભાવ બદલ્યો અને બદલ્યો તે કેવો બદલ્યો કે એ મુખીના પગે જઈ ઢળી પડ્યો. એ રડવા અને કકળવા લાગ્યો. એ આવડત એનામાં ક્યાંથી આવી એ હજી સુધી એક વિસ્મયની વાત જ બની રહી છે!

'લે ઊઠ હવે!' મુખીએ કહ્યું. 'છો તો ગોધા જેવો ને બકરી જેવું રડછ તે!' એણે પોતાના માણસો તરફ ફરીને કહ્યું: 'એલાઉ આને કામ આપો. જા, જા, હવે કહેછ કે 'ફરુંછ!' મારો બેટો!'

એ ગામને તે દહાડે ખબર પડી કે ગામમાં આટલું બધું ધન હતું! ઘૂંટણભર ધોતિયું, દિવસમાં એક વખત ખાતા અને ગોકળ આઠમને દિવસે ગાયોને ચારો નાખતા સાકરચંદને ઘેર બે કોઠીઓ રૂપાંનાણાંથી ભરેલી હતી અને વાઘજીની ડેલીની ભીંતની આઠ ઈંટો ચાંદીની નીકળી. એ તો ગામ લૂંટાયું ત્યારે ખબર પડી કે ગળાટૂંપ ગરીબી અને અઢળક દોલત એકીસાથે, બાજુ બાજુમાં આસાનીથી રહી શકે છે.

સાકરચંદને ઘેરથી બહારવટિયાઓએ રૂપાનાણાંની થેલીઓ ભરીભરીને ગોપાના ખભે મૂકી. 'જા પાદરમાં અમારાં ઊંટ અને ઘોડાં છે, ત્યાં બીજાં માણસોયે હશે, એમને આપજે. સમજ્યો, અલ્યા ભૂત? જોજે ક્યાંય ફરવા ન હાલ્યો જતો – હા – હા! કહેછ! ફરુંછ! મારો બેટો!'

ગોપાએ પૈસાની થેલીઓ ભરી ભરીને ગામમાંથી પાદરમાં પહોંચાડવી શરૂ કરી. એક ફેરો, બીજો ફેરો અને ત્રીજે ફેરે એણે વિચાર કર્યો. ગોપો વિચાર કરતો થઈ ગયો હતો. ચોથે ફેરે પાદર તરફ જતાં જતાં, રસ્તામાં આવતા એક ખંડિયેરમાં પોતે ઉપાડેલી બે થેલીઓ સંતાડી દીધી. ત્યાર પછીના દરેક ફેરે બેત્રણ, બેત્રણ કરી કરીને એ થેલીઓનો ઢગલો ખંડિયેરમાં જમા કરતો ગયો. ગોપાના ચાટડા જેવા માથામાંથી આ ભેજું નીકળશે એની કોઈને ગંધ સુધ્ધાં નહોતી આવી.

ત્યાં તો ખબર પહોંચ્યા કે 'વાર' ચડી ચૂકી હતી. પોલીસ પાર્ટી

ગામ તરફ આવી રહી હતી!

બહારવટિયાઓ અવ્યવસ્થિત દશામાં ભાગી છૂટ્યા. એ ગયા અને પોલીસ આવી. ગભરાટના સમયનો લાભ લઈ ગોપો ખંડિયેરમાં ભેગું કરેલું ધન પોતાના ખેતરે લઈ ગયો અને દાટી પણ દીધું અને એ જ બાવળના ઝાડ નીચે, એ જ તૂટેલા ખાટલા પર લાંબો થઈ પડ્યો.

એના મોઢા પર સૂવરની છાપ હંમેશાં પડી રહેલી દેખાતી એ છાપ અત્યારે હાજર હતી. એ છાપની કર્કશતા નીચે બીજા ભાવોની કુમાશ હણાઈ જતી, પણ કુમાશને અને ગોપાને કંઈ લાગતુંવળગતું નહોતું.

પોલીસે ગોપાને પકડ્યો, માર્યો અને થાણે પણ લઈ ગઈ! પણ ચાર દહાડા એને હેરાન કરી 'કમ અક્કલ છે કમ અક્કલ!' કહીને એને કાઢી મૂક્યો.

ગોપાને હવે હૂંફ મળી! – ના! ગોપાના શરીરને હૂંફની જરૂર નહોતી. હૂંફ, ટાઢ, માણસ અને કુદરત તરફથી થતી હેરાનગતિને એ ક્યારનો પચાવી બેઠો હતો! એના મનની અત્યાર સુધીની જે ઠંડી ગતિહીનતા હતી એને એની વાવની કૂંડીના તળિયામાં દાટેલા ધનની હૂંફ મળવા લાગી. ગોપો ધીમે ધીમે પશુ મટીને માણસ બનવા લાગ્યો અને બિચારો માણસ તે કેવો માણસ બન્યો કે માણસની રીતથી એની જિંદગીને છેડે ધોખો કરતો, પોતાની જાત પર લ્યાનત વરસાવતો, ક્ષયના રોગથી આખરે રિબાઈ રિબાઈ મૂઓ!

*

પોલીસને થાણેથી પાછો આવી ગોપો સીધો ગામમાં પહોંચ્યો અને રામજી સલાટની સાથે કામ પર ચડી ગયો. જોતજોતામાં ગોપાની સારા સલાટમાં ગણતરી થવા લાગી. એમ થોડાક મહિના વીત્યા. હવે ગોપો કંઈ ન કરતો હોય ત્યારે, કોઈક વાર બાવળ નીચેના એના ખાટલા પરથી ઊઠી એ હોટલમાં આવી ચા અને ગાંઠિયા ખાતો, કોઈક વાર હસતો ખરો... અને રસ્તે જતાં સામે મળતી ગાયના કપાળે હાથ ફેરવીને પંપાળી લેતો.

એક દહાડો, તેજપારના હાટે બીડીઓ લેતાં લેતાં એણે વાત વહેતી

મૂકી: 'આપણે તો જાવું છ આફ્રિકા.'

'આફ્રિકા?'

'હા, કમાવા!'

'તારા તો જોને દી ફર્યાં છ તે!' તેજપારે એની ઠેકડી કરી, 'કમાવાની તને લત લાગી છ!'

સાંજે હોટલમાં અને રાતે ચોરા પર જામી પડેલી ભજનમંડળીમાં ગોપાએ એ જ આફ્રિકા જવાની વાત કહી અને ચોથે દહાડે તો ગોપો ઘટે તેને રામરામ કરીને ચાલી નીકળ્યો.

આમ અઢી વરસ વીતી ગયાં. જેવાં વીતે છે એવા ઉનાળો, શિયાળો, ચોમાસું... વરસાદ અને વાવાઝોડાં, માવઠું અને વંટોળિયા, રોગ અને ભૂખમરો, દિવસ ઊગે અને આથમે, એ કંઈ નવી વાત નથી. હંમેશ જેવાં એ ગામમાં ગોપા વગરનાં અઢી વરસ વીતી ગયાં!

વૈશાખને ધોમધખ્યે, અઢી વરસ બાદ, ગોપો પોતાને ગામ પાછો ફર્યો. એણે છત્રી ઓઢી હતી અને કોટપાટલૂન પહેર્યાં હતાં, એની મૂછો ખૂબીથી કાપેલી હતી. એણે રુઆબથી તેજપારના ઘીના ડબા ઉપર રૂપિયો ફેંક્યો અને કહ્યું: 'સીઝર' લાવ.'

તેજપાર એક વાર તો એને જોઈ રહ્યો – કદાચ ઓળખ્યો નહિ હોય; પછી મનમાં થયું, હશે: 'અલ્યા, ગોપો તો ન હોય!'

'કાં ડરેછ?' ગોપાએ હસીને કહ્યું: 'આ ચોરીનો પૈસો ન હોય હો! પસીનાની કમાણી છે. હું આફ્રિકા ખેડીને, ખારાં પાણી વલોવીને, પાછો આવ્યો છું, સમજ્યો?'

ગમેતેમ હોય, ગોપો અઢી વરસે પાછો આવી પોતાની વાવની કૂંડીમાં દાટેલી મિલકતનો છડેચોક ધણી થઈને બેઠો. ગોપો ભારે ઉસ્તાદ નીકળ્યો!

એણે ગામમાં જગા બાંધવી શરૂ કરી; મેડી પણ ચણાવી અને આંગણામાં વાવ પણ ખોદાવી – આ એ જ ગોપો, જે દિવસરાત બાવળના ઝાડ નીચે તૂટેલા ખાટલા પર સૂઈ રહેતો!

એના દોસ્તો, આશ્રિતો અને ખુશામતિયાઓ વધવા લાગ્યાં. ક્યારેક

ઉજાણીઓ થતી. કાવા-કસુંબા નીકળતા અને હોકો તો દિવસરાત ગગડ્યા જ કરતો. કોઈ કહેતું આ ધંધો કરો, કોઈ કહેતું તે! પણ ગોપો હજીયે ઓછું બોલતો. એ સાવ ચૂપ થઈ બેસતો અને એની મેડીના ગોખમાંથી દેખાતી ઉનાળાના આકાશની ઝગમગતી પ્રતિભાને જોઈ રહેતો ત્યારે એનું મોઢું પહેલાંના જેવું જ દિશાશૂન્ય અને વધારે લાગણીહીન દેખાતું. એ મોઢા તરફ જોનાર કોઈકને ત્યારે વિચાર આવતો કે આ વ્યક્તિને આટલી સમૃદ્ધિ અને આ મહત્તા ક્યાંથી મળી? એનું અસ્તિત્વ જ એની લાયકાત સામે એક પુકાર હતો!

પણ આ જમાનામાં ન બનવાનું અને અણછાજતું નથી બનતું?

પણ આ વાત અહીં નથી અટકતી! આ તો કેફ ચડવાની શરૂઆત હતી – રંગ આવવો તો હજી હવે બાકી હતો!

એક દહાડો ગોપાને ઘેર મુંબઈના મહેમાનો આવી ઊતર્યા. અમસ્તા જ આવ્યા હતા અને અમસ્તા જ ગોપાને મુંબઈ ઉપાડી ગયા! પણ વાતો એમણે કેવી કેવી કરી? 'આ તે કંઈ ઘર છે તમારું? અરે, ત્યાં તો સાત સાત મેડીઓ એક-બીજા ઉપર ચડે છે, આ – આમ' કરી એક જણે સિગારેટની ડબી ઉપર દીવાસળીની પેટીને ચડાવી: 'અને ત્યાં તમારા બળદોના વેપાર નહિ હો! ત્યાં વાતોનો વેપાર! રાતના સૂઓ અને સવારે આંખ ઉઘાડી જુઓ તો દસના પંદર હજાર! ના, આ મશ્કરી નથી, ખરેખર!'

ગોપાને વાતોના આ વેપારની ખાતરી કરવી જ રહી. બીજે દહાડે એ એમની સાથે મુંબઈ પહોંચવા હાલી નીકળ્યો.

ગોપાએ મોટરમાં બેસીને મુંબઈ જોયું – ના, એ જોઈને એ ગાંડો ન બન્યો. જરાય નહિ! એના પેટમાં એ પાણી ન હતું જે હાલી ઊઠે. જેમ એના બાવળની કાંટાવાળી ઘટામાંથી એ વરસો પહેલાં આકાશ જોઈ રહેતો તેમ અત્યારે મુંબઈના એ પાંચ માળિયા મકાનમાંથી એ જોઈ રહેતો ગોપો એનો એ જ હતો.

ગોપાએ મુંબઈમાં વાતોનો વેપાર પણ કર્યો. દસના પંદર હજાર કર્યા – થઈ ગયા! એણે નોકરો રાખ્યા, દલાલો આવ્યા, મોટર, ડ્રાઇવર, મકાન,

ટપાલ, તાર, ટેલિફોન, વકીલ, ડૉક્ટર વગેરે! એની જંજાળ વધવા લાગી; જાણે માથામાં જૂ પડી!

પણ ગોપો બહાર નીકળતો જ નહિ! એ ટેલિફોનને અડતો નહિ. એ તો મહેતાજી ટેલિફોન પકડીને એને કહેતો, 'શેઠ, ગોવિંદરામ ખરીદે છે,' પણ ગોપો એની ખુરશી પર પલાંઠી વાળીને બેસી રહેતો – જાણે સાંભળતોયે ન હોય અને ઉપરાઉપરી ટેલિફોન આવતા, ગવર્નમેન્ટનું નવું બિલ, મ્યુનિસિપાલિટીનું બજેટ, બર્મામાં વાવાઝોડું, જાપાનમાં ધરતીકંપ! પણ ગોપો સામેના મકાનની અગાશીએ બેઠેલા કાગડા તરફ જોતો; એમ જ ચુપચાપ મોં પર એક નવી કરચલી પાડ્યા વગર કે જૂની કરચલી ઉખેડ્યા વગર બેસી રહેતો અને વચ્ચે ચલમ પીતો હોય એમ સિગારેટમાંથી ચાર દમ ખેંચી કાઢતો.

એની મરજીમાં આવે ત્યારે 'વેચો' અથવા 'ખરીદો' એ કહેતો. એની ઇચ્છા સિવાય બીજાં કંઈ કારણો નહોતાં! એ મનમાં એમ સમજતો હોય કે આખરે એ પોતાનો વેપાર હતો ને! ગમેતેમ હોય પણ ગોપો ગુમાવવા કરતાં કમાતો વધારે!

ગોપો મુંબઈમાં જામી પડ્યો! એવો તો જામી પડ્યો કે એ બીજું બધું ભૂલી પણ ગયો હોય કે નહીં ભૂલ્યો હોય! કોને ખબર! એને કળી પણ કોણ શક્યું હતું? એના મોઢા પર ચીટકી પડેલી પેલી સૂવરની છાપમાંથી એનું દિલ, આરપાર, કોઈએ નહિ જોયું હોય! આવડી મોટી અને આવડી ચિત્રવિચિત્ર નગરીમાં, આટલી સમૃદ્ધિના ખોળામાં આળોટવા છતાં એની નજર કોઈ ઊડતા પંખી ઉપર, કોઈ મકાનની છત ઉપર, એનાથીયે દૂર, એ નગરીના મહત્ત્વ ખોઈ બેઠેલા પેલા ખુલ્લા આકાશમાં ખોવાઈ જતી! બસ એટલું જ!

ગોપો માણસ હતો કે ભૂત! આખરે એણે જિંદગીની શું કિંમત આંકી હતી?

આખો દહાડો બેસી બેસીને એને શરૂઆતમાં કબજિયાત, પછી હરસ અને આખરે અપચો લાગુ પડ્યો; દવા એને પીવી ગમતી નહિ એટલે

ડૉક્ટરો એને ઇન્જેક્શન આપતા. પછી તો પેટમાં, છાતીમાં અને માથામાં થોડો દુખાવો રહ્યા કરતો. એની બેચેની ઊડતી નહિ. આખરે 'વેચો' અને 'ખરીદો'માં ભયંકર અદલાબદલી થઈ જતી.

એક દહાડો એના મહેતાજીએ એને કહ્યું: 'જુઓ શેઠ, માઠું નહિ લગાડતા પણ આ તમારો તુક્કો હવે ચાલતો નથી!'

આ વખતે ગોપાએ મહેતાજી સામે જોયું. જરા જોઈ રહ્યો. પછી ઑફિસ છોડી બહાર ચાલ્યો ગયો.

મોડી રાતે ગોપો પાછો ફર્યો. જિંદગીમાં બીજી વાર ગોપો બદલાયો. એણે મહેતાજીને ટેલિફોન કરીને બોલાવ્યો અને બજારના બધા સમાચાર પૂછ્યા, એને રાતે સારી ઊંઘ નહિ આવી.

પછી તે હંમેશાં ટેલિફોન પર બેસી રહેતો. બજારની બધી ગપ સાંભળતો. એને અમેરિકાથી માંડીને જાપાન અને ઇંગ્લંડની ફિકર કરવી પડતી. એ ફિકર કરતાં ભૂલ્યો પોતાની અને પોતાના શરીરની!

એક સાંજે એને શરદી થઈ, તાવ ભરાયો અને ટાઢ ચઢી.

'હવે ગયા ડૉક્ટર પાસે, શેઠ!' એના એક દલાલે કહ્યું, 'ચાલો મારી સાથે હું તમારી દવા કરી દઉં!'

ગોપાએ પહેલી વાર 'બ્રાન્ડી' પીધી. બીજે દહાડે પણ એનો ખપ પડ્યો – એનો રોજ ખપ પડવા લાગ્યો, દિવસે પણ.

'શેઠ, તમારી જીદ છોડી દો. ગોવિંદરામ ખેલો કરે છે!'

પણ ગોપાનો જૂનો જિદ્દી સ્વભાવ એના દૂબળા શરીર પર સવાર થઈ બેઠો. ડૉક્ટરોએ કહ્યું, 'તમારે બધો પરિશ્રમ બંધ કરી પથારીવશ થવું જોઈએ. તમને ક્ષય લાગુ પડ્યો છે.'

પણ ગોપાના પૈસાને ક્ષય થાય તે એનાથી જોવાય તેમ નહોતું. આ વાતોનો વેપાર આવો જ હશે એનું એને ત્યારેયે ભાન ન થયું! ગોપો જિદ્દે ભરાયો હતો. પાછું ફરતાં એ શીખ્યો નહોતો. એને કોઈની, ક્ષયના જંતુઓની સુધ્ધાં પરવા નહોતી. એને બળખામાં લોહી પડ્યું, ભલે પડ્યું! પચાસ ગાંસડીઓ વેચો. એણે પચાસ 'કેલસીઅમ'નાં ઇન્જેક્શનો લીધાં,

એને ઝાડા થવા લાગ્યા, થાય એ તો...! હોમ મેમ્બરને પાર્ટી આપોને! એટલી પીડા ઓછી!'

ચાર રાતથી ઊંઘ નથી આવી? ચાલો ત્યારે આજે ગાણું સાંભળવા જઈએ....એ પેલી..... વખણાયે છે નહિ? કયો રાગ? માલકોસ પ, ધ, પ, મ....આ....આ મુખ મોડ મોડ.... અરે આ કોનો તાર? શું કહે છે – કંપની વૅગન નહિ આપે? ત્યારે વાયદા પ્રમાણે ડિલિવરી....!'

ગોપાએ માથા પરથી બરફની કોથળીનો ઘા કરી બારી બહાર ફેંકી દીધી. એનો નોકર એના પલંગની બાજુમાં ઊંઘી ગયો હતો. એનું દર્દ એમનું એમ જ હતું. બધે જ દુખાવો અને દિલમાં બેચેની.

એણે ધીમે રહીને એક ખુરસી ગૅલેરીમાં ખેંચી અને ગોદડું ઓઢીને ત્યાં બેઠો. મધરાત વીતી ગઈ હતી. પોષ મહિનાની મીઠી ઠંડીએ મુંબઈની રાતને મદભરી બનાવી દીધી હતી. કેટલા બધા તારા! અને કેવું ખુલ્લું આકાશ! આ પેલી દેખાય રેવતી અને આ આકાશગંગા! ગંગા! ગોપાની ગામની બાજુના એક ડુંગરમાંથી પાણી ઝરતું. લોકો એને પણ ગંગા કહેતા. ગોપો છેક નાનો હતો અને એ ગંગાના કાદવમાં રમતો ત્યારે બાવળની શૂળો એને ભોંકાતી. બાવળ! એનું ખેતર, એ ભાંગેલો ખાટલો, ખંડિયેર ખોરડાં, એ અવાવરુ વાવ, કાગડા, પારેવડાં, ચકલી, બુલબુલ, તેતર અરે ઓ – પણ છાતીની આ શૂળ કેમ વેઠાય?

માણેકચંદની નાની છોકરીના હાથમાંથી એણે સોનાની ઝીણી બંગડીઓ ઉતારી હતી ત્યારે ફોજદારે એને કેવો પીટ્યો હતો? કૂખમાં લાત મારી હતી, એણે ચાર દિવસ પીડા કરી પણ આ પણ કાંઈ ઓછી પીડા હતી?

ગોપાએ ગણતરી કરી જોઈ. એ આફ્રિકા ગયો જ ક્યાં હતો? સિંધમાંથી પાછો આવ્યો હતો.

પણ – એ બધું, એના અંતમાં શું? 'ઓય મા! જો એ આવી પાછી ઉધરસ.'

'પાછો જાઉં?'

'દવા પીવાનો ટાઈમ થયો છે.'

'આવતી કાલે વલણ ક્યાંથી ચૂકવાશે?'

ગોપાની આંખ આડે અંધારાં ઘેરાવા લાગ્યાં. જાણે પોષ મહિને માવઠું થવાનું ન હોય!

'અરર – તો ઘઉંનો પાક નાશ પામી જાય!'

અને ગોપાનું દિલ ઊડતું ઊડતું ક્યાંનું ક્યાં ફરી આવ્યું! એ એક વખત હતો જ્યારે ઝાકળનાં ટીપાં બાવળના ઝાડ પરથી હળવે હળવે રહીને સરી આવી એના ખુલ્લા બદન પર ટપકી ટપકી એને ઊંઘમાંથી જગાડતાં અને એની ઊઘડતી આંખ સામે, એની વાવના ટીંબા ઉપર સૂર્યનાં કુમળાં કિરણ આવી હસતાં અને એની સામે હસી રહેતાં!

ત્યારે કોઈ સુખ નહોતું – કોઈ દુ:ખ નહોતું, હાસ્ય નહોતું, આંસુઓયે નહોતાં! જેવી ચારે પાસ એવી એના દિલમાં નરી મોકળાશ ભરી હતી. નહોતું તો કંઈ નહોતું, હતું તો એ બધું હતું! એટલે જ ગોપો ડરતાં શીખ્યો નહોતો. જે દિલની મોકળાશ ટકાવી રાખવા ગોપાને જેટલા અનુભવો લેવા પડતા એની અડફટમાં આવતા એ અનુભવો એ લેતો. મોતનો અનુભવ સુધ્ધાં લેવા એ તૈયાર હતો. એના શરીરમાં એ તાકાત હતી. એની એને ખુમારી હતી.

જાણે ચોમાસાના પહેલા વરસાદનો રેલો ધરતીને તૃપ્ત કરતો હોય એમ ગોપાનાં એ સંભારણાં અત્યારે ઓચિંતાં ફૂટી નીકળ્યાં અને વહેવા લાગ્યાં.

એક બળખો એના ગળાને રંજાડવા લાગ્યો. ગોપો ભયંકર ઉધરસ ખાઈ ગયો. એની હાંફ જરા હેઠી બેઠી ત્યારે નિશ્ચય કરી લીધો.

'બસ, આપણે પાછા જાવુંછ!'

એણે ન કંઈ સાથે લીધું, ન કોઈને કહ્યું. વિચાર આવતાં જ એ હતો તેમ દાદર ઊતરી ગયો!

'આપણે તો, બસ, પાછા જાવુંછ!'

એણે ન તો મોટર લીધી, ન ટ્રેઈન પકડી! એ પોતાના ગામની દિશા

તરફ મીટ માંડીને આગળ ને આગળ ચાલતો થયો. ડામરના રસ્તા પસાર કર્યા. પથ્થરની સડકો આવી એ વટાવી અને ગામડાના ચીલા આવ્યા. શરીરને ભયંકર થાક લાગ્યો હતો, અંગ આખું ગૂમડા જેવું દુખતું હતું અને આંખે લાલલીલાં કૂંડાળાં વળતાં હતાં. એની ગોપાને પરવા નહોતી. બસ એ જ ગામ, એ જ બાવળ, એ જ ખાટલો અને એ જ ખંડિયેર જેવાં જ ખોરડાં, બસ એની એ જ મોકળાશ.

એનો ખાટલો હજીયે ત્યાં હતો, એની ઉપર સૂકેલાં પાંદડાં અને ધૂળનો થર જામ્યો હતો. ગોપો એની ઉપર આવીને ફસડાઈ પડ્યો – બેભાન થઈ ગયો.

માણસો એને પૂછતાંઃ 'ગોપા, તું અહીં ક્યાંથી?'

એ બધાંની સામે હસતો અને ઉધરસ ખાતો.

'અરે પણ આટલી મિલકત, આટલી બાદશાહી અને તને આ થયું શું?'

એ ફિક્કું હસતો અને એના મોઢામાંથી લાળ ટપકી પડતી. એને કોઈ ને કોઈ લોક ખાવાનું આપી જતા અને બધા પાસે ગોપો પોતાની વાત કરતો. અને અંતમાં કહેતો, 'હા ભાઈ, હા, ત્યાં બધુંયે છે અને બધુંયે મને મળ્યું પણ આપણને ત્યાં ન ગોઠ્યું.'

પોતાની વાત કેમ કરવી એની ગોપાને ગમ પડતી નહીં ત્યારે કહી નાખતોઃ 'સો વાતની એક વાત, આપણને ત્યાં ગોઠ્યું નહીં. ઈ આપણું કામ નહીં, આપણા જેવા માણસનું કામ નહિ. ત્યાંના માણસોનું ઈ કામ! અને એ માણસો એવા – એવા – એવા...' કહેતાં ખાંસી એને ફરી સતાવવા લાગતી.

એ જ બાવળ, એ જ ખાટલો અને ફરી પાછો એ જ ગોપો. એ વચ્ચે આજે કેટલાં અને કેવાં વરસો પસાર થઈ ગયાં હતાં! એ જ બાવળ... એમનું એમ હતું, વાવ, કૂંડી, ટીંબો, હજુયે ત્યાં ધૂળ ઊડતી હતી અને વંટોળિયા ચઢતા હતા. જાણે અહીં કશું જ બન્યું નહોતું પણ બન્યું હોય તો કેટકેટલું અને કેવું બની ગયું હતું?

ગોપો રાતના બાવળ નીચે સૂવાનું કરતો પણ ઉધરસ એને સૂવા નહિ દેતી. એટલે તાપણી ધખાવી એ પોતાના ખોરડાના ડેલામાં સૂતો. પણ એનું મન ખાટલા પર હોય! એ નદીમાં નાહવાનું કરતો પણ એના અંગ પર ચડી બેઠેલો બુખાર એને પાછો વાળતો. આ મુસાફરીનો છેડો હતો. એ છેડે ગોપો હવે પોતાનો બદનનો ગુલામ અને શિકાર બન્યો હતો. એ જેને ને તેને કહેતો ને કોઈક વાર એકલો બબડતો, 'અરે ત્યાંના માણસો તો એવા – એવા – એવા.' માણસો કહેતા: 'એ તો હોય – જિંદગીને છેડે બધાને એવું જ થાય છે – બધાનો દીવો એમ જ વગોવાતો ઓલવાય છે.'

ગોપાને થતું: 'પણ મને આમ શા માટે? બસ... ત્યાંના માણસો જ એવા – એવા છે કે કર્યુંકારવ્યું બધું ધૂળમાં જ જાય. જ્યાં સાચું કરવાની દાનત ન હોય ત્યાં ગમે ઈ કરો!' ફરી સૂરજ ઊગતો, ઝાકળ પડતું, પંખીઓ કલ્લોલતાં, તડકો તપતો અને ધૂળ ઊઠતી. જાણે અહીં કશું બન્યું જ નહોતું.

ગોપાની વાવનો ટીંબો ચડતાં મારા પગ શિથિલ થઈ જાય છે. હું ટોચ પર પહોંચું છું અને મારા પગ નીચે માટીનું એક ઢેફું ભાંગી જાય છે. એ ટીંબો ઊતરવા હું બે ડગલાં ભરું છું ત્યાં મને થાય છે, જોવા દે, મરી તો નથી ગયો ને એ આટલી વારમાં? કહેવાય છે કે માણસ છેલ્લું બોલે ઈ સાચું હોય!

હું ટીંબો ઊતરી જાઉં છું. ત્યાંથી બાવળની છેલ્લી ડાંખળીઓ જ દેખાય છે. કાગડાઓ કકળાટ કરતા બાવળ ઉપર ભેગા થાય છે અને એક બુલબુલ મારા ખભાને છેક અડતું – ચીસો પાડતું ઊડી જાય છે

•

હું મારે રસ્તે પડું છું.
એ જ રસ્તે.
અહીં, જાણે કશું બન્યું જ નહોતું!

ખલાસ

મને તે દહાડે ખબર પડી કે મને ઊંઘ નહોતી આવતી એ બીજાઓ માટે ચિંતાનો વિષય હતો.

એ લોકોએ મારી તરફ સૂચક દૃષ્ટિઓ ફેંકી, આંગળીઓ ચીંધી, અંદરોઅંદર વાતો કરી – પછી જતા રહ્યા.... એ લોકો એટલે કે મા, મામા, શોભા અને બદરિપ્રસાદ. બદરિપ્રસાદ અમારા પડોશી અને શોભા, શોભા તો.... જતાં જતાં મારી તરફ થોડું હસતી ગઈ.

બધાં જતાં રહ્યાં.

મા રાંધણિયામાં અને હું ઓરડીમાં.

અમારી વચ્ચે મૌનનો ઉંબરો!

એ અમસ્તું જ કશુંક ઉપાડમેલ કરી રહી અને હું મારી ઓરડીમાં આંટા મારતો અમસ્તો જ એની તરફ જોઈ રહ્યો.

આમ કેટલીક પળો વીતી... કેટલીક પળો ઉંબરાની પેલી બાજુ રાંધણિયામાં, કેટલીક આ બાજુ મારી ઓરડીમાં – ઉંબરાની અડોઅડ ઊભી રહી ગઈ.

અંતે મા અંદર આવી.

એની સાથે સમયના નવાજૂના ટુકડાઓ વહેતા આવ્યા.

''મોટા, તને ઊંઘ નથી આવતી?''

મને ઘેરી વળતા સમયના ટુકડાઓને મેં હાથ ઊંચા કરીને દૂર કર્યા.

''ના.''

મને આ પ્રશ્નમાં રસ નહોતો. મારી 'ના' ઉતાવળી અને અવિચારી હતી.

તોય સભ્યતાની ખાતર હું હસ્યો અને હસતાં બાઘા જેવો દેખાયો હોઈશ એ માને નહિ ગમ્યું હોય. એ ડોળા તાણી મારી સામે જોઈ રહી.

મને થયું કે મારા સ્મિતમાં કશીક ઊણપ હોવી જોઈએ. તેથી પીઠ ફેરવી મેં અરીસામાં જોયું. સ્મિતને ઠીકઠાક કરી ચહેરા પર સરખું ગોઠવ્યું, અને મા તરફ ફર્યો.

મારું સ્મિત ઉંબરા પર ઠોકરાઈ પાછું ફર્યું. ઉંબરા આગળ એકઠી થયેલી સમયની કેટલીક પળો નાસભાગ કરતી દેખાઈ.

મા રાંધણિયામાં જતી રહી હતી. અહીંથી દેખાતી નહોતી. બરણીઓવાળા ઘોડાને પડખે નાનકડા બિછાના પર સૂઈ રહી હશે.

સારું થયું.

મેં ઓરડીનું બારણું બંધ કર્યું..... આ વખતે અરીસામાં જોઈ ખરેખરું હસ્યો. અનેકાનેક પળોને કપડાં પરથી ખંખેરીને દૂર કરી અને..... અને રોજિંદા ક્રમ પ્રમાણે ઊંઘ્યો નહિ.

સવારે ઊઠ્યો – ઊંઘમાંથી નહિ, બિછાનામાંથી. નાહી ચા પી બહાર જવાની તૈયારી કરતો હતો..... અને મા ડોળા તાણીને જોઈ પણ રહી હતી...ત્યાં એક કબૂતર મારા ઓરડાની બારી વાટે અંદર ઘૂસી રાંધણિયાની અભરાઈ પર બેસવા જતું હતું તેને માએ નૅપ્કિનની ઝાપટ મારીને ઉડાડ્યું.

હું ખી – ખી હસી પડ્યો.

પછી યાદ આવ્યું કે મારું આવું વર્તન માને નહિ ગમે એટલે ઉતાવળે દાદર ઊતરી ગયો.

સંપૂર્ણ ઊતરી રહ્યો એટલે ઉપરનીચે નીરખીને જોયું. ના, હવે એકે પગથિયું ઊતરવું બાકી નહોતું. ફૂટપાથને એક વાર પગથી ઘસીને ચકાસી જોઈ, પછી હું ફરવા ઊપડ્યો.

હું આમ રોજ ફર્યા કરું છું. હું ફરતો ન હોઉં ત્યારે જમતો હોઉં છું.... જમતો ન હોઉં ત્યારે કશું વાંચતો હોઉં છું...અને, એમ કે... ફરતો, જમતો, વાંચતો..... અમથો..... કામમાં ન હોઉં ત્યારે....

બસ, આ જ મોટી મુસીબત છે!

હું કશીક ભેળસેળ કરું છું. એમ બધાંને લાગ્યા કરે છે... અને હું બહુ જ ઉતાવળે, બહુ જ આગે દોડી ગયો છું એમ મને લાગ્યા કરે છે!

બપોરે જમવા બેઠો.

માએ ચાળણી જેવી કાણાંવાળી રોટલીઓ પીરસી. પ્યાલામાં દાળનું પ્રવાહી ગોળ ગોળ ફરતું હતું.

કાણાંવાળી રોટલીનું બટકું હજી તો મારા મોઢામાં હતું.

"મા!"

"કેમ?"

"પેલું તેં ઝાપટ મારીને ઉડાડેલું કબૂતર ફરી પાછું ન આવ્યું?"

"તું કેવા પ્રશ્નો પૂછે છે?"

"કેવા મા?"

"તને કોઈ જાતની ગમ નથી, તને કશુંક થઈ ગયું છે."

"કોણ એવું કહે છે?"

"બધાં જ."

"શોભા પણ?"

"હા, એ પણ!"

એમ ત્યારે શોભાડી પણ બીજાઓ જેવી જ છે!

હું હાથમોં ધોઈ ઊભો થઈ ગયો. અમસ્તી જ પાણીની બાલદી ઉપાડી, મા મારી સામે એકનજર જોઈ રહી. હસવા જતા હોઠને મેં માંડ માંડ રોક્યા. પછી બીજું કંઈ ન સૂઝતાં એ હળવેકથી બાલદી જમીન પર મૂકવા જતી હતી.... એ અરસામાં ઉંબરો ઓળંગી હું મારી ઓરડીમાં પહોંચી ગયો હતો.

હરહંમેશનો એનો એ જ ઓરડો! મેલો, જૂના ફર્નિચરનો ભંગાર, બારી આગળનો ખાટલો... અને ભીતરનો એ જ ઉકળાટ!

ઓરડાનાં બારણાં બંધ કરું એટલે પ્રકાશનાં લાલલીલાં ટપકાં આંખમાંથી બહાર કૂદવા માંડે... ઘડીભર કશું ભાન ન રહે. બધું ટપકાંમય, પ્રકાશમય, રંગમય બની જાય!

ટપકાંઓનાં ટોળાં ઊભરાય – નાચેકૂદે, એકબીજાં સામે અથડાય... કોલાહલ જામી રહે... પછી એ ગતિમાં વ્યવસ્થા દાખલ થાય... ટપકાંની હરોળ બંધાય. એ હરોળ બારીબહાર લંબાતી, રસ્તો ઓળંગી, સામેના મકાનને અડીને ઊંચે ચડતી અડધી રાતના આભમાં આકાશગંગામાં મળી જાય... ત્યારે મારી આંખમાંથી બધા જ તેજકણો... પ્રકાશનો સમગ્ર સમૂહ વહી ગયો હોય... મારી આંખ ખાલી હોય... અને ઊંઘ વિનાની હોય!

રાત્રી બસ આમ જ વીતે ––

- રાત્રિરેવં વ્યરંસીત્....

મને ઊંઘ નથી આવતી.

કશુંક બની રહ્યું છે?

મને ઊંઘ નથી જ – નથી જ –– નથી જ આવતી!

કશુંક ભયંકર બની રહ્યું છે?

ચિંતા એનું કારણ હશે એમ બધાં જ કહે છે – હવે તો મારી હાજરીમાં હું સાંભળું તેમ, હું સાંભળું એટલા માટે કહેતાં હોય છે?

....અને સાદી સમજની વાત કહે છે કે ઊંઘ સ્વાભાવિક, અનિદ્રા અસ્વાભાવિક!

અર્થ એ કે હું અસ્વાભાવિક, અસાધારણ, બહુ નહિ, સાધારણ. સાધારણ અસાધારણ. મૂળમાં સાધારણ પણ ઢબ અસાધારણ. એટલે કે સામાન્ય રીતે સાધારણ હોવા છતાં છેવટે અસાધારણ, એટલે કે કંઈક... બસ થઈ રહ્યું!

મા અને મામા આખરે મને એક ડૉક્ટર પાસે લઈ ગયા. મને એમ કે દવા, ગોળીઓ, ઈન્જેક્શન વગેરે આપશે. પણ એણે એવું કંઈ કર્યું નહિ. મા અને મામાને મારા વિષે થોડા પ્રશ્નો પૂછી એ મને એક અલગ ઓરડામાં લઈ ગયો. એક સુંવાળા કોટ પર સુવડાવી પૂછપરછ શરૂ કરી – માત્ર પૂછપરછ!

હું હવે એકાંતરે એ ડૉક્ટર પાસે જાઉં છું. એ મારી સામે બેસે છે – ખુરશી પર અઢેલીને બેસે છે અને ગંદા પ્રશ્નો પૂછે છે! આવા પ્રશ્નો

પૂછતાં એને મજા આવતી હોય એવું મને લાગે છે. એના ફિક્કા હોઠ પાછળના ચાકની કટકીઓ જેવા સફેદ નિસ્તેજ દાંતવાળું સ્મિત એ હંમેશ મારી સામે રજૂ કરતો હોય છે. રીમલેસ ચશ્માં પાછળના બિલોરી કાચના એના ડોળા મારી સામે મંડાયેલા રહે છે. બહુ બહુ અંગત પ્રશ્ન પૂછે છે ત્યારે હાથ ધ્રૂજે છે. એના હાથ ધ્રૂજે છે, મારા નહિ!

સમય જતાં એ મારાથી અને હું એનાથી ટેવાઈ ગયા છીએ. હું જાણી ગયો છું કે એ એકનો એક પ્રશ્ન ફેરવી ફેરવી – વેશપલટો કરી – મારી પાસે રજૂ કરે છે.

આવા વેશપલટા કરતાં એને શ્રમ પડે છે, એનો શ્વાસ એની ચાકની કટકીઓ પાછળથી ટુકડે ટુકડે બહાર આવતો અનુભવાય છે!

મારી આટલી બધી તપાસ અને ઊલટતપાસ પછી પણ મને ઊંઘ ન આવી.

હવે મને ચિંતા થવા લાગી છે... કે.. કે ઊંઘ ન આવવાને કારણે મને ચિંતા કેમ નથી થતી?

આ બધું આ ડૉક્ટરની પૂછપરછમય સારવારનું પરિણામ છે. એણે મારું કશુંક... સૂ... સૂલટઊલટ, ચતુંઊંધું કરી નાખ્યું છે.

મા પણ કહે છે કે હું સલવાયો.. ના, પલટાયો છું.

હું હવે હળવેકથી, અકેક પગથિયું ગણીને દાદર ઊતરું છું... બહુ ફરતો નથી... ખરેખર તો ફરવા જતો જ નથી. એક ચાની હોટલમાં બેસી રહું છું. હોટલમાંના સામસામે ગોઠવાયેલા અરીસાઓનાં પ્રતિબિંબોની અનંત લંબાતી હારમાળામાં ખોવાઈ જાઉં છું, તો ક્યારેક ભીંત પર લટકતા કેલેન્ડરમાંના શિ... શિ... શિવ... રામ અને પાર્વતી-સીતાના અર્ધ-મૈથુન તરફ જોતો રહું છું. બે અઢી કલાક આમનો આમ બેસી રહું છું. કોઈક વાર સમય લંબાતો લાગે... કોઈ વાર ટૂંકો – અતિ ટૂંકો!

આ હોટલમાંની મારી આવી હાજરી કેટલાકને ગમતી નથી. કેટલાક એમ માને છે કે હું અણી પર છું.

મા અને મામાની અંદરોઅંદરની વાતચીતો હવે વધી પડી છે.

ડૉક્ટરે હવે પોતાની તરકીબ બદલી છે. એ હવે મારી પાસેથી ઢંગધડા વગરનાં વાક્યો અને અર્થ વિનાના શબ્દો બોલાવે છે... અને વધારે બેહૂદું હસે છે. એ... એ એમ સમજે છે કે હું.... કે હું...

હું એને મારવાનો છું, કોક દહાડો!

કોઈક સિનેમાના પોસ્ટરમાંથી ચોરેલું સ્મિત મોઢે ચોપડી, પેલો લાલ-પીળા શર્ટ... બુશશર્ટવાળો હોટલના કાઉન્ટર આગળથી મારી સામે હંમેશ હસતો હોય છે... એને તો હું સરખો ટીપવાનો છું.

મા અને મામાને હું લાકડીએ મારીશ. શોભાને તો...

શોભા મારી સામેના મકાનમાં રહે છે. મારી બારીની સામે જ એની ઓરડીની બારી છે. એ મોડી રાત સુધી વાંચે છે. પછી નહાય છે, અને બારી આગળ ઊભી રહીને કપડાં પહેરે છે.

શોભા 'ફેટી' છે, એનો વાંસો ભરાવદાર છે. એક થપ્પડ મારી હોય તો બંદૂક ફૂટ્યા જેવો અવાજ થાય...હી....હી....હી...

હું હસું છું ત્યારે લોકો હવે વાતો કરતા બંધ થઈ જાય છે, અને મારી સામે જોઈ રહે છે.

કોઈ વાર મારું હાસ્ય મને પાછળથી સંભળાય છે... કોઈ પારકાનું હોય તેમ!... એ હાસ્યમાં એવડું શું છે કે લોકોને આટલી ગમ્મત પડે છે!

પણ આ વખતે કોઈ મને હસતાં જોઈ ગયું?

મને ઊંઘ નથી આવતી એની કોણ કોણને ખબર છે? મા, મામા, બદરિપ્રસાદ, ડૉક્ટર, (સાલો....બે...) શોભા, અને બીજા કેટલા? કોને પૂરતી ખબર છે અને કોને અપૂરતી, કોણે અનુમાન કર્યું છે... અથવા ઊંઘેથી લઈએ તો...

મને એમ થાય છે એ લોકોએ મારાં કપડાં, ચામડી સુધ્ધાં ઉતારી લીધી છે... હું છતો થઈ ગયો છું...

આ ઘરમાં મારા સિવાય કોઈ હોય જ નહિ તો?

આ ઈમારત આખી ખાલી હોય, મશરૂમ જેવું ભયંકર મોટું વાદળ આભ આંબી જાય...અને બધા જ જીવતા જીવો નાશ પામે. આકાશગંગા,

રાગણો, સૂર્ય, ચંદ્ર, સકળ બ્રહ્માંડ પારદર્શક હવામાં પલટાઈ જાય... તો મને જોવાવાળી એ આંખો ન હોય – એ કુતૂહલ ન હોય... પણ શોભા....

હું શોભાના વાંસાની વાત કરતો હતો. માનો વાંસો શોભાના વાંસા જેવો વિશાળ નથી. એની કરોડરજ્જુ બેહૂદી રીતે બહાર દેખાય છે. મણકા ગણી ગણીને અલગ તારવી શકાય. અકેક કરીને છૂટા કર્યા હોય અને ફરી ગોઠવીને એવા ઊંડા અને સરખા બેસાડ્યા હોય તો એ કરોડરજ્જુ આવી કદરૂપી ન દેખાય.

મા ચાલીમાં બેસીને ગામગપાટા મારે છે, મામા બજારના ભાવતાલ અને બજેટની ચર્ચા કરે છે – બદરિપ્રસાદ રાડો પાડીને તુલસીકૃત રામાયણ વાંચે છે... શોભા વાંચ્યા કરે છે, અને માત્ર થોડી જ ક્ષણો માટે બારી આગળ આવીને કપડાં પહેરે છે.... અને તે પણ અરધી રાત... અરધી રાત પછી! એ કપડાં પહેરતી હોય, હાથ ઊંચો કરી બ્લાઉઝમાં બાંય સેરવતી હોય ત્યારે... ત્યારે એની છા...

બસ!

બસ હવે!

ડૉક્ટરને એક વાર સરખો તમાચો ઠોકવો છે... એની બત્રીસે ચાકની કટકીઓ એક તમાચે બહાર પડે! હું એને કહેવાનો છું. એ એની પૂછપરછ હવેથી બંધ કરે. વિટામિનની કે એવી કોઈ ગોળીઓ આપે...અથવા ગમે તે આપે, પણ હવેથી એ એનું નકલી સ્મિત સંકેલી લે!

એના સ્મિત જેવું જ એનું બીજું કોઈ અંગ તો બનાવટી નથી ને? એની ડોક ઝીણી છે. મારા બે હાથ વચ્ચે સપડાઈ.. ઝડપાઈ... છી! સમાઈ જાય!

હવે તો માથું દુઃખે ત્યારે એ દર્દનાં ચશ્માં વચ્ચેથી રસ્તા વાંકાચૂકા દેખાય છે. મકાનો લળી પડતાં, લાંબાં થઈને સૂઈ ગયેલાં દેખાય છે!

મા અતિ લાંબી અને શોભા અતિ જાડી દેખાય – અને દર્દ વધે ત્યારે બધું સેળભેળ! મકાનો વચ્ચેથી અને ઉપરથી રસ્તાઓ પસાર થાય. માની ઝીણી ડોક પર શોભાનું ગોળ – મટોળ માથું અને માના ઝીણા

હાથપગ શોભાને ચોંટી પડે.

બધું જ અસ્તવ્યસ્ત અને અવ્યવસ્થિત કેમ ચાલે? લાવ...લાવ એકાદ મકાનને ઊંચકીને ઊભું કરું! એકાદ ઝીણો પગ ખેંચી કાઢું... શોભા... શોભાના મોઢામાં થોડીક ચાકની કટકીઓ બેસાડું... લાવ, લાવ... કશુંક કરું... કશુંક તો કરું ને?

હા... હા... હા... એ ચાકની કટકીઓ બધી ભીની થઈને ખરી પડે તો માના બોખા મોઢા જેવું શોભાનું મોઢું! માત્ર ગાલ પર કરચલીઓ નહિ... પણ ડોક? શોભાની ડોક બે હાથ વચ્ચે ન સમાવી શકાય એવી જાડી! પણ વાંસો વિશાળ!... અહોહો કેટલો બધો વિશાળ!

લાવ... લાવ... ચોપડું! એક, બે, ત્રણ... ફટાક, ફટાક, ફટાક! એ હસે છે. વિના ક્ષોભે હસે છે બેશરમ!

શોભા દાદર ચડી આવે ત્યારે હાંફતી હોય છે... એ નહિ, એની છાતી હાંફતી હોય છે... ના – એનાં સ્તન... એટલે કે એના શ્વાસોચ્છ્વાસથી એ બહુ જ કદરૂપી દેખાય છે.... ઓહ!... એ શ્વાસોચ્છ્વાસ નકામા છે. જે સૌન્દર્યનો ઘાત કરે!

ભલેને બે હાથમાં ગરદન ન સમાઈ... પણ ચામડી લીસી, સુંવાળી, ભીની ઠંડી છે... હાશ!

ઓહ...

કેમ?

નાહકની તરફડે છે તું! એટલું સમજતી નથી કે હું તારું સૌન્દર્ય જાળવી રહ્યો છું?

પણ –

આ કેવો કોલાહલ – કસમયનો?

મા રડે છે... મા. પેલી રસોયણ! અને પાણીની બાલદી ઊંચી કરી રહ્યો છે તે નોકર... નોકર નહિ મામા!

હું પાણીમાં છું કે પાણી મારા પર ઢોળાયું છે?

અને આ પડખે પડી છે મૂઢ જેવી શોભા...કશું બોલતી નથી, હસતી

નથી... ગમાર!

ખરે જ અત્યારે કોઈ કશું સમજતું નથી... આ ઉતાવળ અને આ ઊહાપોહ શાનો?

મને ઊંઘ ન આવે તેથી દુનિયા પર એવી કઈ મોટી આફત ઊતરી પડી?

પણ, એ કમબખ્તોએ આખરે મને ઊંઘ આપી! એ તો હું જાગ્યો ત્યારે ખબર પડી!

મેં આસપાસ જોયું. આ ઓરડી મારી નહોતી...આ ખાટલો મારો નહોતો... આ તેજકણો પણ મારા નહિ... ઊંઘ પણ મારી નહિ!

મારી ઓરડીમાંની મેલી – સફાઈ પણ અહીં નહોતી.

પણ શોભા પડખે જ બેઠી હતી... આટલી....આટલી નજીક! ભલેને સફેદ કપડાંથી એનો વાંસો ઢાંક્યો હોય... પણ એ વાંસાને હું ઓળખું!

અહીં નીરવ ચૂપકી છે!

કોઈ કહેતાં કોઈ અહીં હાજર નથી... આ સીમાહીન ફલક... અને હું અને શોભા માત્ર! એક અંજીરનું વૃક્ષ! એક લથબથતો નાગ!

ક્રોસ પર લટકતા ઈસુની છાતીમાંથી વહીને થીજી ગયેલી લોહીની એક ધારા! અહિંસાના દેહમાં પેસીને 'હે રામ' બોલી ગયેલી જલ્લાદની પિસ્તોલમાંથી છૂટેલી એક ગોળી!

ઓહ... અને આ નવપલ્લવ શાંતિ! તો લાવ.

આવી તક ફરી નહિ મળે!

લાવ, એના વાંસામાં ફરી ચોપડું એક અવળા હાથની!

ઓહ... રે!

મારા હાથ બારણા સાથે બાંધેલા છે. મારા પગ પણ.

ઓહ!

"નર્સ, બી કેરફુલ, પાગલ જાગ્યો છે!"

"હેં?"

ઓહ, જહન્નમમાં ગઈ તમારી ઊંઘ, મને ઊંઘ નથી જોઈતી. અરે

ઓ, સાંભળો છો કે, મને ઊંઘ નથી જોઈતી! મારાં બંધન છોડી નાખો... મને મુક્ત કરો! છોડો, છોડો.... છોડો ઓળો, ખોળો...મને!

નહિ માનો?

મને ઓળખો છો હું કોણ છું? હું પ્રલય લાવીશ... લાવું છું.... પ્રલય... પ્રલય લાવું છું. ક... કોન્ગો, પોન્ગો, ડલાસ, ફલાસ... ખલાસ!

જળ

વારે વારે તું મારા પર ઊડતી નજર ફેરવે છે – એ અંદાજ કાઢવા કે મને કેટલો આઘાત લાગ્યો છે. એવું નથી કે તારી માનસિક ક્રિયા મારી નજર બહાર છે. તને સતત લાગ્યા કરતા આઘાતોનો તારી પાસે સંપૂર્ણ અંદાજ છે. એટલે જ તો હું ઉપર ઉપરથી સ્વસ્થ દેખાવાના મારાથી શક્ય એટલા પ્રયાસો કરતો હોઉં છું. મને ભય છે કે, તું મારી ભીતરની અસ્વસ્થતા, છતાંય, જોતી રહે છે, એટલે જ તું પરેશાન છો, એ મને નથી ગમતું.

*

આવા પ્રખર તાપની કોઈને પરવા નથી...

એક લંગડાતો દસ વર્ષનો છોકરો, ટાંટિયા પર થથરતો એક આંખવાળો પેલો દુર્બળ વૃદ્ધ, તીણા કર્કશ અવાજે ભય ઊભો કરતી એક ડોશી, શાકભાજીવાળો, હાથગાડીવાળો, દસ-બાર વાટાળુ અને છોકરાઓનું ટોળું.

બધાંએ કૂતરાને ઘેરી લીધો છે અને એ સંકોચાતો સંકોચાતો ભીંત નજીક પહોંચી ગયો છે.

ટોળા વચ્ચેથી આગળ ધસી એક આંખવાળા ડોસાએ એને માથા પર લાકડી ફટકારી – એ ફટકામાં દમ નથી. 'ઔ'ની ઝીણી ચીસ પાડી,એ બૂઢા તરફ બટકું ભરવાનું છાસિયું કરી એ ફરી ભીંત નજીક ટૂંટિયું વળતું ડોક ફેરી ફિક્કી ભીની આંખે આસપાસ જોઈ રહે છે.

'હડકાયું છે – હડકાયું છે. પૂરું કરો; અરે કોઈ એને પૂરું કરો... જો... જો.. એ કરડવા જાય.'

'નીલા, આ તો આપણો ટાઈગર.'

✳

મારે શરબત પીવાનો સમય થયો છે. નૅપ્કિન લેવાના બહાને તું અંદર જઈ થોડું રડી આવી છો. અને હોઠ પર બળજબરીનું એક સ્મિત ગોઠવી તું મારી સામે ઉપસ્થિત થઈ છો.

શરબતનો ગ્લાસ – માત્ર અરધો ગ્લાસ મારા હાથમાં મૂકતાં તારા હાથનાં ઠંડાં ટેરવાં તું જાણીજોઈને મને અડાડે છે.

તારા જન્મદિવસે મેં ભેટ આપેલા પેલા કીમતી સેન્ટનો તેં આજે જાણીજોઈને ઉપયોગ કર્યો છે.

તું વિહ્વળ નથી તોય એવું દેખાવાના પ્રયત્ન કરી રહી છો. તને ખબર છે કે, મારી ગ્લાનિ આમ દૂર નહિ થાય તોય!

હું આજે આ ઘડીએ તારામાં કશું જોતો નથી. વાંકડિયા સોનેરી વાળની તારી ઝૂલતી લટ, જેને છાશવારે મેં મારી કવિતામાં બહેલાવી છે – એ પણ નહિ.

અને આ તારા વધારે પડતા બહાર ખૂલતા ભરાવદાર હોઠ મારા હોઠને અડાડવા છે? મને નહિ ગમે હો આ પળે!

પણ એવું હું કેમ કહી શકું તને?

હુંયે થોડું હસી લઉં અને એ ખોટા હાસ્યને તું ખોટા તરીકે ઓળખવાની છો જ, તોય તારે આ રમત રમવી હોય....

✳

પેલું છોકરું ટોળાની આસપાસ અંદર ઘૂસવા મથામણ કરે છે. એક સાથળને ઘસાઈને એ અંદર પહોંચી શક્યું હોત, પણ પાછળથી એક જોરદાર ધક્કો આવે છે અને બે સાથળની વચ્ચે પીલાતા હોવાની એની વેદનાની ચીસ સાંભળી એના પડખાવાળા દૂર ખસે છે.

કૂતરાના બરડા પર હવે જોરદાર ફટકો પડે છે. આ વખતે એક લાંબી ચીસ પાડી, બેવડ વળી એ મારનાર તરફ ધસી જાય છે!

'કરડશે... કરડશે.... કરડશે.... હડકાયું છે,' પેલી વૃદ્ધા તીણા અવાજે

બરાડે છે.

*

ટોળું પાછળ હટે છે.

સ્ટ્રીટ લાઈટના થાંભલા પાછળ આંટો ફરતું કૂતરું લંગડાતું લંગડાતું નાસે છે.

'છટક્યો.'

'એને ઘેરી લ્યો.'

'જો જો ફરી છટકે નહિ.'

'નીલા, ટાઈગર આબાદ છટકી ગયો.'

કૂતરા પાછળ ટોળાના દોડતા હોવાનો અવાજ સંભળાય છે.

ભીંતને પડખે થોડાં લોહીનાં ટીપાં સુકાય છે.

ફૂટપાથ પર શાકભાજીના પથારામાંથી એક ગાય મૂળાનું ઝૂમખું ઊંચકે છે, આંખને ખૂણેથી શાકભાજીવાળી તરફ જોતી ભાગે છે, મંદિરના મહાકાય પૂજારીની પીઠ પાછળથી 'યુ ટર્ન' લઈ છૂટા ફેંકાયેલા ડંડાનો ઘા ચૂકવી આગળ દોડી જાય છે.

'આપણે પહોંચી જઈએ ટાઈગર પાસે, નીલા, તું ડરે છે?'

આ પ્રખર તાપમાં હાથમાં અસ્થિર પકડેલી દવાની બાટલી લઈ ઇસ્પિતાલથી પાછી ફરતી એક સગર્ભા ઓટલાનો આશરો લઈ હાંફ્યા કરે છે. સામેની ડેલીમાં ઊભેલી એક યુવાન સ્ત્રી તરફ ધ્રૂજતો, કરચલી પડેલી ચામડીવાળો દુર્બળ હાથ લંબાવી એ પાણી માગે છે.

બરોબર આ જ સમયે, એટલે કે બપોરના બાર અને પચીસે એક જુવાન રણને કાંઠે ચોકી કરે છે. એને ખભે લટકતા ફ્લાસ્કમાંના પાણીના જથ્થાને એણે સમયના ટુકડાઓથી વિભાજિત કર્યો છે... ભયંકર ભયંકર તાપ! ગળાના થૂંકમાંનું પાણીનું તત્ત્વ હરાઈ – સુકાઈ જાય. કશુંક – પાણી પણ, ગળા નીચે ઉતારવું એ એક અસહ્ય વેદનામય અનુભવ બની રહે છે.

સુકાતા કંઠ અને સામે કિનારે દુશ્મનની ચોકી માટે પરાણે જાગ્રત

રાખવું પડતું મન.

અનંત ધરતીને છેડે છલકાતાં સરોવર અને કુસુમિત વનરાજિથી લહેરાતા સ્વપ્નદેશનાં મૃગજળ.

પગે ગોટલા વળે છે, લોહી ઘટ્ટ બન્યું છે. ઘડિયાળનો કાંટો સૂચક સમયને અડે છે.

બસ, બે ઘૂંટડા પાણીના અને અસંખ્ય કાંટાઓ ગળે ભોંકાય છે.

આપણો જુવાન સજાગ છે.

સરહદો સુરક્ષિત છે.

ભયંકર ભયંકર તાપ છે.

*

'તમે અસ્વસ્થ છો. થોડો આરામ નહિ કરો?'

હું તને પૂછીશ કે મારા અસ્તિત્વ દરમ્યાન તેં મને સ્વસ્થ ક્યારે જોયો છે, તો અંત ન આવે એવા એક વિવાદની શરૂઆત થશે. મને આ પળે વિવાદ નથી જોઈતો. મને કશું કંઈ નથી જોઈતું. જે આવી પડ્યું છે તે ભોગવવું છે – માત્ર એટલું જ.

તું સિલિંગ ફેનની ગતિ વધારે છે. ખાટને પડખે ટિપૉઈ પર ઍશટ્રે અને સિગારેટનું પાકીટ તું ગોઠવીને મૂકે છે અને પછી.... પછી દૂર ખુરશી પર બેસી તું મારી સામે જોતી રહે છે.

'મારી ચોકી! – પેલી સરહદોની ચોકી જેવી.'

ઓહ!

મારી ગ્લાનિને પણ છટકવા ન દે એવી તારા પ્યારની આવી દેખભાળ મને નથી ગમતી.

મને સખત અણગમો ઊપજ્યો છે તારા પર!

*

લોહી ગળતું, લંગડાતું, નાસતું કૂતરું, એની પાછળ દોડતું ટોળું હવે મોટું થયું છે.

ટોળાની વચ્ચે નીલા અને રમેશ.

અને લાઉડસ્પીકરમાંથી એકીસાથે દસબાર માણસો બરાડતા હોવાના અવાજ જેવો શોરબકોર મારી બારી નીચે આવી પહોંચે છે.

હું સફાળો ઊભો થાઉં છું.

વિસ્ફારિત આંખ, અને ઊભા થવાની અદામાં થોડી મોહિની રેડી એ પણ મારે પડખે આવી ઊભી રહે છે.

'હવે ન જ છટકવો જોઈએ.'

'હડકાયું છે – હડકાયું છે – એને એક ફટકે પૂ – કરો.'

એક ઘાટો બરાડો, એક તીણી ચીસ, એવા અનેક બરાડા એકબીજામાં અંકોડા ભીડી એકીસાથે દોડવા લાગે છે. એક આંખવાળો ડોસો પગમાંથી છટકેલી ચંપલ લેવા નીચો નમે છે. હંમેશ એ ચંપલને લાત મારી ટોળા વચ્ચે ધકેલે છે – અને ગંદું હસે છે.

*

હું એની આંખને હસતી પકડી પાડું છું, કે તરત જ એ (હાસ્યનો) ઝબકારો ઓલવાય છે. અડોઅડ ઊભા રહેવાનું ભાન થતાં એ થોડું દૂર ખસે છે.

*

લશ્કરની આખી હરોળનું ધ્યાન ત્યાં કેન્દ્રિત થાય છે. પાણીના ટાંકાથી ભરેલી ટ્રકની વણજાર આવતી હોવાનો અવાજ નજીક આવી પહોંચે છે.

ચોકી પર ઊભેલા જવાનની નજર સામેના દુશ્મન પર છે. દુશ્મનાવટની બિરાદરીથી એ નજર એને વળગી પડી છે.

એ બંને વચ્ચે વારે વારે વંટોળ પસાર થાય છે. ધૂળનું વાદળ પ્રખર તાપથી તપ્ત બનેલી આબોહવા વચ્ચે બેફામ બની ઘૂમી રહે છે.

આંખ બંધ હોય એમ બે ક્ષણ કશું દેખાતું નથી.

અને એ બે ક્ષણ ધૂળના વાદળ પર ખખળતી નદીઓ અને કિલકિલ વહેતાં ઝરણાંઓવાળું એક રંગીલું સ્વપ્ન મઢાઈ રહેલું દેખાય છે.

ચોદિશ ધકેલાતી ધૂળ પાછળ એ બે ક્ષણ પણ પસાર થઈ રહે છે.

પછી, આંખને ભીની કરવાની અને ગળામાં અટકેલા થૂંકને નીચે ઉતારવાની વેદના શેષ રહે છે.

અને બીજી બે ક્ષણ પસાર થાય છે.

સામે દુશ્મન બંદૂક તાકતો દેખાય છે. હટી જતાં ધૂળની પાછળ એક ટૅન્ક પણ દેખાય છે...

*

'પ્રબોધભાઈની નીલા આવું રડતી કેમ હશે?'

'એ કૂતરું એનું છે... એટલે કે એ ગલૂડિયું હતું ત્યારથી....'

હું તારી સામે જોઉં છું. કશોક ગુનો કરતી અટકી પડી હોય એમ અંગેઅંગ સંકોચ પામતી તું બોલતી બંધ પડે છે.

હું પૂછું છું.

'આમ કેમ?'

તું નીચી નજર કરી કશો ઉત્તર વાળતી નથી અને આવું તો આપણી વચ્ચે અવારનવાર બનતું રહે છે, આપણી વચ્ચે કશુંક આવી પડે છે જ્યારે હું તને દેખતો બંધ થાઉં છું અને તું પણ મને જોતી હોતી નથી.

એક ક્ષણ – ક્ષણ પૂરતું પોતાનું આયુષ્ય ભોગવ્યા વિના અધવચ્ચે કપાઈ જાય છે. (આ પરિસ્થિતિને 'ક્ષણભંગુર' શબ્દથી વ્યક્ત ન કરી શકાય. કોઈ નવો જ શબ્દ શોધવો પડે.)

તું ફરી મારી સામે જુએ છે. ખબર નથી પડતી તારી દષ્ટિનો શો ભેદ છે – કુતૂહલ, ભય, ચિંતા, અણગમો, કંટાળો? શું? શું?

મારી ગ્લાનિનો જથ્થો વધતો રહે છે.

*

બારી નીચેના શોરબકોર વચ્ચે ઉપરાઉપરી પડતા ચારછ ફટકાનો અવાજ સંભળાય છે... અને છેવટની ગૂંગળાતી એક ચીસ!

'રમેશભાઈ....'

હેં? નીલાને કરડ્યું?

પણ કરડવાની શક્તિ જ ક્યાં રહી છે? એના એકબે દાંત નીલાના

પગ પર ઉઝરડા કરી ગયા હશે કદાચ! ના, એવું પણ નહિ બન્યું હોય. કોઈ કરડ્યું હોવાની બુમરાડ ક્યાં સંભળાઈ છે?

ટોળું વિખરાઈ જાય છે.

*

હેલિકૉપ્ટરનું ફોર્મેશન હરોળ પરથી પસાર થતું દેખાય છે. નીચે જમીન પરથી રંગીન રૂમાલ પકડેલો એક હાથ ચોક્કસ હેલિકૉપ્ટરને સલામ ભરતો દેખાય છે.

*

"હવે થોડો આરામ કરશો તમે?"

નીલાને 'પેલું કૂતરું કરડતું તેં જોયું છે?' એવું પૂછવાનું મન થાય છે, પણ શો ફાયદો? તું નિરુત્તર રહેવાની છો એવી મને ખાતરી છે. આંખોથી પ્યાર અને દુઃખ વ્યક્ત કરવાની તારી કુટેવ છે. એવી જ ચૂપકીથી અવગણના કરવાની તારામાં નિર્દયતા છે.

સિલિંગ ફેન ફુલ સ્પીડમાં ચાલુ છે.

સામેના છાપરા પર કિકિયારી કરતી કાબરને ઉરાડવા તું બહાર દોડી જાય છે એ હું જોઉં છું – તારું ઉન્નત, એક તરફ ઢળતું મસ્તક, આગળ ધસી આવતી છાતી અને એ અદા... હું સમજું છું, હું બધું સમજું છું.

હું પડખું ફેરવી જાઉં છું.

પંખો અવાજ કરે છે. ઘડિયાળ કટકટે છે અને તું! તું મારી ઊંઘ પર જાગ્રત બેઠી છો એનું ભાન બેભાન બનીને પણ મને છોડતું નથી.

ઠંડી હવા અંગો પર અફળાય છે – રાત્રે મારાં અંગોને અડોઅડ થતી તારી ઠંડી ભીની ચામડી જેવી! કશુંક યાદને અડીને જતું રહે છે – જતું રહે છે... જતું રહે છે.

*

હૉસ્પિટલની ઓરડી નંબર એકવીસ.

દરવાજા આગળ ટોળે મળેલા લોકો વચ્ચેથી નર્સ પસાર થાય છે. એની પાછળ કોઈકને ધમકાવતા ડૉક્ટર પણ બહાર આવે છે.

રમેશ, સુષમા, રશ્મિ બહારથી બારીએ ચડી અંદર ડોકિયું કરી રહ્યાં છે.

એકાદ ડૂસકું, એકાદ ટૂંવાતું રુદન અને ઉતાવળે ચાલતા શ્વાસ વચ્ચે, ઓરડીમાંથી નીલાની સતત ચીસ સંભળાયા કરે છે.

''પાણી... પાણી.... મોટાભાઈ મને પાણી આપો.''

પાણી ગળે ઊતરતું નથી અને આખું અંગ આંચકીમાં બેવડ વળી જાય છે.

રેબીઝ – હડકવા.

ઈન્ટ્રાવીનસ ગ્લુકોઝ સેલાઈન, મોર્ફિયા.

'પાણી..... પાણી.'

બહાર વેઈટિંગ રૂમમાં સન્નાટો છાયો છે. કોઈ બેચેન બની આંટા માર્યા કરે છે, કોઈક ગુમાયેલી આંખો લઈ બાંકડા પર સંકોચાઈને બેઠું છે.

એક ખૂણામાં દીવાલ પરથી પ્લાસ્ટરનું પોપડું છૂટું થઈ નીચે ખરી પડે છે.

✳

હૉસ્પિટલના પોર્ચમાં ભયંકર બ્રેક સહન કરતી એક મિલિટરી ઍમ્બુલન્સ ઊભી રહે છે. એક સ્ટ્રેચર બહાર આવે છે. કોઈક નિશ્ચેત પડ્યું છે. આંખો ટગર ટગર જોયા કરે છે.

સિવિલ સર્જન – સિવિલ સર્જન ક્યાં છે?

આખી હૉસ્પિટલ ખડેપગ બને છે.

ઑપરેશન થિયેટરની ઉત્સુક ચૂપકી વચ્ચે નર્સો અવાજ કર્યા વિના અવરજવર કરે છે.

''આઈસ પેક, ચાલો જલદી અને મોર્ફિયા, નર્સ હરી અપ!''

''ટેમ્પરેચર એકસો છ – માય ગૉડ.''

“કેપ્ટન, જવાન કશુંક કહેવા માગે છે…”

બેત્રણ કાન એના મોઢા પર મંડાય છે.

“શું કહે છે! બાલ?… હાલ!… ના, ના, એવું ન હોય.”

કેપ્ટનની નજર એના ફફડતા હોઠ પર મંડાય છે.

“ક્યા કહેતા હય તું… જલ? પાની? વૉટર? તુમે પાની ચાહીએ?”

તિવારી બિહારનો છે – એની નજર સંમતિમાં બિડાય છે… જે ફરી પાછી ઊઘડતી નથી.

ઑપરેશન રૂમની દીવાલ પરના ઘડિયાળમાં દર સેકન્ડે લાલ કાંટો ધક્કો ખાઈ અવાજ કર્યા વિના આગળ વધે છે. ગ્લુકોઝ સેલાઈન ટીપું ટીપું કરીને નસમાં પ્રવેશ કરતું દેખાય છે.

“જલ… જલ… વૉટર,” એ તો માત્ર માગણી છે…. અવાજ નથી. ફફડતા હોઠ પર એ દીન યાચના આવીને થીજી જતી દેખાય છે.

‘જલ.’ અંતે કશુંક જોઈતું હોવાનું ભાન જતું રહે છે.

ભાગ્યે જ દેખાય એવો હોઠનો કંપ પણ અટકી પડે છે.

“આઈ એમ સૉરી, કેપ્ટન!”

એપ્રન ઉતારતા સિવિલ સર્જન ઑપરેશન થિયેટર બહાર જતા રહે છે.

બન્ને નર્સો લાગણીહીન નજરે કેપ્ટન તરફ જોયા કરે છે.

*

“અરર!! આટલો બધો પસીનો અને આ ગભરાટ! તમને કશુંક થઈ ગયું છે?”

મને તરત જ ભાન થાય છે કે, હું જાગું છું પણ કશી ગમ પડતી નથી.

વિચારો એકબીજા પર ઘસાઈ ‘સેન્ડ ગ પેપર’ ‘સેન્ડ ગ પેપર’ ઘસાય એવો કર્કશ અવાજ કરી રહ્યા છે.

હું તારા શબ્દો સાંભળું છું – સમજી શકતો નથી. આસપાસ જોઉં છું – ઓળખી શકતો નથી.

અજબ!

આવું મેં ક્યારેય અનુભવ્યું નથી અથવા આ અનુભવ છે એ પણ હું અત્યારે ચોક્કસપણે કહી શકતો નથી.

કોઈક ગૂંચ ઊભી થઈ છે ઃ ગભરાટ છે અને ઊંડે ઊંડે ચિંતા દઝાડી રહી છે, એવો આછો આછો ખ્યાલ આવે છે.

યાદ આવ્યું હવે.

નીલાને શું થયું હશે?

પૂછું તને? પણ શો ફાયદો? જ્યાં મારા સભાન હોવાની પણ તું શંકા સેવી રહી હોય?

તું ફાટી આંખે મારી સામે જોઈ રહી છો. તું છંછેડાયેલી છો અને એ હકીકત મારાથી છુપાવવા તું કોઈ નવો તરીકો અજમાવવાનું વિચારી રહી છો એ હું જાણું છું.

તું મારા પ્રશ્નનો ઉડાઉ જવાબ આપશે એની પણ મને ખાતરી છે. તોય....

મારા પ્રશ્નથી તને આઘાત લાગશે, એવા સંપૂર્ણ ભાનથી તને આ પૂછું છું... કારણ, એ પૂછ્યા વિના મારી જાગૃતિ પાછી લાવી શકું તેમ નથી.

"નીલાને શું થયું હતું?"

બસ, ધાર્યું હતું એવું જ બન્યું. એક ક્ષણ ઊભી રહી ગઈ. એ દરમ્યાન તું મારી નજીક દોડી આવી મારા ખાટલા આગળ જમીન પર બેસી, મારા સાથળ પર તારા બન્ને હાથ ટેકવી કેવી... કેવી... કહી ન શકું, સમજાવી ન શકું એવી રીતે મારી સામે જોઈ રહી છો!

દિશાશૂન્ય – મૂઢ હું તારી સામે જોઈ રહું છું.

તું કહે છે.....

"નીલા તો આ બેઠી અગાશીમાં – શૈલેશ સાથે રમે!"

ત્યારે તો.

"ઓહ."

મારામાં ક્યાંક તંગ બનેલી દોરી તૂટ્યાનું મને ભાન થાય છે, એની સાથે જ, હું ક્યાં હતો, ક્યાં છું, ક્યાં હોઈશ એ ત્રણે કાળના ચોક્કસપણા વિશે મારી બધી શ્રદ્ધા ઓસરી જાય છે.

જ્યાં બધું જ અનિશ્ચિત છે ત્યાં હું બેપરવા છું.

હું માગી લઉં છું...

"પાણી – પાણી આપ મને અડધો ગ્લાસ!"

મને ખબર છે, મેં ન માગવાનું માગ્યું છે અને એનું પરિણામ ભોગવવા હું તૈયાર છું.

તું મારા ખાટલા પરથી ઊઠી સામેની ખુરશી પર બેસી નીચું જોઈ ગઈ છો. તારાં ધ્રૂજતાં અંગોને કાબૂમાં લેવા તું કેટલો શ્રમ ઉઠાવી રહી છો એ હું અતિ દુઃખથી જોઈ રહ્યો છું.

કશુંક કરું? શું કરું હું?

હું એવો લાચાર બન્યો છું કે, તારી વ્યથામાંથી તને બચાવવાનો, તને આઘાત ન આપવાનો એક નાનોશો યત્ન કરવાની પણ મેં શક્તિ ખોઈ છે.

તું ઊંચું જુએ છે.

તારી આંખમાં આંસુ નથી. આંસુ સિવાયનો રુદનનો બધો જ સરંજામ તારા ચહેરા પર મોજૂદ છે... એ કેટલી ભયંકર વ્યથા હશે જે આંસુઓને માંયનાં માંય સૂકવી દે!

એ પણ લાચારીથી જોતા રહેવાનાં મારાં કમભાગ્ય છે ને!

એક પળ – એક નાની પળ બસ એવું થાય છે કે, તારો હાથ પકડી તને નજીક ખેંચી હૃદયસરસી કરું! તારા ચહેરા પરનો આ ભાવ ભૂંસી નાખવા, જળ શું અન્નનો પણ હું ત્યાગ કરું.

આવું કહું તો તું ખુશ થશે – અતિ ખુશ થશે.

પણ... પણ આ દંભ, કહે તો ખરી, ક્યાં સુધી ટકાવી રાખવો!

ખરેખર તો હું કશું ત્યજી શકતો નથી.

તારી ખાતર નહિ – મારા જીવની ખાતર પણ નહિ! એ તું નથી

જાણતી એવું નથી, જાણે છે.

મારી વિનંતી માત્ર એટલી જ છે તને કે તારા મનને ઠગવાના પ્રયત્નો છોડી દે, અને મારી લાચારી સ્વીકારી લે!

"પાણી," હું કહું છું, "ડૉક્ટરની સૂચના ઉપરાંત મેં માત્ર અરધો ગ્લાસ પાણીનો માગ્યો છે!"

"ખરું, પણ હું કેમ કરીને તમને સમજાવી શકું કે હજી તો અરધો દિવસ અને આખી રાત બાકી છે!"

અને તું ઓચિંતાનો તારા ચહેરા પરથી પેલો રુદન અને ગ્લાનિનો ભાવ હટાવી લે છે. ઓહ! ઓ જાલિમ! આ પળે કે જ્યારે હું મારી હાર કબૂલ કરું છું, હું નિઃસત્ત્વ અને નિર્બળ છું એવું જાહેર કરું છું, હું મારી જાતને ફિટકારીને તને વશ થાઉં છું, ત્યારે એ જરૂરી છે કે, તારી શક્તિ તારા કાબૂમાં છે એવું તું મને ભાન કરાવે?

હું છેવટનું બોલી રહું છું.

"હા – એ ખરું છે!"

સામેના છાપરા પર બેઠેલી પાંચસાત કાબરની હરોળને હું જોઉ છું – દૂરથી ધસી આવતા ધૂળના વંટોળને હું જોઉં છું, તારા ચહેરા પર આવી બેસતા સ્વસ્થ ભાવને હું જોઈ લઉ છું.

હું ખામોશ છું!

મુક્તિ

એક છોકરી હતી – સુંદર અને મનોહર! એના કાળા સુંવાળા કેશ એનાં અંગોને વાદળની જેમ છાઈ વળ્યા હતા. ચકિત હરિણીના જેવી વિશાળ મોટી આંખો, નમણું નાક, કમળની પાંદડીઓ જેવા બિડાયેલા રક્ત હોઠ – એ છોકરી ભરયૌવનમાં હતી.*

જગતમાંના અખૂટ ભંડારમાંની કોઈ પણ કુમાશને એની સરખામણીમાં લાજવું પડે એવી તંદુરસ્ત, કોમળ ત્વચા હતી. કેસૂડાંની ફૂલડેમઢી ડાળખીઓ જેવાં આંદોલન પામતા એના બાહુઓ, અને નાના મસ્તીખોર ઝરણા જેવી વહેતી એની આંગળીઓ હતી.

સમજાવટ, સમતોલપણું અને સુગોળતાનો સુમેળ જે સૌન્દર્ય જન્માવે છે તે સૃષ્ટિમાં ક્યાંક અને કોઈ વાર જ જોવા મળે છે. એવી એ યુવતી સ્વયં મૂર્તિમંત સૌન્દર્ય હતી.

એની આંખ ઊઘડતી અને મીંચાતી ત્યાં અંધારાઅજવાળાનાં, તેજ-છાયાનાં રંગબેરંગી મેઘધનુષ વેરાઈ જતાં. એ હસતી ત્યારે વર્ષભરની ઋતુઓનાં પુષ્પોનો મિજાજ મહેકી ઊઠતો, એ ચાલતી ત્યારે એનાં પદારવિંદ પૃથ્વીને ચુંબન ભરી વહાલ કરતાં, એના અંગમરોડમાં જડ અને ચેતનને વશ કરવાની મોહિની હતી.

વસંત આવતી ત્યારે એ યુવતી નૃત્ય કરતી. શું યૌવન! શું સૌન્દર્ય! શું માધુર્ય! માનવીઓ ભેગાં થતાં, યુવાનો, વૃદ્ધો, બાળકો, બાલિકાઓ અને સ્ત્રીઓ. પશુઓ પણ દોડી આવતાં. બધે જ એકતાનતા! એ યુવતીના નાચતા પગ નીચે પૃથ્વીનું હૃદય ધન્ય બની જોરથી થડકવા લાગતું. આભ નીચે ઊતરી આવતું અને પવન એની લહરીઓની કુમળી આંગળીઓથી

એને પ્યાર કરતો.

એ નાચતી, કૂદતી, ફૂદડીઓ લેતી, હીંચતી અને અવકાશના અદૃશ્ય હાથમાં અધ્ધર તોળાઈ જતી. એ ફરતી જ રહેતી. આંબાની મહોરભરી ઘટા નીચે, વડલાની નમી પડેલી ડાળીઓ નીચેથી, આંબલી અને લીંબડો, લીલાં ખેતરો, સમૃદ્ધ વાડીઓ, એના જેવું જ નાચતાં અને કૂદતાં ઝરણાંઓ, પુરપાટ વહેતી નદીઓ, ધીર, ગંભીર, હળવું ગર્જતા અને કિનારાનું પાદપ્રક્ષાલન કરતા સમુદ્રો, ગૌધન ચરતું હોય એવી ટેકરીઓ, વનરાજિ ભરચક પડી હોય એવા ડુંગરો, સૂર્યનાં બાલકિરણોથી સુવર્ણમંડિત શિખરોવાળા પર્વતો ઉપર – બધે જ એ યુવતી નાચતીકૂદતી હાસ્ય અને ઉલ્લાસ ફેલાવતી ફરી વળતી!

સૃષ્ટિ એની પાછળ ઘેલી બની હતી.

એ જ્યાંથી પસાર થતી ત્યાં પાકાં ફૂલો એના અંગ પર કુરબાન થઈ ખરી પડતાં અને કળીઓ એની સાથે હસી હસીને ફૂલ બની જતી.

પછી વિવિધ ઋતુઓમાં વિવિધ ઉત્સવો આવતા. સૂકાં પાંદડાં ખરતાં, નવી કૂંપળો આવતી, કળીઓ જન્મતી ને યૌવનમાં પ્રવેશતાં શરમાતી, ફૂલો હાસ્ય કરતાં, ફળો પાકતાં, બી ખરતાં અને ખેતરો ગર્ભકાળ સેવતાં. લીલી હરિયાળીને જોવા આકાશમાં વાદળો ઊભરાતાં અને વીખરાઈ જતાં અને નિરભ્ર વ્યોમમાંથી અંધારી રાતે તારલાઓ પણ સૃષ્ટિનું આ સૌન્દર્યદર્શન ચોરતા!

એમ એ સૃષ્ટિનો ક્રમ ચાલતો અને એ સૃષ્ટિ યુવતી પાછળ ઘેલી બની હતી.

એ યુવતી હજી સુધી કોઈ સાથે કશું બોલી નહોતી અને આ સૃષ્ટિમાંના કોઈએ એની સાથે બોલવાનો પ્રયત્ન નહોતો કર્યો.

એ મૂંગી અને બહેરી હતી? કોણ જાણે! અને એમ હોય તોય શું?

એની ઊઘડતી અને બિડાતી આંખોની પાંપણો, એની ચડઊતર કરતી ભમરો અને તેજનાં કિરણો ફેંકતી કીકીઓને ભાષા નહોતી શું?

એની કમળની પાંખડીઓ જેવા ખૂલી જતા હોઠ વચ્ચેથી મુશ્કેરાટ

છટકી જતો ત્યારે, ફૂલ તોડતા એના હાથની અદા સરી જતી ત્યારે અને નદીનાં છીછરાં પાણીમાં એના પગ સંકોચ સેવતા ત્યારે શું સંગીતના અકથ્ય સૂરો નહોતા જન્મતા? સંકેતમય ભાષાનો અખૂટ પ્રવાહ નહોતો વહેતો ત્યારે?

બધાંને એક જ હકીકતનું ભાન હતું કે એ હતી તો જગતમાં ઉલ્લાસ અને ઉત્સવો હતા. એ હતી એટલે જગતમાં સૌન્દર્ય હતું – ત્યાં સત્ય હતું અને જ્યાં સત્ય મેળવવાની મુશ્કેલી નહોતી ત્યાં સમૃદ્ધિ, સુખ અને સંતોષ બધું હતું. એ નાનકડી, કોમળ સૌન્દર્યવંતી યૌવના સૃષ્ટિનો પ્રાણ હતી.

એ કોઈ પાસેથી કશું માગતી નહિ. જે કંઈ તે આપતી – માનો તો કંઈ નહિ, માનો તો બધું જ – ઉલ્લાસ, ઉત્સવ, સૌંદર્ય, સમૃદ્ધિ, સુખ અને સંતોષ!

એનું સાન્નિધ્ય એટલું જ સાહજિક હતું. જે કોઈ ઇચ્છા કરતું એની નિકટ એ જતી. જે કોઈ જેટલી આવડતથી એને જેટલી રીઝવી શકતું એટલો સહકાર એ એને આપતી. કોઈ એક પણ એનાથી અસંતુષ્ટ રહી પાછો નહોતો ફર્યો.

દિવસ પછી રાત, મહિનાઓ, ઋતુઓ અને વર્ષો પોતાના સ્વભાવ પ્રમાણે મિજાજનો ગુલાલ ઉરાડતાં પસાર થઈ જતાં. જૂનાં ઝાડ સુકાઈ જતાં, નવી ટસરો ફૂટતી, વૃદ્ધો ચાલ્યા જતા, અને યુવાનો આવતા, પારણામાં નવી કૂંપળો જેવાં તાજાં અને કોમળ બાળકો રમવા લાગતાં – એમ આ સૃષ્ટિના જીવનમાં કળા અને સૌન્દર્ય – સુખ અને ઉલ્લાસની પરાકાષ્ઠા આવી પહોંચી હતી.

એક દિવસે આ સમાજમાં એક અજાણ વ્યક્તિ આવી ચડી. એ અજાણ પુરુષને કોઈએ પૂછ્યું નહિ કે એ ક્યાંથી આવ્યો – શા માટે આવ્યો. સંશયની લાગણી આ સમાજમાં અત્યાર સુધી કોઈએ અનુભવી નહોતી. લોકોના મનમાં એમ કે આ નવી વ્યક્તિ પણ એમની માફક એમના ઉત્સવોમાં ભાગ લઈ સુખ અને આનંદની અધિકારી થશે.

એ અજાણ પુરુષે પેલી યુવતીને નાચતી, કૂદતી, ફૂદડીઓ લેતી અને આનંદતી જોઈ ત્યારે એણે પોતાના મનમાં જ કહ્યું: ‘‘અહા! શું બદન, શું કાન્તિ, શી ચપળતા? સૂર્ય ઊગે, આથમે અને ફરી ઊગે ત્યાં સુધી આ છોકરીને મારી બાજુમાં રાખી શકું તો?’’

આ વિચાર આ સમાજમાં કોઈ વ્યક્તિને કોઈ દહાડો અત્યાર સુધી નહોતો આવ્યો.

અજાણ પુરુષે એ સમાજમાંની એક વ્યક્તિને પૂછ્યું: ‘‘આ કોની છોકરી છે? ક્યાંથી આવી?’’

આ પ્રશ્ન અત્યાર સુધી કોઈએ કોઈને નહોતો પૂછ્યો.

‘‘આ છોકરી કોણ છે? ક્યાંથી આવી?’’

આ નવા પ્રશ્નોની પરંપરાથી મૂંઝાઈ જઈ પેલી વ્યક્તિ ચૂપ રહી.

‘‘અરે મૂરખ, આટલું નથી સમજતો? તારા ઘરમાંનું માટીનું માટલું કોનું છે?’’

‘‘મારું છે!’’

‘‘તારું છે, કારણ કે દિવસોના દિવસો, મહિનાઓના મહિના થયાં એ તારે ઘેર પડ્યું છે – ખરું ને? તો આ છોકરી કોની છે?’’

‘‘મારી છે – અમારી છે!’’

‘‘તો તારે ઘેર કાં નથી?’’

એ રાતના પેલી વ્યક્તિને સુખ અને ચેનભરી ઊંઘ ન આવી. એણે નવી વાત સાંભળી હતી. નવા વિચારનું બીજ દુખદ અંકુર ફોરી રહ્યું હતું!

અજાણ પુરુષે બીજી વ્યક્તિ પાસે એ વાત કરી – ત્રીજી વ્યક્તિ પાસે પણ એ વાત કરી. એ વાત ફરતી ચાલી: ‘‘એ છોકરી કોણ હતી – કોની હતી?’’

ઉત્સવમાં નાચતાં, કૂદતાં, હસતાં અને રમતાં એ યુવતીને ક્યાંક કશુંક ખૂંચતું લાગ્યું. એણે એની આસપાસના ચહેરાઓ પર વિચિત્ર ભાવો જોયા – જે ભાવોનો આગળ એને કોઈ વાર અનુભવ નહોતો થયો. એ ખિન્ન થઈ, થોડીક ગભરાઈ ગઈ. એના નૃત્ય કરતા પગ ક્યાંક ઠોકર ખાઈ

ગયા, એના હાથના વળાંકમાં બેહૂદી લચક આવી ગઈ. જે કોઈ દહાડો નહોતું બન્યું એ આજે બની ગયું. ઊગતા સૂર્ય જેવા એના મુખ આડે વિષાદનાં વાદળાંની કાલિમા ફરી ગઈ.

અજાણ પુરુષે આ વાતને બહુ જ આગળ વધારી મૂકી. આ સમાજમાં હવે એવી એકે વ્યક્તિ નહોતી જે ન પૂછતી હોય, ‘‘આ છોકરી કોણ હતી – કોની હતી?’’

ઉત્સવોમાં મહાઉત્સવ વસંતોત્સવ આવી પહોંચ્યો. દિવસે ઉષ્માભર્યો અને સાંજે ખુશનુમા લહરીઓથી અડપલાં કરતો પવન વાવો શરૂ થયો. વાદળો આછાં આછાં ઊભરાવા લાગ્યાં. વૃક્ષો, ફૂલો, કળીઓ અને કૂંપળો એકધ્યાન બની જોઈ રહ્યાં. પર્વતો પોતાનાં શિખરોની ડોક ઊંચી કરી કુતૂહલથી જોવા લાગ્યા.

એ યુવતી નાચતી, કૂદતી, ફૂદડીઓ ફરતી આવી ચડી. એની સાથે આવ્યાં નૃત્ય, સંગીત, સૌંદર્ય અને જીવનના ઉન્માદ!

માનવીઓનાં ટોળેટોળાં ઊભરાવા લાગ્યાં અને એને જોઈ રહ્યાં, પણ હાય, એ દેહલાલિત્ય, એ નૃત્ય અને સંગીતનું સૌન્દર્ય અમસ્તું જ વેરાઈ જતું હતું! લોકોની દૃષ્ટિમાં શંકા હતી અને એમના મનમાં અનિશ્ચિતતા હતી!

જાઈના ફૂલે મોગરાના ફૂલને પૂછ્યું: ‘આ શું છે બધું – આજે આમ કેમ?’

‘‘નથી ખબર તને? સૌ કોઈ પૂછે છે, આ છોકરી કોણ છે, કોની છે?’’

પોતાની નીચી નમી પડેલી ડાળ નીચેથી એ યુવતી પસાર થઈ ત્યારે વડલાએ લાગણીહીન બની એને ધારી ધારીને જોઈ અને આંબલીને કહ્યું: ‘‘જોયું! કેટલી વિચિત્ર! એ કોણ છે – કોની છે?’’

ઝરણું દોડતું દોડતું નદી પાસે પહોંચ્યું ત્યારે હાંફી ગયું અને પહોંચતાંવેંત જ ભરાયેલા શ્વાસે એના કાનમાં એ જ વાત વહેતી મૂકી: ‘‘અરે! બધાં એક જ પ્રશ્ન પૂછે છે કે એ છોકરી કોણ છે – કોની છે?’’

નદી ધીરગંભીર હતી. એણે વિચારોનાં વમળ જન્માવ્યાં. અટવાતી, મૂંઝાતી એ સાગર આગળ પહોંચી ત્યારે ઝબકીને જાગી ઊઠી. સાગરે એને ભેટી પડતાં પૂછ્યું. 'કેમ આજ ખિન્ન છો?''

''પ્રભુ, એક પ્રશ્ન લાવી છું. એ છોકરી ક્યાંથી આવી, શા માટે આવી, એ કોણ છે?''

સાગરે જવાબ આપ્યો નહિ અને એની બાથમાં નદી ક્ષીણ થતી ચાલી અને દરિયાપાર મોજાંઓના હિલોળે, તોફાનનાં વમળોની ગતિ પર સવાર બની અથડાતીકુટાતી એ જ વાત વહેતી ચાલી.

જ્યાં વસંતોત્સવ ઊજવાઈ રહ્યો હતો – જ્યાં નૃત્ય, અદા અને સંગીતના ઉદધિ છલકાતા હતા ત્યાં એક માનવીએ બીજાને કહ્યું: ''કેવી સુંદર અને કોમળ યુવતી છે? કેટલો બધો આનંદ એ આપી શકે છે? હું એને મારે ઘેર લઈ જાઉં તો – વસંતના મેઘધનુષી રંગો, જગતભરનાં પુષ્પોની સુગંધ, સાગરનું ગાંભીર્ય અને આકાશની મોકળાશ મારે ઘેર આવી વસે, નહિ?''

''હા જરૂર,'' બીજાએ કહ્યું: ''અને મારે ઘેર લઈ જાઉં તો મારા ભર્યા ભર્યા ઘરમાં વર્ષભરના ઉત્સવોની સન્ધ્યા ખીલી ઊઠે અને એ આનંદઝૂલે ઝૂલવા જગત સમસ્ત મારા ઘરઆંગણે ભેગું થઈ જાય! એને તો હું જ ઘેર લઈ જઈશ!''

''લઈ જઈશ?''

''જરૂર.''

''અને હું?''

એ યુવતી પોતાના નૃત્યમાં સંપૂર્ણ સમાઈ ગઈ હતી – જાણે આનંદે અવતાર લીધો હોય, જાણે ઉલ્લાસ અને માધુર્યના શિલ્પમાં જીવ પેઠો હોય! વ્યોમ, વાદળ, વારિ, વૃક્ષો, માનવીઓ, પશુઓ અને પક્ષીઓ સ્તબ્ધ બની જોઈ રહ્યાં. ત્યાં તો કોઈ એક વ્યક્તિ પોતાની જાત પર કાબૂ ખોઈ બેઠી. એણે દોડી જઈ એ છોકરીનો હાથ પકડી લીધો.

નૃત્ય ઢળી પડ્યું, સંગીત બેસૂરું બની ગયું, સૌન્દર્યનો વધ થયો,

સત્ય માટીમાં રગદોળાઈ ક્યાંક ગુમાઈ ગયું, બધે હાહાકાર પ્રસરી રહ્યો, કળી ફૂલ બનીને બૂમ મારવા લાગી, ભ્રમરો એક ફૂલ પરથી બીજા ફૂલે રડતાકકળતા એ જ વાત કહેતા ઊડવા લાગ્યા. પૃથ્વી પરથી ધૂળનાં વાદળ એકઠાં થઈ વ્યોમમાં ઊડી ગયાં, ફૂલો રંગ ગુમાવી બેઠાં; – એમની સુગંધ પણ વિકૃત બની ગઈ. ઝરણાંએ પણ વાકાં વળીને એ જોયું – અને જતાં જતાં, મોટા પથ્થરો પર ઠોકરાતું, નાનાને ઠોકરે ઉરાડતું, બેચેન અને ખિન્ન એ નદીની સોડમાં સમાયું ત્યારે એનો મિજાજ છટકી ગયો.

"આખરે શું છે?" નદીએ પૂછ્યું.

"ગમે તે હોય – તું શા માટે મારી પંચાત કરે છે? મને મરવા દે અહીં!"

એ જ મિજાજ લઈ નદી સાગર આગળ પહોંચી.

"હવે નથી સહન થતું!"

"શું?"

"કોણ જાણે શું – પણ ક્યાંક કંઈક અવળું બની રહ્યું છે! આ ઝરણું...." કહેતાં નદીનાં આંસુઓએ સાગરનાં ખારાં પાણીને વધારે ખારાં કર્યાં!

સાગરે સહાનુભૂતિ વગર કહ્યું: "વાતમાં કંઈ વજૂદ નથી! તું હવે અવસ્થા પામી છો – બસ એટલું જ!" અને એટલું જ સાંભળતાં નદી દુભાઈ ગઈ. એ આંસુઓ એણે સાગરને ન આપ્યાં. પોતે જ પોતાનાં આંસુઓથી પોતાની મીઠાશ ગુમાવી બેઠી.

એ યુવતી નૃત્ય કરતાં એટલી તો થાકી ગઈ હતી કે એનો હાથ પકડનારના હાથમાં એ સહેલાઈથી સરી પડી. એ સમગ્ર સૌન્દર્ય, મખમલી કુમાશ, એ સુગોળ સુસજ્જતા, ઉલ્લાસ અને માધુર્યની એ સ્રષ્ટા – કોઈ એકના હાથમાં જઈ પડી – એને ઘેર વસી રહી!

તે દિવસથી સૌ કોઈને પોતપોતાની પ્રવૃત્તિમાંથી રસ ઊડવા લાગ્યો. દિવસો પર દિવસો અને મહિનાઓ પસાર થવા લાગ્યા.

પુષ્પોનાં વિવિધરંગી આભૂષણો અને ઘેરી લેતી માદક સુગંધ હવે

કોઈની લાગણી સુધી પહોંચી શકતાં નહિ બુલબુલ ગાઈ ગાઈને થાકી જતું. એને કોઈ સાંભળનાર નહોતું. હરણાં તૃણ ખાઈ તૃપ્ત બન્યાં પછી બેધ્યાન ગમે તેમ ફર્યા કરતાં. મોરનો ટહુકો હવે મેઘ સાંભળતો નહિ. ઝરણું ફરજ સમજીને નદી તરફ જતું. એની ગતિમાંથી ઉત્સાહ જતો રહ્યો હતો.

બે બુલબુલોએ ઊડતાં ઊડતાં એક ઘરની બારી પર બેસી અંદર જોયું.

"જો, જોતો," એકે બીજાને પૂછ્યું: 'એ જ છે ને!'

"એ હજુયે એના ઘરમાં બેઠી છે – હરે છે, ફરે છે, હસે છેયે ખરી – એ એની એ જ છે!"

"હાથ પકડીને લઈ ગયો એટલે એની થઈ?" પેલો અજાણ્યો પુરુષ એક અંધારી રાતે કોઈકને કહેતો હતો, "તું એને ઘેરથી તારે ઘેર લઈ જાય તો શું એ તારી થાય! અને શું યૌવન છે! શું લાલિત્ય – શું માધુર્ય! હેં?...હા...હા..." અજાણ્યો પુરુષ હસ્યો. એના હાસ્યના ફટકાથી અંધારાનાં પડ કંપવા લાગ્યાં. આજુબાજુ, જ્યાં જ્યાં એ હાસ્ય પહોચ્યું ત્યાં પાકાં ફૂલો ખરી પડ્યાં – ઊડતાં પક્ષીઓ ગુલાંટ ખાઈ ગયાં. ઊડતા પવને એ હાસ્ય સાંભળ્યું અને એનું ગુમાન ગળી ગયું. ઝરણાનું સંગીત બેસૂરું બની ગયું અને વડલાની ડાળ કમજોર બની જમીનને અડી ગઈ.

એ રાતના બીજો બનાવ બની ગયો. એ યુવતી જેને ઘેર હતી ત્યાંથી બીજાને ઘેર ગઈ – લઈ જવામાં આવી.

પહેલો પુરુષ ખીજવાયો, મૂંઝાયો અને અકળાયો. એ જ્યાં જતો ત્યાં લોકો એની સામે આંગળી ચીંધતા. ફૂલો એની ઉપર હસવા લાગ્યાં, વૃક્ષો એની પાછળ ખરતાં પાંદડાં મોકલી મશ્કરી ઉરાડવા લાગ્યાં. હવે એના ખાલી પડેલા ઘરનાં અંધારાં એના મનમાં ઊતરી ગયાં. એણે સમજ અને અક્કલ ગુમાવ્યાં. લાગણી અને તર્ક વચ્ચેનું સમતોલપણું એણે ગુમાવ્યું, એના અંધારા મનના અવાવરુ ખૂણામાં બેડોળ વિચારોની વડવાગોળો ચક્કર ચક્કર ફરવા લાગી.

અજાણ્યો પુરુષ ધીમે રહીને એની પાસે ગયો અને કહ્યું: "આમ

બેબાકળો કેમ બન્યો છે?'' પોતાના સ્વભાવ પ્રમાણે એક પળમાં એણે પોતાના મોઢાના રંગ બદલ્યા. એક વધારે દુષ્ટ સૂચન એના ગલીચ હોઠ વચ્ચેથી સરી પડ્યું, ''હું કહું છું કે હિંમત રાખ, તાકાત કેળવ, કુનેહબાજ થા! હેં! લે સાંભળ.....'' એ વાત પેલા બેબાકળા પુરુષ સિવાય બીજા કોઈએ સાંભળી નહિ. અંધારી રાતને ઊજળી કરવા મથતા આગિયાએ પણ કશું ન સાંભળ્યું.

જાઈ મોગરાને કહે, ''મને આજે ઊંઘ નથી આવતી.'' મોગરો કહે, ''મને પણ બેચેની જેવું લાગે છે.''

આકાશનાં વાદળાંઓ માંહોમાંહે અથડાતાં એકબીજાને પૂછતાં હતાં:

''કેમ આજે બેધ્યાન છો?''

''કંઈક જોઉં છું છતાં કશું દેખાતું નથી.''

''કંઈક બની રહ્યું છે!''

ઝરણાં પોતાનો માર્ગ ભૂલી ગયાં, હરણોના મોઢામાંથી દર્ભનાં પાંદડાં સરી જવા લાગ્યાં, સમુદ્રની સપાટી પર સરોવરની શાન્ત ચૂપકી છવાઈ!

અંધારામાં પૃથ્વી પર વીજ જેવું કંઈક, એક ઘડી માટે, ચમકી ગયું. એની પાછળ એક કિકિયારી સંભળાઈ! કોઈ એક જણ બેત્રણ ખૂણા વટાવતું, અંધારાની ઓથ લેતું ભયંકર ગતિથી દોડી ગયું. પણ છેક ઊંચેથી તારલાઓએ ઝીણી આંખો કરીને જોઈ લીધું કે એના હાથ લોહીથી ખરડાયેલા હતા.

જે કોઈ બીજાના ઘરમાં એ યુવતી ગઈ હતી એની હસ્તી મટી ગઈ હતી!

''અરર!'' બધે અરેરાટી ફરી વળી.

ફૂલોએ કળીઓને, કળીઓએ પાંદડાંને અને પાંદડાંઓએ પક્ષીઓને જગાડી જગાડીને આ વાત કહી. અંધારી રાતના પાંખો ફફડવા લાગી. એ સંદેશ વાદળોમાં પહોંચ્યો અને સમુદ્રો પર ફરી વળ્યો.

સવાર પડી ત્યારે માનવીએ માનવીનું મોઢું પડી ગયું હતું, જાણે સૂર્ય ઊગ્યો જ ન હોય, જાણે રાત્રિનાં અંધારાં દિવસનાય ટહેલતાં હોય

એવો ભાસ થવા લાગ્યો.

વૃક્ષો, નદી, નાળાં, ખેતરો, ટેકરીઓ, પર્વતો, સરોવરો અને સમુદ્રો બધાં જ શરમિંદાં બની ગયાં!

ઝરણું જોરથી નદીમાં ખાલી થવા લાગ્યું.

"પણ, પણ – આ બધું શું...?" નદી કંઈ એને પૂછવા જાય તે પહેલાં ઝરણું બોલી ઊઠ્યું:

"તું આજે મને બોલાવ નહિ – મા!"

જ્યાં જ્યાં અંધારાં એકઠાં થતાં હતાં, જ્યાં જ્યાં સૂકાં પાંદડાં ઢગલો થઈ કાદવમાં સડતાં હતાં, જ્યાં જ્યાં ઝરણાં અને નદીનાં પાણી વહેતાં અટકી જઈ ખાબોચિયાં બની ગયાં હતાં – ત્યાં ત્યાં – તેવાં બધાં સ્થળે અજાણ્યો પુરુષ ફરતો રહ્યો. પછી તો આંધીઓ આવવા લાગી, વંટોળિયા ઊડવા લાગ્યા. બીકનાં માર્યાં વર્ષાનાં વાદળો વિખરાવા લાગ્યાં – દુષ્કાળ ઊતરી પડ્યો, ધરતી સુકાવા લાગી!

જેની હસ્તી મટી ગઈ હતી એના વહી ગયેલા લોહીનાં ધાબાં પાસે એના વારસદારોએ પ્રતિજ્ઞા લીધી: "લોહીનો બદલો લોહી!"

"શાબાશ!" પેલા અજાણ પુરુષે બૂમ મારીને કહ્યું: "મરદની નિશાની મરદાઈ – લોહીનો બદલો લોહી."

અસંખ્ય ફૂલો આ પ્રતિજ્ઞા સાંભળીને ખરી પડ્યાં. ઊડતો પવન આ પ્રતિજ્ઞા સાંભળી ભાગવા લાગ્યો – ખેતરોને નાબૂદ કરતો, વૃક્ષોને મૂળમાંથી ઊખેડી ફેંકતો, સમુદ્રનાં ખારાં પાણીને સંતાપતો પવન તો ભાગવા જ લાગ્યો.

એ યુવતી હવે તો એક પછી બીજા ઘરમાં એમ ઘેર ઘેર ફરતી રહી. બધીએ ઋતુઓ આવતી, બધી ઋતુઓના ઉત્સવ-દિનો આવતા, પણ ઉત્સવો નહોતા ઉજવાતા – એ યુવતી તો કોઈ ને કોઈના ઘરની ચાર દીવાલો વચ્ચે બંદી બની બેઠી હતી.

એણે હજીયે કોઈ સાથે વાત નહોતી કરી. એને ખરી રીતે કશું કહેવાનું જ નહોતું. એ તો ઘરની દીવાલમાંની કોઈ બારીમાંથી બહાર જોતાં

બેસી રહેતી. એની આંખો ગુમાયેલી ગુમાયેલી ફર્યા કરતી. એને યાદ આવતાં – શ્રાવણની ઘનઘોર ઘટા, મયૂરોના ઉન્માદ, લગામના ઇશારાની રાહ જોતા પવનના ઘોડાઓની મસ્તી, બાળક જેવા સ્વભાવવાળાં રંગબેરંગી સુગંધી પુષ્પો એને પસાર થતી જોઈ એની પાછળ 'અરે – એ!' – કહી હાસ્ય મોકલતાં – વડલાની ઘટાના અંધારામાં એ અંધારું બની જતી – ચાંદનીનાં અજવાળાં ઓઢીને એ ઊજળી રાતના અદૃશ્ય થઈ જતી – સરોવરનાં જળ ઝૂલતાં અને હિલોળતાં એને કહેતાં: 'આવ ને?'' અને પેલી પોયણી એની સામે જોતાં જ શરમાઈ જતી – એ બધું એને જીવનની આજની એકેક પળે યાદ આવતું હતું – એ યાદમાં જ એ જીવતી હતી! અને એમ જીવતાં જીવતાં એ ક્ષીણ થતી ચાલી હતી. એના માથાના કાળા સુંવાળા વાળ ખરી પડવા લાગ્યા હતા. એની સુંવાળી ચામડી તેજ ગુમાવી લચી પડવા આવી હતી – એના એક વાર સતત નૃત્ય કરતા પગ પર ફોલ્લાઓ દેખાવા લાગ્યા હતા. માથું, હાથપગ અને બદનની અદામાંથી માધુર્ય જતું રહી ભીતિ આવી બેઠી હતી!

"લોહીનો બદલો લોહી!"ની પ્રતિજ્ઞા લેનારાઓએ પોતાની પ્રતિજ્ઞા પૂરી કરી. કોઈક માટીના ઢેફા પર ઊનું લોહી વેરાઈ ગયું. પછી તો બીજી પ્રતિજ્ઞાઓ લેવાઈ. ફરી અને ફરી લોહી રેડાવા લાગ્યું. પ્રતિજ્ઞાઓની પરંપરા ચાલી અને લોહીની નીકો વહેવા લાગી.

"શાબાશ! શાબાશ!" એ ભંયકર અવાજ આવ્યા કરતો અને લોહી વહ્યા કરતું!

"પણ આમ શા માટે?" જાઈના ફૂલે મોગરાને પૂછ્યું.

"તેની મને શી ખબર? – હું ઓછી જ બધાની પંચાત સેવું છું?"

"પણ ચિડાય છે શા માટે?"

"શા માટે – શા માટે? તારામાં અક્કલ નથી માટે!"

વડલો આંબલીને કહે, "જો – જરા જો તો ખરી! તારી ડાળીઓ પરથી કોયલો, ચકલીઓ અને બુલબુલો ક્યાં ઊડી ગયાં? પવને ડોલતી તારી નજાકત અને તારી ઘટાની ઉષ્મા ક્યાં ઊડી ગયાં? હવે તો તારી

મેલી ઘટાના અંધારામાં વડવાગળો ટિંગાય છે!"

"અને એ બુઢ્ઢા," આંબલી છંછેડાઈ, નાનાં નાનાં પોતાનાં પાન ઉરાડતી બોલી: "તારી ડાળીઓમાં હવે તાકાત ક્યાં છે? એટલે જ જોને હવે તારે જમીનનો ટેકો લેવો પડે છે! મને સંબોધીને હસે છે તે હસને તારી જાત પર!"

બુલબુલોએ પોપટની મશ્કરી કરી. પોપટે કોયલની, કોયલે મોરની મજાક ઉડાવી! અને ઝઘડો વધવા લાગ્યો.

"હું અને મારા જેવા બીજા છે એટલે તારી હસ્તી છે. નહિ તો તું હોત ક્યાંથી?" ઝરણાએ સરિતાને કહ્યું, "તારું આ સૌંદર્ય અને તારી આ અદાનો છણકો મને શું બતાવે છે? જા જરા આગળ જા! અને તારા જેવી છકેલ અનેકને ગળી જતો નિર્દય લાગણીહીન સાગર તારું ગુમાન તોડી પાડશે!"

એક વખત જે માનવીએ પોતાની આંખની કીકીમાં આકાશની મોકળાશ સમાવી દીધી હતી તે માનવી અરધી રાતના પોતાના સ્વપ્નાથી બીને બેઠો થઈ ગયો. એણે પોતાના પુત્રને બૂમ મારી, "અરે એ! જાગે છે કે?"

"હા, પિતાજી!"

"તો સાચવજે."

"શું?"

"જે કંઈ છે–જેવું છે તે!–અને–" એટલા શ્રમથી તો એનો શ્વાસ ભરાઈ આવ્યો, આંખે અંધારાં આવ્યાં – ગળે ડૂમો આવવા લાગ્યો "અને– વોય મા, મારી પ્રતિજ્ઞા.... લોહીનો બદલો..."

હવે માનવી માનવીને જોઈ સાવચેત બની જતો – કોઈ શું કરે છે, ક્યાં જાય છે, ક્યાં ખાય છે, ક્યાં સુએ છે એની ઝીણવટભરી ખબર રાખતો! ઘોર અંધારામાં પણ મનુષ્યને હવે ઓળા હાલતા દેખાતા. શાન્ત નીરવ ધૂળની સપાટી પર એને પગલાં સરતાં સંભળાતાં. પવનની લહરીઓ એના કાને વાતો મૂકી જતી. દિવસ ઊગે અને આથમે અને ફરી ઊગે ત્યાં સુધી,

જાગ્રત અને સ્વપ્નાવસ્થામાં એનું સાવચેતપણું બીક બનીને એને ઘેરી વળ્યું હતું.

પેલી યુવતીને એક ખંડિયેર જેવા ઘરમાં કોઈ અસહાય છોડી ગયું! તે ખંડિયેરમાં પાણીનું માટલુંયે હવે નહોતું રહ્યું. છતમાં અને ખૂણામાં કરોળિયાનાં જાળાં બાઝ્યાં હતાં. આંગણામાં કાંટાળા થોર ઊગ્યા હતા, પણ એ યુવતી એની એ જ હતી – ક્ષીણ, દુર્બળ, કદરૂપી, ગંદી અને રોગિષ્ઠ! તોય એની આંખો હજી એવી જ – એ જ સ્વપ્નાં જોતી – એ જ યાદની ભીતરમાં ઊંડી પેસી ગઈ હતી!

પેલા અજાણ પુરુષે એને માટીના ખાડામાં બેઠેલી અને પથ્થર પર હાથ ટેકવેલી જોઈ – એના હોઠ સંતોષથી છૂટા પડી મુસ્કરાઈ ગયા. એણે છાતીમાં લાંબો શ્વાસ ભરી નિરાંતે છોડ્યો. એના અશક્ત હાથ એના બદનની બાજુમાં લટકી પડ્યા.

અજાણ પુરુષે એ ખંડિયેર તરફ પીઠ ફેરવી. એણે માથું ઊંચું કરી હાથની મુઠ્ઠીઓ વાળી આંખોને ઝીણી કરી સૃષ્ટિમાં ચારેકોર જોયું. આકાશ, પૃથ્વી, સાગર અને પાતાળ! એણે પગ પહોળા કરી પૃથ્વીને એની નીચે દબાવી. એણે હાથની મુઠ્ઠીઓ વાળી આકાશમાં વીંઝી. એની લાલ આંખોને એકદમ પહોળી કરી. એણે સૂર્ય તરફ જોયું – અને.... અને એક ભયંકર ગર્જના કરી એણે સૃષ્ટિમાં ચારે તરફ પડકાર ફેંક્યો.

અજાણ પુરુષે માનવીઓને એકઠા કર્યાં, ફૂલોને આમંત્ર્યાં, ઝરણાં અને સરિતાને રોક્યાં, સાગરનાં મોજાંઓની લગામ ખેંચી, સૂર્ય, ચંદ્ર અને તારાઓની કુતૂહલતાને પોતા તરફ દોરવી અને પશુ-પક્ષીઓની દિનચર્યા એણે છોડાવી.

એ બોલ્યો ત્યારે એના માથાના ભારમાં વિજેતાનો ગર્વ હતો – એની ભાષામાં ગુમાન અને અવાજમાં પડકાર હતો. એ બોલ્યો:

"એકઠા થયેલા તમે બધા આને –"

એણે ખાડામાં પડી રહેલી પેલી ક્ષીણ, દુર્બળ યુવતી તરફ આંગળી કરતાં કહ્યું, "એને ઓળખો છો?"

ફૂલોએ એની તરફ મોઢું ફેરવ્યું, ઝરણું એની તરફ વળતાં અટકી ગયું. માનવીઓએ એને જોઈ, સાગર એની તરફ નજર કરતાં ઉદાસીનતાભર્યું થોડુંક ગર્જ્યો, સરોવર અને સરિતાએ પોતાની ખિન્ન ઉદાસીનતા છોડી નહિ.

જાઈના ફૂલે મોગરાને પૂછ્યું:

"કોણ છે એ?"

"કોણ એ?" માનવીએ માનવીને પૂછ્યું.

"હશે કોઈક," સરિતાએ, આદતના જોરથી, સાગરના કિનારાના ખોળામાં માથું છુપાવ્યું.

"એ...." કહેતાં અજાણ પુરુષ પોતાના પગ પર જરા ઊંચો થયો – 'એ – એ યુવતી છે, જેને માટે તમે 'લોહીનો બદલો લોહી'ની પ્રતિજ્ઞા લીધી છે – એ જ યુવતી છે...જુઓ!" એનો અવાજ વધારે તીવ્ર બન્યો, "ફરી અને ફરી જુઓ."

"હશે!" બુલબુલ અને પોપટ એકીસાથે બોલી ઊઠ્યા.

"તમને કોઈને હવે એની જરૂર જણાતી નથી." અજાણ પુરુષ વ્યંગમાં બોલ્યો, "તો હવેથી એને હું રાખીશ – એની માવજત કરીશ. એ જેવી છે તેવી મારી થઈને મારે ઘેર રહેશે. બોલો... એને મારે ઘેરથી પોતાને ઘેર લઈ જવાની જેની મુરાદ હોય તે હમણાં જાહેર કરે – એની ખાતર 'લોહીનો બદલો લોહી'ની પ્રતિજ્ઞા જેને લેવી હોય તે હમણાં – હમણાં મારી હાજરીમાં લે!"

એવું કહેતાં અજાણ પુરુષનો અવાજ આકાશ સુધી પહોંચ્યો. એના પડઘાથી પર્વતો થથરવા લાગ્યા.

"આપો ને, એ જે માગે તે!"

"જવા દો એ બલાને – આફત ટળશે! ફરી એક વાર સુખ અને શાંતિ સૃષ્ટિ પર ઊતરશે." કહેતાં માનવીઓએ પીઠ ફેરવી ચાલવા માંડ્યું!

સૌ વિખરાઈ ગયાં.

અજાણ પુરુષે ફરી એક વાર સૃષ્ટિમાં ચારે તરફ જોયું. વ્યોમ, પૃથ્વી,

સાગર બધે જ એની નજર ફરી વળી. પેલી યુવતી પર ઠરી ગઈ. પણ....... પણ એક નવી વસ્તુ એણે ન જોઈ! .... એ વખતે સંધ્યા ઉતાવળી ઉતાવળી જતી રહી હતી. રાત્રીએ આળસથી પોતાનું આગમન શરૂ કર્યું હતું. ત્યારે પશ્ચિમની ક્ષિતિજ પર એક નવા જ તારકે દેખાવ દીધો હતો. એની પ્રભા તો નહિ જેવી હતી, પણ એની નેમ ચોક્કસ હતી!

પેલી યુવતી પર ઉતાવળભરી દોડી ગયેલી અજાણ પુરુષની દૃષ્ટિએ આ નવા આગંતુકને ન જોયો!

એ રાતના મોગરાએ જાઈને કહ્યું, "હવે તો હું થાક્યો છું..... પણ એ યુવતી કોણ? મને આછી આછી યાદ આવે છે!"

"મને પણ એમ થાય છે કે..."

"કે શું?" મોગરાએ પૂછ્યું.

"કે...કોણ જાણે શું? પણ એનું નામ લેતાં મારી બેચેની ઓછી થાય છે!"

સરિતાએ સાગર પાસે પહોચતાં જ મનનો ઊભરો ઠાલવ્યો, "આ સારું નથી થયું હો!"

"શું?" સાગરે હસતાં વાત ઉડાવવાનું કર્યું.

"અરે, એ યુવતી તો એની એ જ!"

એટલી વારમાં તો સાગર સરિતાને અને એની વાતને પી ગયો.

અજાણ પુરુષે પૃથ્વીને અનેક સ્થળે છેદવા માંડી. જ્યાં જ્યાંથી સુંદર માટી મળી એ માટીના લપેડા ચડાવી પેલી યુવતીને પુષ્ટ દેખાવ આપવા પ્રયત્ન કર્યો. સૃષ્ટિમાંનાં અનેક રંગીન ફૂલોને છૂંદીને અને સન્ધ્યાના રંગોનું બળજબરીથી અપહરણ કરીને એમના રંગથી એ યુવતીનું મોઢું એણે રંગ્યું. પર્વતોનાં હૃદય ચીરીને અને સાગરનું પેટ ફાડીને, એણે હીરા અને મોતી મેળવી એ આભૂષણોથી યુવતીને શણગારી. અંધારી રાતના હૂંફાળા, કાળા કેશ પીંખી એણે પેલી યુવતીના માથે બાંધ્યા. ચંદ્રની રોશનીને એની પાછળ ભમવા મોકલી.

એ યુવતીને પેલા અજાણ પુરુષે ઉત્સવો વગર નચાવી – ઉમંગ

વગર સંગીત વહાવ્યું.

એ યુવતીની આસપાસ એણે સૌન્દર્યની કરોળિયા-જાળ અને મોહિનીની ભ્રમણા ઊભી કરી. એને ફરી એક વાર સૃષ્ટિમાં નૃત્ય કરવા છૂટી મેલી દીધી.

માનવીઓ એને જોઈ જોઈને છક થઈ ગયા. ''હાય હાય! શું રૂપ, શું યૌવન!'' જેણે એને જોઈ એ પોતાનું ભાન ભૂલી ગયો.

એ યુવતીએ નૃત્ય કરતાં ચંપાના ફૂલને પંપાળ્યું ત્યારે કળી છંછેડાઈ પડી.

ચંપાએ કહ્યું, ''પણ એ તો એ જ યુવતી છે જે પહેલાંયે મને પંપાળતી. ત્યારે તુંયે મારી સાથે હસી ઊઠતી અને આજે તારા મોઢા આગળની ગુસ્સાની લાલ ટપકી હું સમજી શકતો નથી!'' ''ક્યાંથી સમજે?'' કળીએ મહેણું મારતાં કહ્યું, ''તારી સુગંધમાં આજે વિકૃત દુર્ગંધ ભળી છે!''

અને એવી જ રીતે મોગરા અને જાઈનો કજિયો થયો – મોર અને ઢેલ વચ્ચે અણબનાવ શરૂ થયો, ક્ષિતિજ આગળ આભ અને ધરતીના મિલનને ધુમ્મસે વેડફી નાખ્યું, સાગરે ભરતીનાં તોફાન મચાવીને સરિતાને પાછી ધકેલવાનું કર્યું અને ક્રૂર મશ્કરી કરતાં કહ્યું:

''અરે ઓ, અવસ્થા પામેલી એ યુવતી તો એની એ જ છે!''

''ના – એની એ જ નથી!'' સાગરે પાછળ ફરીને જોયું તો એનાં હિલોળતાં પાણીમાં જેનાં આછાં આછાં પ્રતિબિંબ પડતાં હતાં એ ક્ષિતિજ પરના નવા તારકનો એ અવાજ હતો.

''શા માટે સરિતાને દૂભવો છો? – એની વાત કંઈક સાચી છે. એ યુવતી એની એ છે અને નથી!'' ''હેં!'' સાગર અચંબો પામ્યો.

ઝરણાએ એ અવાજ સાંભળી લીધો. એણે બેબાકળા થઈ સરિતાને પૂછ્યું.

''મા, એ કોણ હતો? એ શું કહેતો હતો?''

''એ સાચું કહેતો હતો, બેટા!''

નદીકિનારે પાણી પીતા મૃગલાએ આ વાત સાંભળી અને મોટી મોટી

ફાળ ભરતું એ ખેતરોમાં અને વાડીઓમાં જાઈ, મોગરો, બુલબુલ, પોપટ, મોર, ઢેલ બધા પાસે નાચતુંકૂદતું એ વાત કરી આવ્યું. એ વાત પક્ષીઓની પાંખે ચડી ઊડવા લાગી. વાદળની સોનેરી કોર પર લખાઈ એ વાતની આખી સૃષ્ટિને જાણ થઈ.

પેલી યુવતી નાચતીકૂદતી નદીકિનારે આવી પહોંચી ત્યારે નવા તારકે નદીને, ઝરણાને જાઈને, મોગરાને બુલબુલ અને મોરને, મૃગ અને વાદળોને સંબોધતાં કહ્યું, ''જોજો, હોં...'' કહેતાં એણે પેલી યુવતીના કેશ, રંગ, અંગલેપન અને શૃંગાર ઉતારી લીધાં. ''એ તો એ જ કૃશ અને દુર્બળ, રોગિષ્ઠ અને કદરૂપી છે – એ એની એ જ યુવતી હોય તોય શું?''

તમારા લોહીના નીચોડમાંથી જેને રંગ મળ્યા હોય, તમારા હૃદયના ટુકડાઓનાં જેણે આભૂષણો પહેર્યાં હોય, તમારાં અંગ છેદીને જેણે લેપન કર્યાં હોય એ એની એ જ યુવતી કેમ હોઈ શકે? તોય એ એની એ જ છે.''

પેલી યુવતી પોતાનાં કેશ, આભૂષણો અને અંગલેપનથી વંચિત બનેલી અજાણ પુરુષને ઘેર પહોંચી ત્યારે અજાણ પુરુષે એને આવી જોઈને સૃષ્ટિ તરફ ફરી એક વાર ગર્જના કરી પડકાર ફેંક્યો. એના પડકારના જવાબમાં પશ્ચિમની ક્ષિતિજ તરફથી પેલા નવા તારકે ધીમી, હળવી, શીતળ અને હિતકારી પોતાની પ્રભા ફેલાવી. એ તારકની પ્રભા ચંદ્ર કરતાં વધારે કોમળ હતી. અને એની દૃષ્ટિ સૂર્ય કરતાં વધારે ઉગ્ર હતી. સાગર એને જોઈને એને વહાલ કરવા એની તરફ ઊછળ્યો.

અજાણ પુરુષે ફરી ગર્જના કરી. પેલા નવા તારક તરફ દોડ્યો, પણ એકીનજરે પેલા તારક તરફ જોઈ રહેલી સૃષ્ટિએ ગર્જના સાંભળી નહિ. એ ગર્જનાએ ભીતિ જન્માવી નહિ!

અજાણ પુરુષને દોડતો આવતો જોઈ નવો તારક ધુમ્મસમાં સંતાઈ ગયો.

પણ એની એક ક્ષણની હિતકારી પ્રભા અનુભવતા ઝરણાએ સરિતાને કહ્યું: ''મા, હવે એના વગર કેમ ચાલશે?''

સરિતા સાગરને પોતાનાં આંસુ આપવા ગઈ ત્યારે સાગરે કહ્યું: 'હવે રડવાથી શું વળશે? જો, પણે દૂર મારી સપાટી પર એનું પ્રતિબિંબ દેખાય!''

આંબલીએ વડલાને કહ્યું.

''મહેનત કર. ધરતીનો ટેકો છોડી દે. ઊંચો થઈને જો – એ પણે દૂર, આછો આછો પ્રકાશ દેખાય તે એનો જ હશે, કદાચ!'

મોગરો જાઈને કહે, ''મારા અંગ પર શ્રમ હરનારી લહેરીઓ અનુભવું છું તે એની જ હશે!''

અષાઢ માસથી જમા થતાં વાદળોએ શ્રાવણને કહ્યું, ''અમે પવનંનાં દોરવ્યાં ગમે ત્યાં દોરવાઈ ગમે તે સ્થળે નહિ વરસીએ – અમે તો એ પેલો નવો તારક અને એની પ્રભા પહોંચતી હશે ત્યાં જ વરસશું.''

એક વાર શોભતાં અને રંગની કમાનમાંથી સુગંધનાં તીર ફેંકતાં ફૂલોએ ખીલવાની ચોખ્ખી ના પાડી દીધી. પાકાં ફળોએ બી ન ઉત્પન્ન કરતાં સડી જવાનું સ્વીકાર્યું – ''ના, ના, અમને એ અને એની જ પ્રભા જોઈએ!''

ફરી એક વાર સૃષ્ટિ એકતાન, એકનિશ્ચય, એકાગ્ર બની નવા આગંતુકની રાહ જોતી થોભી રહી. બધે બધી જ ક્રિયા થંભી જવાની તૈયારી હતી ત્યારે ધુમ્મસનાં આવરણ છેદી નવો તારક ફરી બહાર આવ્યો. મોગરાએ ઊંચા થઈને પોતાની સુગંધ એની તરફ મોકલી. સાગર એકધારું ગુંજી રહ્યો. સંધ્યાએ રાત્રિને થોડી આવવા દઈ પોતે ટહેલવાની રજા માગી લીધી.

બુલબુલ, પોપટ, મોર ટોળે વળી એના પ્રકાશ તરફ ઊડવા લાગ્યાં. પર્વતનાં શિખરોએ ઊંચી ડોક કરી સૌ કરતાં નજીકનું એનું દર્શન ચોર્યું. પવન એની તરફ દોડ્યો ત્યારે વૃક્ષોએ પણ ઝૂકીને એને વંદન કર્યું. સૃષ્ટિએ એક જ અવાજે એને પૂછ્યું:

''ત્યારે એ યુવતી કોણ અને કોની?''

'જો, આપણે બધા એકત્ર થઈ, એકબળ અને એકનિશ્ચયથી એ યુવતીને ફરી પાછું એનું યૌવન આપી શકીએ, એને હતી એવી સૌન્દર્યવતી

બનાવી શકીએ અને નૃત્ય કરતી પૃથ્વીના વિશાળ પટ પર છૂટી મેલી દઈએ તો એ યુવતી એની એ જ છે – સૌ કોઈની છે – એક એકની અને એકીસાથે બધાની છે.''

પોપટ અને બુલબુલે એકબીજા સામે જોયું. પછી બંનેએ એકીઅવાજે પેલા તારકને પૂછ્યું:

'તો એનું નામ શું છે?'

''મુક્તિ!''

ઈશ્વર છે?

નીરવ અંધારી મધરાત શહેરની ગલીઓમાં સૂતી હતી. ત્યારે એની ચુપકીને પડકારતો એક પુરુષ, એક શેરીના અંધારામાંથી બહાર નીકળ્યો.

મોટા રસ્તાની વીજળીની બત્તીનાં અજવાળાં નીચે એ બરડામાંથી જરા વાંકો વળેલો દેખાયો. એણે માથે રૂમાલ બાંધ્યો હતો અને રૂમાલવાળા માથા પર કઢંગી રીતે કાળી ટોપી પહેરી હતી. પગ સિવાયના બાકીના શરીરને એણે ધાબળે વીંટ્યું હતું.

હાડકાં ધ્રૂજવે એવી કકડતી ટાઢ વાતી હતી. રસ્તાની બંને બાજુનાં મકાનોનાં બારીબારણાં બંધ હતાં. દરેક જીવતું જીવ પોતાની સુરક્ષિત જગાની હૂંફમાં પડ્યું હતું, ત્યારે અસ્વસ્થ અને બેકાબૂ ઉતાવળે આ પુરુષ, રસ્તાની સુસ્ત ઠંડી નિર્જનતાને ભેદતો આગળ વધી રહ્યો હતો.

આખે રસ્તે એને કોઈએ પડકાર્યો નહિ. ખૂણેખાંચે ટૂંટિયું વાળી પડેલું કૂતરું પણ એની તરફ ભસ્યું નહિ. મોટો રસ્તો પસાર કરી એક ગલીના મોઢા આગળ એ અટક્યો. કમર પર હાથ મૂકી બરડા પર ટટ્ટાર થઈ એણે ખૂણાના મકાનની ઉપલી ભોંની બારી તરફ જોયું.

એણે ધાબળા નીચેથી દૂબળો, ઝીણો હાથ બહાર કાઢી, બંધ ડેલીના કમાડનું કડું પકડી ખખડાવ્યું, અને મોટેથી બૂમ પાડી: "ગોવિંદ, ઓ ગોવિંદ!"

એની રાડને મધરાતની ચુપકી ખાઈ ગઈ.

એણે કડું ખખડાવ્યે રાખ્યું અને બૂમો પાડ્યે રાખી. એના અવાજમાં આજીજીનો અશક્ત પરિકંપ હતો. તોય માનવીની મૃતપ્રાય ઊંઘ ઊડી નહિ. એણે તોય બૂમો પાડ્યે રાખી: "ગોવિંદ, ઓ ગોવિંદભાઈ!"

આખરે એને ઉત્તર મળ્યો. ભાગ્યે જ સંભળાય એવું ઊંડેથી કોઈ બોલી ઊઠ્યું:

"કોણ – કોણ છે?"

ચુપકી સજાગ બની.

"બારણું ખોલ!"

"પણ છો કોણ તું?"

"હું નારાણ."

"અત્યારે? ઊભો રહે, હેઠો આવું છું!"

નારાણે ચારે તરફ ડોકું ફેરવ્યું. ખૂણેખાંચે કોઈ છત નીચે કે કોઈ વિશાળ બાંધકામ આડે અંધારાં સૂતાં હતાં. બાકીના સ્થળે અજવાળાં ઝોકાં ખાતાં હતાં, પોષ મહિનાની ટાઢ હરેક સજીવ-નિર્જીવ વસ્તુમાં પ્રવેશવા પ્રસરી રહી હતી. એની પાછળ પાછળ નીરવ ચુપકી વફાદારીથી પહેરો ભરી રહી હતી.

સાંકળ ખૂલ્યાનો અવાજ થયો અને ડેલી ખોલતાં ગોવિંદે સાશ્ચર્ય પૂછ્યું.

"નારાણ, આ અરધી રાતે!"

નારાણ ડેલીમાં પ્રવેશ્યો. વીજળીની બત્તીનાં અજવાળાં નીચે, લાકડીને ટેકે ઊભા રહેતાં નારાણના પગ ધ્રૂજી ગયા. એણે કઢંગી રીતે ગોવિંદને પૂછ્યું:

"ઈશ્વર છે?"

"હેં?" ગોવિંદ કશું જ ન સમજ્યો હોય એમ આશ્ચર્યથી એણે નારાણ સામે જોયું.

"હા," નારાણ ત્વરાથી બોલ્યો: "ઈશ્વર છે?"

"કોણ, તારો ઈશ્વર?"

"હા."

"એ અહીં ક્યાંથી હોય? ઘેર નથી?"

"ના," નારાણે કહ્યું ત્યારે એનો અવાજ જરા ધ્રૂજ્યો. "ગઈ રાતનો

ગુમ થયો છે, તે અત્યાર સુધી પાછો નથી ફર્યો. એ ક્યાં ગયો હશે? એને શું થયું હશે, ગોવિંદભાઈ?''

નારાણ પડખે ખસી, ડેલીના ઓટલાનો ટેકો લેતાં નીચું માથું કરી ગયો.

એક પળ બેમાંનું કોઈ કશું બોલ્યું નહિ.

''પણ એમ કેમ બને?'' ગોવિંદે શંકા બતાવતાં કહ્યું, ''આ અમસ્તો નહિ જ જતો રહ્યો હોય. કંઈ ઝઘડો થયો હતો?''

''હું ઈશ્વરની સાથે ક્યારેય ઝઘડ્યો નથી!''

''ક્યાંક જતો રહ્યો છે તો અકારણ જ નહિ ગયો હોય! એ તારાથી નારાજ થયો હોય એવું તને લાગે છે?''

''આ તું શું કહે છે, ગોવિંદ?'' કહેતો નારાણ ઓટલે સરકીને બેઠો. ''હું ઈશ્વરને દૂભવું ખરો?'' રોષ અને ખેદથી એ ગોવિંદ સામે જોઈ રહ્યો:

''એની મા મરી ગઈ ત્યારે એ છેક નાનો હતો. મારા શરીરના કોઈ અંગની દેખભાળ કરું એવી કાળજીથી મેં એને ઉછેરીને મોટો કર્યો... મેં એને ઇજનેર બનાવ્યો હોત, પણ એણે નિશાળ મૂકી અને મને કહ્યું: ''બાપા, હું તમારી પાસેથી નકશી શીખીશ.'' ચાંદી ઉપર નકશી ઉપસાવતાં કોના દી ઊઘડ્યા છે! પણ ઈશ્વરે તો સામે ઊઠીને મને કહ્યું, 'તમે નકશી કરો છો, તમે શું ખોટા છો?' આ છોકરાને હું શું ઉત્તર દઉં? એને શી ખબર કે મેં મારી જિંદગીની સુખચેનની પળોને દીવાસળી દઈ માત્ર શોખ, મમતની ખાતર ચાંદી પર નકશી કોતરવી ચાલુ રાખી હતી,પણ મારા ઈશ્વરને હું ઓળખું ને! એ તો ધાર્યું કરવાવાળો હતો! મેં એને દુકાને બેસાડ્યો, અને મારી કામગીરી મેં એને આપી.''

આટલું બોલ્યાનો થાક ચડ્યો હોય એમ નારાણ હાંફવા લાગ્યો. એનો અવાજ થોડો મંદ પડ્યો. એણે ફરી બોલવું શરૂ કર્યું:

''તને નથી ખબર, ગોવિંદ, એના હાથમાં મારાથી વધારે સફાઈ છે. એના ઉપસાવેલા 'ઘાટ'માં મારા કરતાં વધારે ચોકસાઈ છે. ના, ના! તમારી એ જૂની કારીગરીનો હું છેલ્લો કારીગર નથી, ઈશ્વર છે!'' ખોખરા થઈ

જતા પોતાના અવાજને સમારવા નારાણે ખાંસી ખાધી, થોડું થોભ્યો અને પછી ઉમેર્યું: "એ છેલ્લો કારીગર, મારો વારસ નથી! મને બીક લાગે છે, એ હવે કોઈ દહાડો પાછો નહિ ફરે!"

નારાણ બરડામાંથી જરા વધારે વાંકો વળ્યો, એનું માથું નમી પડ્યું, ગળે આવતા ડૂમાને રોકવા જતાં એનું અંગેઅંગ થથરી ઊઠ્યું. ગોવિંદે એને બન્ને ખભેથી પકડ્યો: "નારાણ – નારાણભાઈ, આ તું શું કહે છે? ગાંડો થયો કંઈ!"

'રડતા અવાજે નારાણ બોલ્યો: "ગોવિંદ, હું તો સાવ નિરાધાર બની ગયો!"

"અરે ભલા માણસ આમ હામ શું હારે છે? અમે બેઠા છીએ ને! તારા ઈશ્વરને પાતાળમાંથી શોધી લાવશું. ઠંડો પડ, હિંમત રાખ. આવ, જરા અંદર આવ. આરામ લે."

"ના, ના. મને જવા દે, ગોવિંદ! અરધી રાતે હું છેક જ બેચેન બની ગયો. એટલે આવે ટાણે તારી પાસે વાત કરવા હું દોડી આવ્યો. હવે જવા દે મને."

"આજની રાત અહીં રોકાયો હોત તો ઠીક થાત!"

"ના, હું તો જઈશ," કહેતો નારાણ પાછો ફર્યો.

"કાલે દુકાને મળીશ, આપણે ગમે તેમ કરીને ઈશ્વરને શોધી કાઢશું, સમજ્યો? હિંમત રાખજે!"

ડેલી બંધ થતાં પોષ મહિનાની ટાઢ, અંધારાં અને પેલી સર્વવ્યાપી ચુપકી નારાણ પર તૂટી પડ્યાં. શહેરની મૃતપ્રાય નીરવતાને વીંધતો એ ઘેર પહોંચ્યો.

બેત્રણ ગોદડાં ઓઢી, ટૂંટિયું વાળી પડખે થઈ નારાણ ખાટલે પડ્યો. એની રગેરગમાં ઠંડી વ્યાપી ગઈ હતી. એનું હૃદય જોરથી થડકી રહ્યું. ટૂંકા શ્વાસ ભરતો, એ પડ્યો તેમ થોડી વાર પડી રહ્યો. થોડી હૂંફ વળતાં એણે માથા પરથી ગોદડું ઊંચું કર્યું. ખાટલાથી થોડે દૂર જમીન પર પડેલું લાલટેન ઓરડાને પ્રકાશિત કરી રહેતું દેખાયું. ઓળા બેડોળ આકાર લેતા સામેની

ભીંત પર લંબાતા દેખાયા એ જમીન પર વેરવિખેર પડેલી કેટલીક વસ્તુઓના ઓળાઓ પર નારાણની નજર દોડવા લાગી અને ઓરડામાં બધી બાજુ એની નજર ફરી વળી, અહીંની એકેક વસ્તુમાં ઈશ્વરની યાદ ભરી હતી. વાસણ, ગાદલાં, ગોદડાં, કપડાં, હથિયારોની પેટી અને ત્યાં ઊંચે ગોખલામાં ઈશ્વર નાનપણમાં રમતો એ રમકડાંયે સાચવેલાં પડ્યાં હતાં.

રાત્રી સ્તબ્ધ અને શાન્ત હતી. નારાણનો જીવ ઊંડે ઊંડે ગૂંગળાવા લાગ્યો. એણે આંસુઓ વહેવા દીધાં.

ઈશ્વર નાનો હતો ત્યારે કેવો ફિક્કો અને દૂબળો હતો? પણ એની આંખોમાં ગજબની ચમક હતી. એના ફિક્કા, કુમળા હોઠ હંમેશ મક્કમતાથી બિડાયેલા રહેતા. પરોઢના નારાણ એને નદીએ નાહવા લઈ જતો. પોતે કપડાં ધોતો ત્યારે ઈશ્વર આહ્લાદથી પૂર્વમાં પ્રકાશ પ્રગટતો જોઈ રહેતો. કોઈ નવું ફૂલ, કોઈ ધ્યાન ખેંચે એવું પક્ષી, કોઈ સૂરીલો અવાજ, પ્રગટ થતું કોઈ પણ નાવીન્ય ઈશ્વરને સચેત અને ઉત્સુક બનાવી મૂકતાં.

ઈશ્વર બારેક વરસનો હશે ત્યારે શ્રાવણ મહિનાની એક સવારે નિશાળેથી પાછો વળી આવી એ બાપની દુકાને ચડ્યો. નારાણની સામે ફાટેલી તાલપત્રી પર, ઊંધે ઘૂંટણે બેસી એણે મક્કમતાથી કહ્યું: ''બાપા, હું હવે નિશાળે નહિ જાઉં. મારે તમારી પાસેથી નકશી શીખવી છે!''

'પણ તેમાં નિશાળ છોડવાની શી જરૂર છે? હું તને આમે નકશી શીખવીશ!'

'અહં!'' ઈશ્વરે નીચું જોતાં કહ્યું, ''મારે નથી ભણવું!'' નારાણે ઘણું સમજાવ્યો, તોય ઈશ્વર એકનો બે ન થયો.

''બેટા,'' છેવટે નારાણે આજીજી કરતાં કહ્યું, ''સોનીનો ધંધો તારા માટે સારો નથી!''

''કાં?' ઈશ્વરે પૂછ્યું ત્યારે એના ચહેરા પર દર્દભર્યું આશ્ચર્ય છાઈ ગયું.

''જે નકશી હું જાણું છું એનાં માનમરતબો હવે રહ્યાં નથી, અને

સોનાચાંદીની મજૂરીમાં હવે તો પેટપૂરતું મુસીબતે મળે છે!''

"એમ કેમ બને બાપા? આપણે ક્યાં દુઃખી છીએ?" નિર્દોષ ભાવથી ઈશ્વર નારાણ સામે જોઈ રહ્યો. "તમે કરો છો એવી નકશી જ મારે કરવી છે, અને એમાંથી જ મારે રળી ખાવું છે. બાપા, શીખવશો ને?"

નારાણને યાદ આવ્યું. જિંદગીમાં કોઈ દહાડો નહિ એવી રીતે, તે દહાડે, બાપદીકરો એકબીજા સામે જોતા બેઠા. એ નજરની દોર પર સમજૂતી થઈ. બન્ને જણે પોતાની જિંદગીનો અગત્યનો નિર્ણય લઈ લીધો.

"તું મારા જેવો જ અવહેવારુ છો, દીકરા!" પછી સ્વસ્થતા એકઠી કરતાં નારાણે નિશ્ચયપૂર્વક ઉમેર્યું, "ઠીક, નકશી શીખવી છે ને? તો ઉપાડ પેલું ટાંકણું," એણે ખૂણામાં આંગળી ચીંધી, "છેવાડેથી ચોથું!"

ખાટલા પર સૂતો નારાણ સ્મૃતિઓ એકઠી કરવા લાગ્યો. તે દહાડે એણે પોતાના મન પરથી ઘણોબધો બોજ ઊતરી ગયેલો અનુભવ્યો હતો. "આપણે શું દુઃખી છીએ?" એવા ઈશ્વરના કથને નારાણને સુખ અને તૃપ્તિ અનુભવ્યાના ભાવથી ભરી દીધો હતો. ઈશ્વરના એ કથન પાછળ, કલાસાધના માટે આવશ્યક એવા ત્યાગની તૈયારી અને તપોસાધનાના નિશ્ચયબળની નારાણને ચોક્કસ ઝાંખી થઈ હતી. અસ્તિત્વ ટકાવવા આખરે માણસને બે ટંક ખાવાનું જ જોઈએ ને? એટલું મળી રહેતું હોય તો જીવનની ચિરંજીવી સીમાહીનતા એની નકશીનાં વળાંક, ઘાટ, ઉઠાવ, ચોકસાઈ, રીત અને એની સમગ્રતામાં ભરી પડી હતી! જિંદગીભર માણસ જેમાં ભમતો રહે એવી લાગણીઓની અનંત વિશાળતા હથેલીમાં સમાય એટલી નકશીમાં ભરી હતી! એવી અવહેવારુ અને દારિદ્રભરી, પણ આહ્લાદજનક અનંતતામાં નારાણ ઈશ્વરને દોરી ગયો.....

ખાટલામાં પડી રહેતાં નારાણને એ દિવસ યાદ આવ્યો અને એ દિવસે અનુભવેલા આનંદની સ્મૃતિ તાજી થતાં એણે ગોદડા નીચે પગ લંબાવ્યા.

ઈશ્વર નકશી કરવા બેસતો ત્યારે એને કોઈ બેધ્યાન કરી શકતું નહિ. વરઘોડા અને સરઘસો દુકાન આગળથી પસાર થતાં. તહેવારોના

દિવસે સુંદરીઓનાં જૂથ કિલકિલાટ કરતાં રસ્તો ભરી દેતાં, પણ ઈશ્વર ક્યારેય નકશીમાંથી માથું ઊંચું કરી રસ્તા પર નજર નાખતો નહિ. ચાંદીના થાળમાં સવારે ઉપસાવેલી વેલની ડાંખળીઓ પર સાંજે પાદડાં પાંગરતાં અને બીજે દિવસે ફૂલો ખીલી ઊઠતાં. ક્યાંક કોઈ પારેવડાને ઈશ્વર ઊડવાની ક્રિયામાં થંભાવી દેતો. કોઈ ભયગ્રસ્ત ખિસકોલીને એ પાંદડા નીચે સંતાતી બતાવતો, તો કોઈ હરણ બેબાકળી ચંચળતાથી માથું પાછળ ફેરવી ફાળ ભરતું દેખાતું, એમ ચાંદીના થાળને ઈશ્વર ચિરંજીવી બનાવી દેતો.

"આ તારી બનાવેલી પાનદાની છે તો સુંદર, પણ એને કોણ ખરીદશે?" નારાણે એક વાર ઈશ્વરને પૂછ્યું હતું.

"હેં? કોઈ નહિ ખરીદે?" નકશીથી વિખૂટી પડેલી ઈશ્વરની આંખોનો અણગમો તે દહાડે નારાણે જોઈ લીધો. ઈશ્વરના હંમેશ મક્કમતાથી બિડાયેલા રહેતા હોઠ તે દહાડે દયામણી રીતે ઢીલા થઈ ગયા. એ જોઈ નારાણનું કાળજું કપાઈ ગયું. એણે તો કળા પાછળ દોડતા એવા ઘણાય કાપ પોતાના કાળજા પર મૂક્યા હતા અને મૂંગે મોઢે સહન કર્યા હતા!.......

રાત્રિની ઘડીઓ ઊડવા લાગી અને લાલટેનની જ્યોત ઝાંખી થવા લાગી. ભીંત પર લંબાયેલા ઓળાઓ અસ્પષ્ટ બન્યા, ત્યારે નારાણની પાંપણો વિચારોના થાકથી ઢળી પડી. એ અસ્વસ્થ ઊંઘમાં સરી પડ્યો.

નારાણ સવારના જાગ્યો તેવો જ એક વિચારે એને ઘેરી લીધો: 'એવું શું બન્યું હશે કે જેથી ઈશ્વરને ઘર છોડવાની જરૂર પડી?" બેચેન નારાણ નદીએ નાહવા ગયો. ત્યાં પણ એ પોતાની જાતને પૂછતો હતો, 'મેં એવું કંઈ કર્યું નથી જેથી ઈશ્વર મારાથી નારાજ થાય! ઈશ્વર ત્યારે કેમ જતો રહ્યો હશે?' વિચારોની એવી સતામણીથી પીડાતો નારાણ દુકાને પહોચ્યો.

દુકાન વાળીઝૂડી એ બેસવાની તૈયારી કરતો હતો ત્યાં ગોવિંદે એને બોલાવ્યો. ગોવિંદને સોનાના છેલ્લી ઢબના દાગીના, હીરા, મોતી અને ચાંદીની કારીગરીવાળી વસ્તુઓની મોટી દુકાન હતી. મોટા અરીસા, સફાઈદાર 'શો-કેસ,' દિવસનાયે ઝળહળતી બત્તીઓ, અને અનેક નોકરોથી ભરપૂર દુકાનના મોટા ખંડની પછવાડેના એક નાનકડા ઓરડામાં નારાણ

પહોંચ્યો ત્યાં એણે ગોવિંદ અને આત્મારામ માસ્તરને ગંભીર બની બેઠેલા જોયા.

"પણ કંઈક તો બન્યું જ હશે ને! અકારણ કોઈ ઘર ન છોડે." આત્મારામ બોલતા સંભળાયા. બાજુની ખુરશી પર બેસવા જતા નારાણ તરફ ગોવિંદે સૂચક નજર ફેંકી.

નારાણ એ બન્ને તરફ મૂઢની જેમ જોઈ રહ્યો. વાંકો વળેલો, રંગે શામળો, ઉંમર પ્રમાણે અકાળે વૃદ્ધ દેખાતો, કમરમાંથી વાંકો વળેલો, ઝીણી, મેલી ઊંડી ઊતરી ગયેલી આંખોવાળો, ચહેરા પર ઊપસી આવેલાં દેખાતાં હાડકાં નીચે અંદર પેસી ગયેલા ગાલ પર અનેક રેખાઓ મઢાઈ ગઈ હતી, એવો ચહેરો એણે વારાફરતી ગોવિંદ અને આત્મારામ તરફ ફેરવ્યો..

"મને કશી જ ગમ પડતી નથી. રાત્રે અને આજે સવારે મેં ઘણું વિચાર્યું, પણ ઈશ્વરના જતા રહેવાનું એક બહાનુંયે મને શોધ્યું ના મળ્યું!" નારાણે નિઃશ્વાસ મૂકતાં કહ્યું.

"હંમેશ કરતો એવી રીતે મેં એને બે દિવસ પર કામ કરતાં જોયો હતો. એક થાળ પર એ નવો 'ઘાટ' ઊપસાવી રહ્યો હતો – કમળ જેવું કંઈક, પણ કમળ નહિ. એની પાંદડીઓને વધારે પડતી ઉપસાવવા બાબત મેં એને ટકોર કરી હતી કે એ પદ્ધતિસર નકશી નહોતી, એ ઉપસાવી રહ્યો હતો એ સાચો 'ઘાટ' નહોતો, અને સાચા કારીગરે પદ્ધતિ વિનાનાં કામ કરવાની કુટેવમાં પડવું ન જોઈએ. મારી સામે એક શબ્દ પણ બોલ્યા વગર એણે એ કામ પડતું મેલ્યું. ખરેખર, ઈશ્વરને ઠપકો દેવાનો કોઈ પ્રસંગ અત્યાર સુધી ઊભો થયાનું મને યાદ નથી."

"એ કામ છોડવા બદલ એણે તમારી સાથે કંઈ ચર્ચા નહોતી કરી?" માસ્તરે પૂછ્યું.

"ના, ઈશ્વર ક્યારેય મારી સાથે ચર્ચા કરતો નહિ. એ તો હું કહું તેમ જ કરતો!"

"ન ગમતું હોય તોય કરતો, ખરું?"

આત્મારામના આ પ્રશ્ને નારાણ પર આગ ફેંકી હોય એમ ચમકીને

એ ઊભો થઈ ગયો. એની આંખોનો રોષ આત્મારામની આંખોમાં ઠલવાયો. અપમાન થયાની અને દુભાઈ ગયાની છાપ એના મરડાઈ ગયેલા મોઢા પર તરી આવી, કશુંક બોલવા એના હોઠ ખૂલ્યા પણ કંપીને ફરી બિડાઈ ગયા. એ બરડા પર વધારે ટટ્ટાર થયો અને એ બન્ને તરફ અણગમાની નજર નાખતો એ ત્વરાથી ઓરડો છોડી ગયો.

આત્મારામ કશુંક બોલવા જતા હતા તેને ગોવિંદે રોક્યા, ''એને રહેવા દો, બિચારાની સાન ઠેકાણે નથી. પણ –'' ગોવિંદે વધારામાં ઉમેર્યુ: ''કંઈક જરૂર બન્યું હશે જેની મહત્તાનું નારાણને ભાન નથી!''

''પણ હવે,'' માસ્તરે પૂછ્યું: ''એની શોધ કેમ શરૂ કરશું?''

''એનો ફોટોગ્રાફ છે?''

''હા.'' ગોવિંદે કહ્યું, ''ગ્રૂપમાં છે.''

''તો ગોવિંદ સાંભળ,' આત્મારામે કહ્યું, ''હું ચોક્કસ માનું છુ કે ઈશ્વર જ્ઞાનપિપાસાનો માર્યો ભાગ્યો છે. એ ક્યાંક ચાંદીની કારીગરીના જાણીતા સ્થળે ગયો હોવો જોઈએ. રાજસ્થાનમાં કે ઉત્તર તરફ લોકપ્રિય છાપાંઓમાં ઈશ્વરના ફોટા સાથે એને શોધી આપવાના ઇનામની આપણે જાહેરાત કરીએ; અને બીજું, ઉત્તરના લગભગ બધા જ મોટા ઝવેરીઓ સાથે તારે ઓળખાણ છે. એ બધા પર આપણે ઈશ્વર વિષે પત્ર લખીએ, ખરું ને?''

''આ કામ તમારે ઉપાડી લેવાનું છે, માસ્તર,'' ગોવિંદે કહ્યું, 'ગમે તે ખરચ આવે, પણ ઈશ્વર મળવો જોઈએ.''

થોડી વારે એ બન્ને રસ્તા પર બહાર આવ્યા અને જોયું તો નારાણની દુકાન બંધ હતી.

''આમ કેમ?' ગોવિંદે સાશ્ચર્ય કહ્યું, ''આટલો જલદી એ ઘેર જાય નહિ!'' બન્ને મૂઢ બની નારાણની દુકાન તરફ તાકતા ઊભા. બન્નેના મનમાં ગડમથલ ચાલી રહી હતી.

બીજે દહાડે પણ નારાણની દુકાન બંધ રહી ત્યારે ગોવિંદની ચિંતા વધી પડી. તે રાતના ચિંતાની બેચેની ભરી એણે ટુકડે ટુકડે ઊંઘ લીધી.

છેક ચોથે દહાડે સવારના એણે નારાણને સૂનમૂન થઈ, માથે હાથ દઈ પોતાની દુકાનને ઓટલે બેઠેલો જોયો. શિયાળાના તડકાથી દાઝેલી એની ચામડી વધારે શ્યામ બની હતી. થાક અને ચિંતાની વધારાની કરચલીઓ, મોઢા પર બેસવાથી નારણ નિર્ભેળ દયામણો દેખાતો હતો.

ગોવિંદ ઉતાવળે એની સામે જઈ ઊભો, "ક્યાં ગયો હતો આટલા દિવસ? આગળપાછળનો વિચાર કર્યા વગર, કોઈને ખબર આપ્યા વિના તું ઓચિંતાનો ગમે ત્યાં ચાલ્યો જાય તો તારો દીકરો તારા જેવો નીવડે એમાં શી નવાઈ!"

"બધે જ ફરી વળ્યો," નારાણ શ્રમ કરીને બોલતો સંભળાયો "પણ ઈશ્વર ક્યાંયે નથી!"

"બધે ક્યાં?"

"આજુબાજુને ગામડે, સગાંવહાલાં અને ઓળખીતાંને ઘેર! પણ ઈશ્વર ત્યાં નથી!"

'ઈશ્વર ક્યાંયે નથી'વાળું કથન ગોવિંદને ઘા થઈને વાગ્યું 'ઈશ્વર ખરેખર ક્યાંયે નહિ હોય,' એવું મનમાં વિચારતો એ પોતાની મોટા અરીસા અને ઝળહળતી બત્તીઓવાળી દુકાનમાં પેઠો અને ઈશ્વરને ગમે ત્યાંથી શોધી કાઢવાની મનમાં ગાંઠ વાળી..

*

જુદાં જુદાં સામયિકોમાં ઈશ્વર મેળવી આપવાની જાહેરાત થઈ ગઈ ઝવેરીની લગભગ બધી ખ્યાતનામ પેઢીઓ પર પત્રો લખાઈ ગયા.

મહિના બે વીતી ગયા. ઈશ્વર હજી શોધ્યો મળતો નથી.

નારાણ ઈશ્વરની ઇંતેજારીમાં યંત્રવત્ જીવ્યે જતો હતો!

નારાણ કામ કરતો થઈ ગયો તોય કામમાં એનું મન ચોંટ્યું નહિ. એ ઓચિંતાનો કામ કરતો અટકી પડતો અને સામેની હવેલીની છત પર દેખાતા આકાશ તરફ તાકતો બેસતો તો ક્યારેક સૂનમૂન થઈ ઓટલે આવી માથે હાથ દઈ રસ્તાની ધૂળમાં કલાકો સુધી જોઈ રહેતો.

એક અમાસના નારાણ બજારમાંથી પસાર થતો હતો. અનાજની

એક દુકાનની મેડી પર એને કેટલાક જણનો હસી હસીને વાતો કરવાનો અવાજ સંભળાયો. એને કાંઈક ખ્યાલ આવતાં એ ઓચિંતાનો ઊભો રહી ગયો. એની આંખો બદલાતી દેખાઈ. એણે ધીરે રહીને મેડીની બારી તરફ મોઢું ફેરવ્યું અને થોડી વાર જોયા કર્યું, પછી ઉતાવળે પાછો ફરતાં એ મેડીનો દાદરો ચડી ગયો.

મેડીમાં કેટલાક જુવાનિયાઓ પાનાં રમતાં હતા, કોઈ ચા પીતું હતું, કોઈ સિગારેટ ફૂંકતું હતું, કોઈ આડું પડ્યું કોઈકની મજાક કરતું હતું. નારાણ દાદર ચડી ઉંબરે આવી ઊભો. ઝીણા દૂબળા હાથ બે બારણા પર ટેકવી એની ભૂરી નજર એક એક વ્યક્તિ પર ફરવા લાગી. ઉંબરા પર ટેકવેલી પાની પર એનો જમણો પગ ધ્રૂજી રહ્યો. નારાણના ચહેરા પર કોઈ લાગણીની અતિશયતાની બિહામણી છાપ બધાએ જોઈ અને બધાની ક્રિયા અટકી પડી. વાતો બંધ થઈ, હાસ્ય શમી ગયાં અને ચુપકી તોળાઈ રહી! નારાણની નજર પર્યટન કરી પાછી ફરી ત્યારે એણે ઓચિંતાનું પૂછ્યું:

"ઈશ્વર છે ?"

એ પ્રશ્ન એક એક વ્યક્તિ પર અથડાઈ, એક વાર તો ભોંઠો પડતો દેખાયો, પણ કોઈએ ચાનો પ્યાલો જમીન પર મૂકતાં જવાબ આપ્યો:

"ના બાપા, ઈશ્વર અહીં નથી."

નારાણની નજરે એક એક વ્યક્તિ પર ફરી બીજો આંટો માર્યો. પછી હાથ હેઠા ઢાળી, પગ પાછા લઈ પીઠ ફેરવતાં, જાણે પોતાને જ પૂછતો હોય એમ ધીમું બબડ્યો, "તો ક્યાં છે ?" અને હળવેકથી દાદર ઊતરી ગયો.

ક્યાંક પણ ટોળું જમા થયેલું નારાણ જોતો કે તરત જ એના ચહેરાના ભાવ બદલાતા. એની આંખોમાં વિચિત્ર રોશની પ્રગટતી. એના બરડાના વળાંકમાંયે ફેર પડી જતો. ટોળાની એક એક વ્યક્તિને એ ધારી ધારી જોયા કરતો, અને કોઈકને પૂછ્યા વગર એ રહેતો નહિ, "ઈશ્વર છે ?" હવે તો સારાય ગામને ખબર પડી ગઈ હતી કે નારાણે ઈશ્વરને ખોયો હતો અને

એની શોધમાં એ ગાંડો બનવાની તૈયારીમાં હતો.

ગોવિંદ અને આત્મારામ નારાણના આવા વર્તનથી ક્ષોભ અનુભવવા લાગ્યા.

એક વાર હાઈસ્કૂલમાં કોઈકનું ભાષણ ગોઠવાયું હતું. વિદ્યાર્થીઓ અને અન્ય લોકો સારી સંખ્યામાં હાજર હતા. વિશાળ ખંડમાં ઊભા રહેવાની જગા ન મળે એવી ઠઠ્ઠ જામી હતી. નારાણ ઓચિંતાનો ત્યાં જઈ ચડ્યો. એણે દોઢ કલાક સુધી, તંગ બની, એકેએક વ્યક્તિને ધારી ધારીને જોઈ! એની આંખ ફરકવા લાગી, હોઠ ધ્રૂજી રહ્યા, હાથની આંગળીઓ અસ્વસ્થ અને કઢંગી રીતે સાથળ પરના ધોતિયાને ખેંચવા લાગી. કાર્યક્રમ સમાપ્ત થયો, લોકો વિખરાયા. ઉપરનો વિશાળ ખંડ ખાલી પડ્યો. સાંજનાં અંધારાં ઊતર્યાં તોય નારાણ ખંડના મોટા દરવાજા આગળ ઊભો રહ્યો. પટાવાળો આખાય ખંડમાં કચરો વાળતો દરવાજા આગળ પહોંચ્યો ત્યારે એની નજર નારાણ પર પડી. વાંકો વળેલો પટાવાળો તરત જ ટટ્ટાર થઈ ગયો. નારાણના ચહેરાનો રંગ અને આંખોની ચમક જોઈ એ ડઘાઈ ગયો અને તાકતો રહી ગયો. નારાણે ધ્રૂજતો હાથ ઊંચો કર્યો અને કંપતી આંગળીઓ વિશાળ ખંડ તરફ બતાવતાં એણે પૂછ્યું:

"આમાં ક્યાંય તને ઈશ્વર દેખાયો?"

જાણે જીવનમરણના કોઈ પ્રશ્નનો જવાબ મળવાનો હોય એવી ઉત્સુક અને ઉગ્ર આતુરતાથી નારાણ પટાવાળા તરફ જોઈ રહ્યો.

"ના," પટાવાળાએ દેખીતી, બેબાકળી અસ્વસ્થતાથી જવાબ વાળ્યો, "મેં ક્યારેય ઈશ્વરને જોયો નથી!" એણે નારાણ તરફ જોતાં, હાથમાંના ઝાડુને હેઠે પડવા દીધું.

"મનેય ઈશ્વર ન દેખાયો!" કહેતો નારાણ લથડ્યો અને ઊભો હતો ત્યાં બેસી ગયો. એણે ધ્રૂજતા હાથ લલાટે મૂક્યા. એની આંખોમાંથી આંસુઓ વહેવા લાગ્યાં. રુદનને રોકવાના પ્રયત્નરૂપ એક ગળગળો અવાજ પટાવાળાએ નારાણના ગળામાંથી નીકળતો સાંભળ્યો. એ નારાણ તરફ નીચું નમ્યો.

ત્યારે અંધારાં ઊતરી પડ્યાં હતાં. શહેરનાં ઊંચાં મકાનો પાછળ વિલીન થતી સન્ધ્યાની લાલી, વીજળીની બત્તીઓની ચોકીપહેરા વચ્ચેથી છટકી આવી હાઈસ્કૂલની અગાશીમાં લટાર મારી રહી!

પટાવાળો નારાણનો હાથ પકડી, બે દાદર ઉતારી એને રસ્તા પર મૂકી ગયો.

તે રાતના નારાણ ખાટલે પડ્યો અને ખાટલા આગળના લાલટેનને ઓલવવા નીચું નમ્યો કે તરત જ એના જીવનની હૂંફાળી, સુંવાળી, દર્દભરી યાદનું લશ્કર એના પર તૂટી પડ્યું. સુખ અને દુ:ખ, હર્ષ અને ખેદ, તૃપ્તિ અને અસંતોષ વચ્ચે કલાકાર નારાણની લાગણીઓએ અનેક પર્યટનો કર્યાં હતાં. એણે પોતાના જીવનની હરેક જાગ્રત પળ લાગણીના કોઈ ને કોઈ અનુભવમાં વિતાવી હતી. એ યાદનો ઢગલો આ નાનકડા ઓરડામાં સમાઈ ન શકે એવડો મોટો હતો. એણે સ્વસ્થ થવાના નિષ્ફળ પ્રયત્નો કર્યા. સ્મૃતિઓની સતામણી નીચે એ રિબાતો પડી રહ્યો.

એ સવારે ગોવિંદ પોતાની મોટી દુકાનમાં સુંવાળા ગાદીતકિયે ચોપડો તપાસી રહ્યો હતો ત્યારે નારાણ ઉતાવળે પગથિયાં ચડતો, ઉશ્કેરાયેલો દેખાતો એની તરફ આવતો દેખાયો.

''તેં આ જોયું?'' નારાણે પોતાના હાથમાંના એક સચિત્ર અઠવાડિકના ખુલ્લા કરેલ પાના તરફ ગોવિંદનું લક્ષ દોર્યું.

''શું?'' ગોવિંદે ચશ્માં ઉતારી નારાણ તરફ જોયું.

''આ આ તારી દુકાનનું જ છાપું છે.'' નારાણ ઉશ્કેરાટમાં બોલી ઊઠ્યો: ''આ જો – આ ચાંદીના દાબડાનો ફોટો – એના ઢાકણા પરનો મધ્યમાનો 'ઘાટ' તેં જોયો! કમળનું ફૂલ! સાત નાગને એકબીજામાં ગૂંથી એમની ફેણમાંથી કમળના ફૂલની પાંદડીઓ બનાવી છે, જોયું? – જરા નીરખીને જો!''

ગોવિંદે ચશ્માં ચડાવ્યાં અને પેલા પાના તરફ જોયું. બીજા પાના પર દાબડાના ઢાંકણા પરના કમળનો 'ક્લોઝ અપ' ફોટો પણ આપ્યો હતો.

''હા – તે એનું શું?'' ગોવિંદે પૂછ્યું.

"હું કહું છું," નારાણ ઉતાવળે બોલી ઊઠ્યો, "આ નકશી ઈશ્વરની છે. આ જ કમળનો ઘાટ ઉપસાવવા માટે મેં એને ટકોર કરી હતી, અને મારા કહેવાથી એણે એ કામ પડતું મેલ્યું હતું."

'અને પછી તરત જ એ જતો રહ્યો, નહિ?'' ગોવિંદે સચોટ રીતે પૂછ્યું.

''હા,'' નારાણ ઓચિંતાનો ઢીલો પડી ગયો, "ત્યાર પછી બેત્રણ દિવસે એ ગુમ થયો! પણ – પણ ગોવિંદ, આ ફોટા નીચે શું લખ્યું છે?''

''કોણ જાણે,'' ગોવિંદે કહ્યું, "થોભ, આત્મારામને બોલાવીએ. એ ઈન્ગ્રેજીનો અર્થ કરી સંભળાવશે.''

આત્મારામને નિશાળેથી આવતાં દોઢ કલાક લાગ્યો. ત્યાં સુધી નારાણે પોતાની અને ગોવિંદની દુકાન વચ્ચે આંટા માર્યા કર્યા.

''યુરોપના કોઈ એક દેશના મહામંત્રી આપણા દેશની મુલાકાતે આવ્યા ત્યારે આપણી સરકારે આ દાબડો એમને ભેટ આપ્યો.' આત્મારામે છાપું વાંચતાં અર્થ કરી સંભળાવ્યો.

''બસ, આટલું જ!' નારાણ અધીરતાથી બોલી ઊઠ્યો.

''અને –'' આત્મારામે એક કડવી નજર નારાણ તરફ નાખતાં આગળ વાંચ્યું: ''માનમલ ગ્યાનીચંદની પેઢીએ આ દાબડો બનાવ્યો છે!''

''માનમલ ગ્યાનીચંદ? એ કોણ?''

નારાણે ગોવિંદ તરફ જોતાં પૂછ્યું.

''માનમલ ગ્યાનીચંદની પેઢી દિલ્હીમાં છે. આપણે એને પત્ર લખ્યો છે ને માસ્તર?'' ગોવિંદે આત્મારામને પૂછ્યું.

આત્મારામે પોટલામાંથી એક ફાઈલ કાઢી, એનાં પાનાં ઉથલાવ્યાં. ''હા,'' એણે કહ્યું, ''આ રહ્યો એ પત્ર! બધા સાથે એને પણ આપણે લખ્યું હતું. પણ એના તરફથી કંઈ જવાબ હજી મળ્યો નથી!''

''પણ આ કારીગરી ઈશ્વરની જ છે!'' નારાણ ઊભો થઈ જતાં માસ્તર સામે આંખો તાણીને જોરથી બોલ્યો:

''ઈશ્વર ત્યાં જ છે – દિલ્હીમાં છે – ઈશ્વર ત્યાં જ છે – ત્યાં જ

હોવો જોઈએ – સમજ્યા?! ઈશ્વર..... ઈશ્વર......!''

ગોવિંદે એનો હાથ પકડી ગાદી પર બેસાડ્યો, ''ધીરો પડ, નારાણ ધીરો પડ!''

''મારે દિલ્હી જવું છે – આજે જ, હમણાં જ!''

''અરે, એમ કંઈ જવાય! આપણે જરૂર વ્યવસ્થા કરશું. વિચારીને પગલાં ભરાય, મારા ભાઈ!''

''ગોવિંદ,'' નારાણનું મોઢું અપાર દુઃખ ભોગવ્યાની વ્યથાથી મરડાઈ ગયું હતું. ''આ ખબર પડ્યા પછી હું એક પળ અહીં કેમ વિતાવી શકું, કહે જોઉં? તમને શું ખબર મારા મનમાં કેવુંક થતું હશે! આટલો સમય ઈશ્વર વિના મેં કેવી રીતે વિતાવ્યો હશે એની પીડા હું જ જાણું! તમને.... તમને એની શી ખબર, ગોવિંદભાઈ?'' નારાણની આંખોમાંથી આંસુ વહેવા લાગ્યાં. ધોળે દિવસે બળતી એ દુકાનની બત્તીઓ આડે ધુમ્મસ ફરી વળતું નારાણે જોયું. એણે રડ્યા કર્યું.

બીજે દિવસે નારાણની દુકાન બંધ રહી.

*

''આવો માસ્તર,'' ગોવિંદે આત્મારામને ગાદીએ બેસાડ્યા. ''તમને અમસ્તો ધક્કો પડ્યો?''

''કેમ?''

''મેં ધાર્યું જ હતું કે એ મૂરખ થોભશે નહિ. નારાણ જતો રહ્યો. દિલ્હી ઊપડ્યો હશે.''

''હવે?'' આત્મારામે પૂછ્યું.

''વિચારું છું કે શું કરું! કોઈકને નારાણ પાછળ મોકલું? પણ એને શોધવો ક્યાં?''

''મારું માનો તો એ ગાંડા પાછળ જવાનો કોઈ અર્થ નથી. બે અઠવાડિયાં રાહ જુઓ ગોવિંદભાઈ!'' આત્મારામે ઉકેલ કાઢ્યો.

બે અઠવાડિયાં વીતી ગયાં ત્યારે ગોવિંદની અસ્વસ્થતા વધવા લાગી. સમીસાંજની એની દુકાનની ઘરાકીમાં એનું મન ચોંટ્યું નહિ. ખૂણામાં

વાગતા રેડિયોએ એને કંટાળો આપ્યો. ઓટલા પર ખુલ્લી હવામાં આવી ઊભા રહેતાં, મંદિરના શિખર પાછળ આથમતી સન્ધ્યાના લાલપીળા રંગો સંકોચાતા એણે જોયા. એની સાથે એનું મન સંકોચાયું. એક ઠંડી બેચેન સુસ્તી એનાં અંગો પર ફરી વળી.

એણે આત્મારામને બોલાવ્યા.

બે અઠવાડિયાં થોભી જવાનો ઉકેલ આપવા માટે આત્મારામને પશ્ચાત્તાપ થયો.

પણ હવે?

બન્ને જણ ગાદીતકિયા પર ચૂપ થઈને બેઠા. કોઈને કશું સૂઝ્યું નહિ.

અને ફરી દિવસો વીતવા લાગ્યા.

એક અઠવાડિયું, બીજું અને ત્રીજું પણ વીત્યું. "પાંચ અઠવાડિયાં, અને નારાણ પાછો ના ફર્યો!" અરધી રાતે ઊંઘ ગુમાવી બેઠેલો ગોવિંદ પોતાના ઘરની મેડીમાં ઝૂલા પર અસ્વસ્થ હીંચતાં મનમાં બોલ્યો. એણે ઊઠીને પંખો ચાલુ કર્યો. બહાર અંધારી, મેઘલી રાત જામી પડી હતી. વાતાવરણ ચૂપ, ગમગીન અને ઉષ્ણતાભર્યું હતું! મેડીમાંનાં ઘડિયાળ અને પંખો એકધારું કંટાળાભર્યું બોલી રહ્યાં હતાં. ગોવિંદ માંયનો માંય ગૂંગળાયા કરતો હતો.

"ગોવિંદ – ઓ ગોવિંદ!" ગોવિંદના કાને ભણકારા વાગ્યા. એને યાદ આવી એ શિયાળાની મધરાત! થીજવે એવી ઠંડી ડેલીની વીજળીની બત્તી નીચે એણે નારાણ બોલતો યાદ આવ્યો. "હું તો સાવ નિરાધાર બની ગયો, ગોવિંદભાઈ!"

ગોવિંદને પસીનો પસીનો થઈ ગયો. એ ઊઠીને પલંગ પર બેઠો.

"ગોવિંદભાઈ, ઓ ગોવિંદભાઈ!" ફરી એ જ ભણકારા, એ જ શિયાળાની રાત અને એ જ ત્રાસજનક પ્રશ્ન: 'ઈશ્વર છે?' ગોવિંદ અકળામણ અનુભવતો બારી આગળ ઊભો અને ધોતિયાના છેડાથી પોતાને હવા નાખવા લાગ્યો.

"ગોવિંદ!"

આ વખતે એને વહેમ ગયો. એણે નમીને બારી નીચે જોયું તો ખરેખર નારાણ ડેલી આગળ રસ્તા પર ઊભો હતો!

''હેં!'' કહેતાં ગોવિંદ દોડતો દાદર ઊતરવા લાગ્યો. ઉતાવળે ડેલી ખોલી નારાણને ભેટી પડ્યો.

''નારાણ, નારાણભાઈ તું આવી ગયો?''

નારાણે ડોકું ધુણાવી હા કહી.

''તો આવો સૂનમૂન કેમ છો? કંઈક હસ તો ખરો ભલા માણસ!''

નારાણ હસીને ઓટલે બેઠો. ગોવિંદે એને પડખે બેસતાં કહ્યું, ''હવે મને વિગતવાર બધી હકીકત કહે!''

''શું કહું?'' નારાણ નિઃશ્વાસ મૂકતાં બોલ્યો: ''ઈશ્વર મળ્યો – પણ ન મળ્યા જેવો!''

''હેં? એમ કેમ?''

''એ કશું બોલતો નથી – કંઈ માગતો નથી, હસતો નથી. મારી પાછળ પાછળ ચાલ્યો આવે છે. હું કહું એટલું કરે છે. બાકી ઠાલું તે જોઈ રહે છે!''

''હોય, એ તો દિવસ જતાં ઠેકાણે પડી જશે! પણ તેં કેમ કરીને શોધ્યો એને?''

''હું દિલ્હી તો પહોંચ્યો,'' નારાણે વાત શરૂ કરી, ''પણ ત્યાં હું ઓળખું કોને? ક્યાં ઊતરવું, ક્યાં ખાવું અને ક્યાં શોધ કરવી એની મને ખબર નહિ. મેં તો ભમવા માંડ્યું. ભૂખે અને તરસે મરતો હું રઝળીરવડી થાકીને લોથ થઈ જતો. એમ મેં બે રાત અને બે દિવસ વિતાવ્યાં. ત્રીજે દહાડે માનમલ ગ્યાનીચંદની દુકાન મેં શોધી કાઢી, પણ કારીગરો કામ કરતા હોય એ કારખાનામાં મને કોઈ પેસવા ન દે અને મોટી દુકાનમાં મારો કોઈ ભાવ ન પૂછે!

પાંચમા દહાડે એક કારીગરે મને પૂછ્યું, ''ચાચા, તમે રોજ અહીં કેમ આવો છો અને શું શોધો છો?''

મેં એની પાસે બધી વાત કરી.

"ઈશ્વર બડા અચ્છા લડકા થા," એણે કહ્યું: "પણ એ તો દોઢ મહિના પહેલાં અહીંથી જતો રહ્યો છે – લખનૌ ગયો છે!"

"અરર!' મારાથી બોલાઈ જવાયું.

હું લખનૌ પહોંચ્યો અને એવી જ રીતે રઝળીરવડી મેં એને બે અઠવાડિયે શોધી કાઢ્યો. એ દિવસે, સાંજના બધા કારીગરો કારખાના બહાર નીકળ્યા, એની સાથે એ પણ બહાર નીકળ્યો. હું રસ્તા પર, દરવાજા સામે જ ઊભો હતો.

મેં એને જોયો અને મારાં ગાત્ર ગળવા લાગ્યાં. એણે પણ મને જોયો. મેં એને આંચકો ખાઈ ઓચિંતાનો ઊભો રહી જતાં જોયો. એનો ચહેરો પડી ગયો અને એની આંખોના અંગારા ઓલવાઈ જતા મેં જોયા. એણે એકીટસે મારા સામું જોયા કર્યું.

"ઈશ્વર!" મેં એને ખભે હાથ મૂક્યો: "બેટા...!" મને લાગ્યું કે મારાથી વધારે હવે નહિ બોલાય એટલે મેં ટૂંકું વાળ્યું. "ચાલ, હવે ચાલ મારી સાથે!" એ ચુપચાપ મારી પાછળ આવ્યો. એને મળ્યાને છઠે દિવસે અમે લખનૌ છોડ્યું."

"પણ એ શું કામ ભાગી ગયો, કેમ કરી એ દિલ્હી પહોંચ્યો, કેવી રીતે નોકરી મેળવી, એ વાત તો તેં મારી પાસે ન કરી!" ગોવિંદે પૂછ્યું.

"એના ચહેરા પરની ભાવહીન ગમગીની અને એના વર્તનની ઠંડી બેચેની ને સતત મારી સામે જોઈ રહેતાં એને કશું વધારે પૂછવાની મારી હિંમત ચાલતી નથી. અને હવે એ બધી વાત જાણીને ફાયદોય શો? નાહકનો જીવ બાળવો ને? ઈશ્વર જોઈતો હતો તે મળી ગયો!" અને થોડું ખચકાતાં એણે નિરાશ થઈ ઉમેર્યું, "પણ કેવો? ઓલવાતો દીવો જાણે! હું અભાગિયો છું, ગોવિંદભાઈ! મારાં નસીબ જ એવાં ફૂટેલાં છે!"

આષાઢના મેઘભર્યા આભમાં ગતિ થંભી ગઈ હતી. એની અકળામણ અને બેચેની વૃદ્ધિ પામતાં હતાં ત્યારે નારાણની દર્દભરી વાણીના નિ:શ્વાસ પણ ગતિહીન બની એની આસપાસ તોળાઈ રહ્યા!

બીજી સવારે ગોવિંદ નિશ્ચય કરીને નારાણને ઘેર ઈશ્વરને મળવા

ગયો. ગોવિંદે જોયુ તો એ નાનકડા ઓરડામાં પૂર્વ તરફની બારીમાંથી તડકો ઘરમાં પ્રવેશ કરી ચૂક્યો હતો. ઈશ્વર ખાટલા પર ટટ્ટાર બેઠો હતો, એના હાથ એના ખોળામાં શિથિલ થઈ પડ્યા હતાં, એક લાંબો કરેલો પગ સતત હાલ્યા કરતો હતો, ચહેરો સુઘડ પણ દૂબળો હતો, ખૂલી ગયેલા હોઠ કુમળા પણ ફિક્કા હતા અને વચ્ચેથી મેલા દાંત દેખાતા હતા. ગોવિંદ તરફ ફરી ગયેલી એની નજરમાં કોઈ અર્થ, કોઈ સૂચન કે કોઈ ભાવ નહોતો! ઓલવાતો દીવો, એક વારની પ્રાણવાન જ્યોતની યાદ આપતો પડ્યો હતો!

"તું આવી ગયો ઈશ્વર?' ગોવિંદના પ્રશ્નમાં ઉમળકાભર્યો આવકાર હતો.

ઈશ્વરે માથું ધુણાવી હા કહી. એક ક્ષણ એની નજર ગોવિંદ પર ફરી ગઈ. પણ બારી વાટે ઘરમાં પ્રવેશ કરી ચૂકેલા ભોંય પરના તડકાના ચોસલામાં, એની નજર બીજી ક્ષણે ગુમાઈ જઈ અર્થહીન બની ગઈ!

"ઈશ્વર," ગોવિંદે કહ્યું ત્યારે પરાણે ઈશ્વરે એની તરફ જોયું. એ દૃષ્ટિમાં ગોવિંદને સાંભળવાની ઉત્સુકતા નહોતી, કુતૂહલ નહોતું. અણગમો અને અવિશ્વાસ હોય એવો ગોવિંદને વહેમ આવ્યો. ચહેરા પર એક સ્નાયુ ફરક્યો નહિ, કોઈ ભાવનો ઉદ્‌ભવ થયો નહિ, કોઈ નિર્જીવ સફેદ આરસનું પૂતળું માથું ફેરવે અને બિહામણું લાગે એમ ઈશ્વરે ગોવિંદ તરફ માથું ફેરવ્યું. "તું કેમ ભાગી ગયો?" એવો ગોવિંદે પૂછવા ધારેલો પ્રશ્ન એના મનમાં રહી ગયો.

"ઠીક તો છો ને?" એમ કઢંગી રીતે ઉતાવળમાં ગોવિંદે પૂછી નાખ્યું.

ઈશ્વરે ડોકું ધુણાવી હા કહી, અને દૂબળો હાથ હળવે રહીને માથાના બાલ પર ફેરવ્યો. પછી એ નીચે જોઈ ગયો. ઈશ્વરની હાજરી ગોવિંદથી સહેવાય એમ નહોતી. 'ઠીક' કહેતાં ગૂંગળામણ અનુભવતો એ ભાગ્યો. ઘર બહાર આવી એણે ધોતિયાના છેડાથી કપાળ પરનો પસીનો લૂછ્યો.

દિવસ જતાં નારાણ ઈશ્વરને દુકાને લાવ્યો, અને એને કામ કરતો કરી મૂક્યો. પણ કામ પરની એની આગળની બુદ્ધિજન્ય એકાગ્રતા ક્યાંયે નહોતી. કામ પરથી હટી જઈ એની નજર ક્યારેક ખુલ્લા આકાશમાં ચોટતી

ત્યારે કલાકો સુધી ટાંકણું અને હથોડી એના હાથમાં રહી જતાં! કાથીની મેલી ગાદી પર ભીંતને અઢેલી એ બેસી રહેતો. પર્યટન કરતાં કાળાં વાદળાંની સોનેરી કોર પર એની નજર વળાંક લેતી, ઊંચે ચડતી, નીચે ઊતરતી ભમ્યા કરતી! એની નજર પાછળ એના પ્રાણ દોડી જતા.

નારાણ ગાદી પર બેઠેલા એના નિસ્તેજ હાડમાંસના દેહને સખેદ જોયા કરતો. કપાળ પર બે આંગળીઓ મારી, માથું ધૂણાવી, નસીબને પડકારતો નારાણ બેસી રહેતો! આવા નિસ્તેજ અને પ્રાણહીન તોય જીવન્ત ઈશ્વરના દેહની બાજુમાં સતત હાજર રહેવાનું અપાર દુઃખ નારાણ ભોગવતો હતો..

ધીમે ધીમે ગોવિંદ, આત્મારામ અને બીજા સૌનો ઈશ્વર નારાણના જીવનમાંથી રસ જતો રહ્યો. નાનકડું શહેર પોતાની પ્રવૃત્તિમાં મચ્યું રહેતું, હાસ્ય, રુદન, વિયોગ, મિલાપ, છટકેલા મિજાજ, ઉદ્યમ અને પસીનો – એ કઢંગી રોજંદારીની કતાર હંમેશની જેમ ફર્યા કરતી ત્યારે ઈશ્વરે ધીમે ધીમે કામ છોડ્યું. એ દુકાનના ખૂણામાં ગાંસડી બની પડી રહેતો, પણ નારાણ પોતાનું અને ઈશ્વરનું અસ્તિત્વ ટકાવવા અણગમતી મજૂરી કર્યે રાખતો.

*

અષાઢ ગરજી ગયો અને શ્રાવણ-ભાદરવો વરસી ગયાં. ધરતી નવોઢા બની, અને નીલ વસ્ત્ર પરિધાન કર્યાં. લોકોએ ઉત્સવો માણ્યા ત્યારે ઈશ્વર એના ઘેર ખાટલામાં સુસ્ત પડ્યો હતો, અને છત તરફ એકધારું જોઈ રહ્યો હતો. નારાણે એને કાંજી પાઈ. ઈશ્વરે હાથથી પોતાના હોઠ લૂછ્યા અને આંખો બીડી.

"બેટા ઈશ્વર," નારાણ કાકલૂદીભર્યું બોલ્યો. ઈશ્વરે એના બાપ સામે જોયું.

"તને શું થયું છે ભાઈ, બોલતો નથી? તેં શું ધાર્યું છે મનમાં?" નારાણ બોલતાં આક્રંદ કરી ગયો.

ઘણા મહિને ઈશ્વરની આંખની રોશનીમાં અર્થ પ્રગટ્યો. ખાટલામાં

પોતાની પડખે બેઠેલા બાપના ખોળામાં ઈશ્વરે પોતાનો ધ્રૂજતો હાથ મૂક્યો. નારાણની આંખોમાં ઊભરાતા પ્રેમને જોઈ રહેલી ઈશ્વરની આંખોમાંથી આંસુ વહી નીકળ્યાં.

"ઈશ્વર! ઈશ્વર, તું રડે છે?" નારાણ એને ભેટી પડ્યો અને રડવા લાગ્યો.

તે રાતના નારાણ ઈશ્વરને ખાટલે બેસી જ રહ્યો. પવન વાવો શરૂ થયો હતો, મંદિરના શિખર પરથી અને પાછળની સાંકડી શેરીમાંથી ક્યારેક એનો ઘુઘવાટ સંભળાતો. ઈશ્વર બેચેન હતો. એ બાપના ખોળામાં માથું નાખી પડી રહ્યો હતો. વારે ઘડીએ એને હાંફ ઊપડતી ત્યારે એ બેઠો થઈ જતો. કદી બાપના ખોળામાં માથું ઢાળી પાસાં ફેરવ્યા કરતો.

"થોડી ચા પી, ઈશ્વર, હમણાં જ બનાવી છે. જો, જરા ઠીક લાગશે!" નારાણે મમતાથી કહ્યું, અને ચુપચાપ ઈશ્વર ચાનો પ્યાલો પી ગયો. આ છોકરામાંથી મારે શો વાંક કાઢવો? નારાણ મનમાં વિચારતો હતો. એના કોઈ એક અવગુણ તરફ કોઈએ આંગળી તો ચીંધી નહોતી! આ છોકરામાં ક્યાં શું ખોટ હતી? તો આ વ્યથા, આ ઠંડી અવગણના શા માટે? નારાણે ઈશ્વરના માથે હાથ ફેરવ્યા કર્યો અને વિચારોમાં ડૂબી ગયો. ઈશ્વર હજી તરફડતો હતો અને આ છોકરાની ખ્યાતિ, એની કારીગરી દેશપરદેશ પહોંચી હતી! પેલું કમલનું ફૂલ – ચાંદીનો ડાબલો!

નારાણ ઈશ્વરને પડખેથી ઊઠ્યો. ગોખલામાંથી પેલું સચિત્ર અઠવાડિક એણે ઉપાડ્યું. દાબડાવાળું પાનું ખોલી એણે ઈશ્વર આગળ ધર્યું અને લાલટેન ઉપાડી એના પર પ્રકાશ પાડ્યો.

"તેં, ઈશ્વર તેં આ બનાવ્યો, ખરું?"

ઈશ્વરે ચિત્ર તરફ જોયું ને ઓચિંતાનો આંચકો લાગ્યો હોય તેમ ખાટલા પર એ બેઠો થઈ ગયો. એણે ફાટી આંખે નારાણ સામે જોયા કર્યું. એના હોઠ ભયંકર રીતે કંપી ગયા અને ખાડા પડી ગયેલા ગાલના સ્નાયુઓ ફરકવા લાગ્યા. એણે બંને ધ્રૂજતા હાથ ઉપાડ્યા, થોડી વાર અધ્ધર પકડી રાખ્યા પછી માથે પછાડ્યા! અને આંખ આડે હથેલીઓ ધરી ધ્રુસકે ધ્રુસકે

રડી પડ્યો. એનો આખો દેહ હચમચી ઊઠ્યો.

"અરે પણ, ઈશ્વર...."

ત્યાં પૂર્વની બારીમાંથી પવનનું એક જોરદાર ઝાપટું ધસી આવ્યું. મંદિરના શિખર અને ઘુમ્મટ પરથી લીમડાનાં સૂકાં પાન, ધૂળ અને કચરો ઓરડામાં ધસી આવ્યાં. લાલટેનની જ્યોત ભડકો કરી ગઈ. નારાણ મૂંઝાયો. ચારે તરફ માતરિશ્વા ગર્જના કરતો સંભળાયો. નળિયાં ઊડ્યાનો અવાજ આવ્યો, કૂતરાં રડવા લાગ્યાં. રસ્તાની વીજળીની બત્તીઓ ઓચિંતાની ઓલવાઈ ગઈ, આભના તારલાઓ સંકોચાતાં દૂર ભાગતા દેખાયા. એમની આડે ધૂળનો વંટોળિયો ફરી વળ્યો.

ઈશ્વરનું રુદન અને વંટોળિયાના અચાનક હુમલાની અસર નીચે નારાણ અકળાઈ- મૂંઝાઈ ગયો. લાલટેનની જ્યોત છેલ્લો ભપકો કરી ઓલવાઈ ગઈ.

"અરરર!" કરતો નારાણ ઊઠ્યો. એનું અંગેઅંગ ધ્રૂજી રહ્યું હતું. એણે બને એટલી ઉતાવળથી બારી બંધ કરી.

અંધારું સંપૂર્ણ બન્યું.

એ જમીન પર બેસી ગયો. લાલટેન અને કાંડીની પેટી શોધવા એ અંધારામાં ફાંફાં મારવા લાગ્યો. લાલટેન પેટાવી એ ઈશ્વરની બાજુમાં બેસવા જતો હતો ત્યાં એના મોમાંથી એક દર્દભરી ચીસ નીકળી ગઈ: "હાય રે!"

ઈશ્વરનો એક હાથ ખાટલા નીચે લટકી પડ્યો હતો. બીજો હાથ માથા પાછળ પડી ગયેલો દેખાતો હતો, મોઢું અને આંખો ખુલ્લાં રહી ગયાં હતાં. ઈશ્વર હવે નહોતો.

નારાણે ખાટલાની ઈસ પકડી પોતાનાં ધ્રૂજતાં અંગોને સ્થિર કર્યાં. એક ઘડી પહેલાં વંટોળિયાએ પણ જેનું રુદન સાંભળ્યું હતું એવા ઈશ્વરના મૃતદેહ તરફ એ જોઈ રહ્યો. જમીન અને ખાટલાનો આશરો લેવા છતાં એનાં અંગોની ધ્રુજારી વધવા લાગી. એણે ખાટલાના પાયા પર માથું અફાળ્યું. નારાણના અસ્તિત્વનું અણુએ અણુ રડી રહ્યું હતું, પણ એ રુદન

બહાર ન આવ્યું.

મધરાત વીતી ગઈ હતી. હજુ ઝંઝાવાતી પવન વાતો હતો. સૃષ્ટિ સજીવ, નિર્દય અને કૃતનિશ્ચયી બની હતી.

પણ નારાણના આ ઓરડામાં, એક વખતની સજીવ કળાનો મૃતદેહ જાણે આરસની ચિરંજીવ પ્રતિમા બની ગયો હતો. વારે ઘડીએ ખાટલા પર માથું અફાળતો નારાણ વિયોગના દર્દ સિવાયની બીજી બધી સાન ગુમાવી બેઠો હતો.

બીજા દિવસની સાંજ સુધી શું શું ક્રિયાઓ બની, ઈશ્વરનો દેહ પંચમહાભૂતમાં કેવી રીતે મળી ગયો, લોકો આવ્યા અને ગયા, એમાંનું કશું નારાણને યાદ ન રહ્યું. પરાજ્યની શરમ, પશ્ચાત્તાપની ગ્લાનિ અને નિષ્ફળતાનો ડંખ એને કોરી ખાતાં હતાં! એણે પોતાના મનને મરવા દીધું!

છેક સાંજના, ઈશ્વરવિહોણા પોતાના ઘરમાં એ બેઠો હતો ત્યારે બહાર કોઈએ પૂછ્યું:

"નારાણભાઈ અહીં રહે છે?"

નારાણ ઉંબરે આવી ઊભો. ખબર પૂછનાર મામલતદાર ઑફિસનો અવલકારકુન હતો.

"નારાણભાઈ તમે?"

નારાણે ડોકું ધુણાવી હા કહી, ત્યારે અવલકારકુને બીજો પ્રશ્ન પૂછ્યો:

"ઈશ્વર અહીં છે?"

નારાણ આંચકા સાથે બે ડગલાં આગળ વધી આવ્યો.

"દિલ્હીથી 'ઈન્કવાયરી' આવી છે." કારકુને હકીકત જાહેર કરી: "માનમલ ગ્યાનીચંદની પેઢીમાં કામ કરી ગયેલા કારીગર ઈશ્વર નારાણની હિંદ સરકારને જરૂર પડી છે. ઈશ્વરની કારીગરીની ઢબ યુરોપમાં પ્રશંસા પામી છે. સરકાર એની બનાવેલી કારીગરીવાળી વસ્તુઓ ખરીદવા ઈચ્છે છે." કારકુન થોડું અટક્યો અને બોલ્યો: "ઈશ્વર ક્યાં છે? એને....

નારાણના મોઢા પર એ નિષ્ઠુર બેહૂદું હાસ્ય ઊપસી આવ્યું અને એની આંખોમાં ખૂન તરી આવ્યું. એ મૂઠીઓ વાળી કારકુન સામે જઈ

ઊભો અને અસભ્ય રાડ પાડી બોલી ઊઠ્યો:

"હવે તમે ઈશ્વરની ખબર પૂછવા નીકળ્યા છો? હું એના જીવન દરમ્યાન 'ઈશ્વર છે?' એમ સૌ કોઈને પૂછતો ત્યારે તમે ક્યાં હતા? એ મારે પડખે હતો તોય હું મૂરખ, એને ખોયો ત્યાં સુધી શોધતો રહ્યો, પણ હવે તમે મને પૂછો છો કે ''ઈશ્વર છે?'' જીવનમાં કોઈ દહાડો નહિ એવું જોરથી નારાણ હસ્યો. ''જાઓ, જાઓ, ઈશ્વર હવે નથી! મેં જેને ખોયો એ ઈશ્વર કોઈ દહાડો તમને મળવાનો નથી!''